D1680463

தலித் பொதுவுரிமைப் போராட்டம்

தலித் பொதுவுரிமைப் போராட்டம்
கோ. ரகுபதி (பி. 1975)

கோ. ரகுபதி, தூத்துக்குடி மாவட்டம் சாத்தான்குளம் வட்டம், பிடாநேரி கிராமம், டிகேசி நகரைச் சேர்ந்தவர். தென்னிந்தியத் திருச்சபையின் T.D.T.A. நடுநிலைப் பள்ளியில் தொடக்கக் கல்வியையும் நாசரேத் மர்காஷியஸ் மேல்நிலைப் பள்ளியில் மேல்நிலைக் கல்வியையும் பயின்றார். நாசரேத் மர்காஷியஸ் கல்லூரியில் இளங்கலைப் பட்டத்தையும் திருநெல்வேலி மனோன்மணியம் சுந்தரனார் பல்கலைக் கழகத்தில் முதுகலை, முனைவர் பட்டங்களையும் பெற்றார். தமிழ்த் தினசரி ஒன்றில் மதுரையிலும் சேலத்திலும் 1999 - 2000ஆம் ஆண்டில் நிருபராகவும் மேற்குறிப்பிட்ட பல்கலைக் கழகத்தில் 2008 - 2011ஆம் ஆண்டுகளில் சமூக விலக்கல் & உட்கொணர்வு கொள்கை ஆய்வு மையத்தில் இணை ஆராய்ச்சியாளராகவும் பணியாற்றினார். தமிழ்நாடு அரசுக் கல்லூரிப் பணிக்கு 2011ஆம் ஆண்டு தேர்வாகி சேலம் மாவட்டம் ஆத்தூர் வடசென்னிமலை அறிஞர் அண்ணா அரசு கல்லூரியிலும், திண்டிவனம் திரு ஆ. கோவிந்தசாமி அரசினர் கலைக் கல்லூரியிலும், சென்னை மாநிலக் கல்லூரியிலும் வரலாற்றுத் துறையில் உதவிப் பேராசிரியராப் பணியாற்றி தற்போது மாற்றுப் பணியில் தமிழ்நாடு ஆதிதிராவிடர் & பழங்குடியினர் மாநில ஆணையத்தில் உறுப்பினராகப் பணியாற்றுகிறார். ஹிந்து ஜாதிய கட்டமைப்பின் பரிணாமத்தையும் பரிமாணத்தையும் ஆய்வு செய்கிறார்.

மின்னஞ்சல்: ko.ragupathi@gmail.com

கோ. ரகுபதி

தலித் பொதுவுரிமைப் போராட்டம்

காலச்சுவடு பதிப்பகம்

அன்பார்ந்த வாசகருக்கு,

வணக்கம்.

காலச்சுவடு நூலை வாங்கியமைக்கு நன்றி.

நூலின் உள்ளடக்கம், உருவாக்கம், அட்டைப்படம் இன்ன பிற அம்சங்கள் பற்றிய உங்கள் கருத்துகளையும் ஆலோசனைகளையும் காலச்சுவடு வரவேற்கிறது. தகவல், எழுத்து, வாக்கியப் பிழைகள் தென்பட்டால் அவசியம் தெரிவித்து உதவுங்கள். நூல் தயாரிப்பில் கடும் குறைபாடு இருப்பின் மாற்றுப் பிரதி உங்களுக்குக் கிடைக்கக் காலச்சுவடு ஏற்பாடு செய்யும்.

மின்னஞ்சல்: publisher@kalachuvadu.com

காலச்சுவடு நாகர்கோவில் அலுவலகத்திற்குக் கடிதம் அனுப்பலாம்.

தங்கள்

எஸ்.ஆர். சுந்தரம் (கண்ணன்)

பதிப்பாளர் – நிர்வாக இயக்குநர்

தமிழக அரசு ஆதிதிராவிடர் மற்றும் பழங்குடியினர் கலை இலக்கியப் பணிக்கான அமைப்பின் நிதி உதவியை (நூலாசிரியர்) பெற்று வெளியிடப்பட்டது.

தலித் பொதுவுரிமைப் போராட்டம் ♦ தலித் அரசியல் கட்டுரைகள் ♦ ஆசிரியர்: கோ. ரகுபதி ♦ © கோ. ரகுபதி ♦ முதல் பதிப்பு: டிசம்பர் 2014, ஏழாம் பதிப்பு: ஜனவரி 2025 ♦ வெளியீடு: காலச்சுவடு பப்ளிகேஷன்ஸ் (பி) லிட்., 669, கே.பி. சாலை, நாகர்கோவில் 629001

talitpotuvurimaippooraaTTam ♦ EssaysonDalitPolitics ♦ Author: Ko.Ragupathi ♦ © K. Ragupathi ♦ Language: Tamil ♦ First Edition: December 2014, Seventh Edition: January 2025 ♦ Size : Demy 1 x 8 ♦ Paper: 18.6 kg maplitho ♦ Pages: 184

Published by Kalachuvadu Publications Pvt.Ltd., 669, K.P.Road, Nagercoil 629001, India ♦ Phone: 91-4652-278525 ♦ e-mail: publications@kalachuvadu.com ♦ Printed at Clicto Print, Jaleel Towers, 42 KB Dasan Road, Teynampet Chennai 600018

ISBN: 978-93-82033-76-9

01/2025/S.No. 610, kcp 5545, 18.6 (7) 1k

சமூகப் பொருளாதார வரலாற்றறிஞர்
பேராசிரியர் கா.அ. மணிக்குமார் அவர்களுக்கு

நன்றியுரை

இந்நூல் *புது விசை, புதிய ஆராய்ச்சி, காலச்சுவடு* ஆகிய இதழ்களில் நான் எழுதிய கட்டுரைகளின் தொகுப்பாகும். இதில் தொகுக்கப்பட்டுள்ள கட்டுரைகள் பலவும் *புது விசை* இதழிலில் வெளியானவை. அவ்விதழின் கௌரவ ஆசிரியர் ஆதவன் தீட்சண்யா நான் கட்டுரைகள் எழுதுவதற்குத் தொடர்ந்து ஊக்கம் தருபவர். கட்டுரைகளின் கருப்பொருளைக் கருத்தில் கொண்டு அவற்றின் நெடிய பக்கங்களைப் பொருட்படுத்தாமல் வெளியிட்ட *புது விசை, புதிய ஆராய்ச்சி, காலச்சுவடு* ஆகிய இதழ்களுக்கு நன்றி. அவ் விதழ்களின் ஆசிரியர்கள், ஆசிரியர் குழுக்களைச் சேர்ந்த சம்பு, ஆதவன் தீட்சண்யா, உதய சங்கர், எஸ்.காமராஜ், தஞ்சை சாம்பான், ந. பெரியசாமி, ஆ. சிவசுப்பிரமணியன், சி. சொக்கலிங்கம், ந. முத்து மோகன், இ. முத்தையா, நா. இராமச்சந்திரன், பா. ஆனந்தகுமார், ஞா. ஸ்டீபன், இரா. காமராசு, மு.பு. டெரன்ஸ் சாமுவேல், கண்ணன், சுகுமாரன், நஞ்சுண்டன், பெருமாள்முருகன், நெய்தல் கிருஷ்ணன், ஸ்டாலின் ராஜாங்கம், எஸ்.வி. ஷாலினி ஆகியோருக்கு நன்றி.

தமிழக அரசு ஆதிதிராவிடர் மற்றும் பழங்குடியினர் கலை இலக்கிய பணிக்கான அமைப்பு நூல் வெளியிடுவதற்கான நிதி வழங்கும் திட்டத்தை அறிவித்தபோது கட்டுரைகளைத் தொகுத்து அந்த நிதியைப் பெறுவதற்கு விண்ணப்பித்தேன். நிதி வழங்கிய அந்த அமைப்புக்கு நன்றி.

இந்நூலை வெளியிடுவதற்குக் காலச்சுவடு பதிப்பகத்தை அணுகினேன். மேற்குறிப்பிட்ட அமைப்பு கொடுத்த நிதியைப் பெற்றுக்கொள்ளாமலேயே மிகக் குறுகிய காலத்தில் நூலை வெளியிடுவதற்கான மனமுவந்த ஒப்புதல் கிடைத்தது. காலச்சுவடு பதிப்பகத்துக்கு நன்றி.

நெருக்கடியான பணிகள் பலவற்றுக்குமிடையில் தடைகளற்ற வாசிப்புக்கு ஏற்றவாறு நூல் செம்மையாக்கம் பணியை இருமுறை செய்தார் பேரா. க. காசிமாரியப்பன். அவருக்கு நன்றி.

நூலில் பிழைகளை நேர்செய்து வடிவமைப்புப் பணியைச் செய்தார் சுபா. அவருக்கு நன்றி.

பொருளடக்கம்

முன்னுரை	11
என்னுரை	15
தருக்கம் தகர்த்த தடுக்கம்	17
அக்ரஹார ஊடுபோக்கு: தனி பொதுப் பாதைக்கான விவாதம்	30
பயணங்களில் அசமத்துவமும் சமத்துவத்திற்கான பயணமும்	51
கல்வியிலிருந்து விலக்கப்படும் தலித்துகள்	90
மேலுடுப்பு அணிதல்: சாதிய ஒழுங்கிற்குக் கீழ்ப்படியாத தலித் பண்பாட்டு இயக்கம்	108
அருந்ததியர் சமூக இயக்கமும் விடுதலைக்கான குரலும்	133
குழந்தைப்பருவ தேவேந்திரர் இயக்கம்	143
ஆதிதிராவிடர்: சாதியற்ற சமத்துவத்தின் அடையாளம்	162
ஆதாரங்கள்	177

முன்னுரை

தாழ்த்தப்பட்டோர், பட்டியலினத்தோர், ஆதிதிராவிடர், தலித் எனப் பல பொதுப் பெயர்களிலும் குறிப்பிட்ட சாதிப் பெயர்களிலும் அழைக்கப்பெறும் தலித் மக்கள் சாதி அமைப்பின் அடித்தட்டில் இருத்தி வைக்கப்பட்டுள்ளனர். தீண்டாமைக் கருத்தாக்கத்தின் மூலம் பொதுவான இயற்கை வளங்களை அனுபவித்தல், பொது இடங்களில் புழங்குதல், பயன்படுத்துதல் போன்றவற்றிலிருந்து அவர்கள் விலக்கப்பட்டுள்ளனர். பாரம்பரியச் சமூகக் கட்டமைப்பின் மீது காலனியாட்சி தாக்கத்தை ஏற்படுத்திய அதே சமயம் மாற்று வேலைவாய்ப்புகளையும் விளைவித்தது. மேலும் தலித் மக்களுக்கு வேலைவாய்ப்புகளைத் தந்ததோடு தீண்டாமைக்கெதிரான அரசாணைகள், சட்டங்கள் போன்றவற்றையும் உருவாக்கியது.

இவற்றையெல்லாம் பயன்படுத்திக்கொண்டு சமூக ஒடுக்குமுறையிலிருந்து தங்களை விடுவித்து மேம்படுத்திக்கொள்வதற்கு தலித்துகள் முயன்றபோது அவற்றைப் பயன்படுத்துவதில் அவர்களுக்குப் பெரும் சிக்கல் ஏற்பட்டது. அஞ்சல் அலுவலகம், நீதிமன்றம் போன்ற பொது நிறுவனங்கள் அக்ரஹாரத்திற்குள் அல்லது அதற்கு அருகில் அமைக்கப்பட்டிருந்ததால் தலித்துகள் அவற்றைப் பயன்படுத்துவதிலிருந்து தடுக்கப்பட்டனர். பள்ளிக்கூடங்களில் ஆதிக்கச் சாதியினரின் குழந்தைகள் படித்ததால் அங்குத் தலித் குழந்தைகள் சேர்க்கப்படுவதற்கு அனுமதி மறுக்கப்பட்டது. பொது நிறுவனங்கள் கிராமங்களில்

அல்லாமல் வேறு பகுதிகளில் இருந்தாலும் தங்கள் சிக்கலைத் தீர்ப்பதற்கான நடவடிக்கைகளுக்காகப் பயணம் செய்வது தேவையாயிருந்தது. ஆனால் அவர்கள் பேருந்தில் பயணம் செய்ய அனுமதி மறுக்கப்பட்டனர். தனது சாதி அடையாளத்தை மறைத்துக்கொண்டு பொதுநிறுவனங்களைப் பயன்படுத்திக் கொள்ளலாம் என்று முயன்றால் அதைத் தடுப்பதற்காகத் தலித்துகள் எவ்வாறு சிகை அலங்காரம் செய்துகொள்ள வேண்டும்? உடுப்பு உடுத்த வேண்டும்? என்ற விதிகள் ஆதிக்கச் சாதியினரால் ஏற்படுத்தப்பட்டன. தலித்துகள் இடுப்புக்குக் கீழேயும் முழங்காலுக்கு மேலேயுமாக ஒரு துணி உடுத்துவதற்கே அனுமதிக்கப்பட்டனர், தலித்கள் மேலுடுப்பு அணியக்கூடாதென ஆதிக்கச் சாதியினர் அறிவித்தனர். காலனியாட்சியின் புதிய வாய்ப்புகளை அனுபவிப்பதிலும் தலித்துகள் புதுப்புது முட்டுக்கட்டைகளை எதிர்கொள்ள வேண்டிய நிர்ப்பந்தம் உருவானது. இந்தச் சூழ்நிலை, எவற்றை பயன்படுத்துவதிலிருந்தெல்லாம் அவர்கள் விலக்கப்பட்டனரோ அவற்றைப் பயன்படுத்திக்கொள்வதற்கான போராட்டத்தை நடத்த வேண்டிய சூழலை உருவாக்கியது. இதற்காக தலித் பிரதிநிதிகள் சட்டப்பேரவையில் நடத்திய போராட்டத்தைத் 'தருக்கம் தகர்த்த தடுக்கம்' கட்டுரை விவாதிக்கிறது.

அக்ரஹாரத்தைப் புழங்குவதன் மூலம் அங்கு நிறுவப்பட்டிருந்த அஞ்சல் நிலையம், நீதிமன்றம் போன்றவற்றைப் பயன்படுத்திக் கொள்வதற்காகத் தலித்துகள் நடத்திய போராட்டத்தை 'அக்ரஹார ஊடுபோக்கு, தனி–பொதுப் பாதைக்கான விவாதம்' என்ற கட்டுரை பேசுகிறது. காலனியாட்சிக் காலத்தில் அக்ரஹாரங்களுக்குச் செல்வதற்கு இருந்த தடை சுதந்திர நாட்டில் தீண்டாமைச் சுவர்களாக வடிவெடுத்துள்ளது. பேருந்தில் பயணிப்பதற்கான போராட்டம், 'பயணங்களில் அசமத்துவமும், சமத்துவத்திற்கான பயணமும்' என்ற கட்டுரையில் விவாதிக்கப்பட்டுள்ளது. பேருந்தில் பயணிப்பதற்கு இருந்த தடை முற்றிலும் நீங்கியபோதிலும் பேருந்துப் பயணத்தில் தீண்டாமை இப்போதும் இருக்கிறது. 'கல்வியிலிருந்து விலக்கப்படும் தலித்துகள்' கட்டுரை, நவீனக் கல்வி நிறுவனங்கள் தொடங்கப்பட்ட காலங்களில் அந்தக் கல்வி நிலையங்களில் சேர்க்கப்படுவதிலிருந்து தலித்துகள் விலக்கப்பட்டனர் என்பதை எடுத்துரைக்கிறது. மேலும் தற்காலத்தில் வேலைவாய்ப்புத் தொடர்புடைய பாடப்பிரிவுகளைக் கற்பதிலிருந்து தலித் மாணவர்கள் எவ்வாறெல்லாம் விலக்கப்படுகின்றனர் என்பதை விவரிக்கிறது. 'மேலுடுப்பு அணிதல், சாதிய ஒழுங்கிற்குக் கீழ்ப்படியாத தலித் பண்பாட்டு இயக்கம்' கட்டுரை 1930ஆம் ஆண்டுகளில் மேலுடுப்பு அணிவதற்குத் தலித்துகள் நடத்திய போராட்டத்தை விவாதிக்கிறது. 'அருந்ததியர் சமூக இயக்கமும் விடுதலைக்கான குரலும்',

'குழந்தைப் பருவ தேவேந்திரர் இயக்கம்' ஆகிய கட்டுரைகள் அம்மக்களின் முன்னேற்றத்திற்காக இயக்கங்கள் எடுத்துக்கொண்ட செயல்பாடுகள் குறித்துப் பேசுகின்றன. தாழ்த்தப்பட்ட மக்களில் பல்வேறு சாதியினர் இருப்பினும் அவர்கள் அனுபவித்த, அனுபவித்து வருகின்ற இன்னல்கள் ஒன்றாக இருப்பதால் தங்களை ஓர் அடையாளத்தின் கீழ் இணைப்பதற்குத் தங்களுக்கென ஒரு பொதுப் பெயர் இட்டுக்கொண்டனர். அப்பெயர் ஆதிதிராவிடர் என்பதாகும். அப்பெயரைத் தங்களுக்குச் சூட்டிக்கொள்வதற்கும் அரசுப் பதிவேடுகளில் அப்பெயராலேயே தாங்கள் பதிவு செய்யப்பட வேண்டுமென்பதற்கும் போராட்டம் நடத்தியதை 'ஆதிதிராவிடர் சாதியற்ற சமத்துவத்தின் அடையாளம்' என்ற கட்டுரை விவாதிக்கிறது. மேலும் இக்காலத்தில் ஆதிதிராவிடர் என்ற பெயர் பறையர்களுக்காகப் பறையர்களால் கொண்டுவரப்பட்டது என்ற குற்றச்சாட்டை மறுத்து அது பறையர்களால் உருவான பெயர் என்றபோதிலும் அது பறையர்களுக்கு மட்டுமானதல்ல என்று அதன் வரலாற்றை எடுத்துரைக்கிறது.

திண்டிவனம்   **கோ. ரகுபதி**
19.10.2014

என்னுரை

நான் எழுதிய கட்டுரைகளைத் தொகுத்து அதை என் பேராசிரியர் கா.அ. மணிக்குமார் அவர்களுக்கு சமர்ப்பணம் செய்கிறேன். படிநிலைச் சமூகத்தின் அடித்தட்டிலிருந்து வரும் மாணவர்களுக்கு முனைவர் பட்டம் இன்றும் ஓர் எட்டாக்கனி. அவர்களுக்குச் சாதி, மத தற்சார்புகளைக் கடந்து நெறியாளர் கிடைப்பது அரிது. சமூகப் பொருளாதார வரலாற்றறிஞர் கா.அ. மணிக்குமார் என் ஆய்வேட்டை நெறிப்படுத்தும் பொறுப்பை ஏற்றுக்கொண்டது எனக்குக் கிடைத்த பெரும்பேறு. அவர் என் கல்விப்புல ஆய்வுப் பயணத் தில் ஓர் முக்கியத் திருப்புமுனை. ஆய்வுப்பணி தொடங்கியது முதல் ஆய்வேடு சமர்ப்பிக்கப்படும் வரை அவர் தந்த வழிகாட்டல், ஊக்கம், உற்சாகம் உதவி ஏராளம். ஆதாரங்களைத் திரட்டுவதற்காக ஆவணக்காப்பம், நூலகம் செல்லுதல், கள ஆய்வு செய்தல், நேர்காணல், நூல் வாங்குதல், நகலெடுத்தல் போன்ற எவையும் நிதியின்றி நிகழாது. ஆய்வுக்கான இந்த நிதியை இந்திய சமூக அறிவியல் ஆய்வுக் கழகம் – புது தில்லி (ICSSR), இந்திய வரலாற்று ஆய்வுக் கழகம் – புது தில்லி (ICHR) ஆகிய மைய அரசாங்கத்தின் அமைப்புகளிடம் நிதி பெறுவதற்கான ஆய்வுத் திட்டத்தை வரைவதில் அவர் பெருந்துணை புரிந்தார். சுமார் நான்குமுறை ஆய்வேட்டை வாசித்து அது செழுமை பெறுவதற்கு வழிமுறைகளை நல்கிய தோடு சளைக்காமல் திருத்தம் செய்து குறித்த நேரத்தில் தந்தார். ஆய்வு மேற்கொண்ட அந்த ஐந்தரை ஆண்டுகளில் ஒருபோதும் அவருடைய

சுயஅலுவல்கள் எவற்றையும் என் மீது சுமத்தவில்லை. மாறாக, நான் ஆய்வுப் பணியில் ஊன்றிக்கொண்டு ஆய்வுக் கட்டுரையைச் செவ்வனே முடிப்பதற்கு ஊக்கம் தந்தார்.

நெறியாளருக்கும் ஆய்வு மாணவருக்கும் இடையேயான உறவு அவர்கள் இருவரின் கல்விப்புல முன்னேற்றத்துக்குத் துணைபுரியும் அதேசமயம் அந்த ஆய்வு சமூக மாற்றத்திலும் காத்திரமான பாத்திரம் வகிப்பதால் நெறியாளருக்கும் ஆய்வாளருக்குமான உறவு தனிப்பட்டதாக மட்டும் அல்லாமல் அது சமூகம் சார்ந்தும் இருக்கிறது. உண்மையில் சமூகத்தின் ஒடுக்கப்பட்டோர், மகளிர் போன்றோர் விடுதலையிலும் அவர்களின் ஜனநாயக உரிமையிலும் மிகுந்த அக்கறையுடைய ஜனநாயகப் பண்புகொண்ட பேராசிரியர் கா.அ. மணிக்குமார், என் ஆய்வேடும் அந்தத் திசையிலேயே பயணிப்பதற்கு வழிகாட்டினார். கா.அ. மணிக்குமார் அறிவுலக ஆலமரம். இக்கூற்று மிகைமதிப்பீடு அல்ல என்பதைத் தமிழ்ச் சமூக ஆய்வுலகை உற்று நோக்கினால் உணரலாம். அவர் எனக்குச் செய்த உதவிக்கு இந்நூலை அர்ப்பணிப்பதன் மூலம் ஈடுகட்ட இயலாது என்பதை நான் நன்குணர்வேன். இருப்பினும் இது என் நன்றியின் ஓர் வெளிப்பாடு.

திண்டிவனம்   **கோ. ரகுபதி**
19.10.2014

தருக்கம் தகர்த்த தடுக்கம்

பொதுக்களன் குறித்து விவாதிக்கிறபோது ஹேபர்மாஸ் முன்வைத்த பொதுக்களம், உரையாடல் போன்ற கருத்தாக்கங்களைப் புறக்கணித்துவிட முடியாது. பொதுக்களத்தில் நிகழ் கிற உரையாடல்கள் நிர்ப்பந்தம் செய்வதற்குப் பதில் ஒப்புதலைப் பெற்று மாற்றங்களை ஏற்படுத்த முடியும் என்பது ஐரோப்பியச் சூழலில் அவர் முன்வைத்த கருத்து. ஆனால் சாதியச் சூழலில் சம்பந்தப்பட்ட மக்களைப் பொதுக் களன்களில் சமமாகப் புழங்குவதைத் தீண்டாமை தடுப்பதால் பொதுக் களனில் புழங்குரிமைக்கான போராட்டமே முன்நிபந்தனையாக இருக்கிறது. இந்தப் போராட்டம் சம்பந்தப்பட்ட மக்கள் வாழ்வியலுக்காக நிகழ்த்தப் படுவதால் புழங்குரிமைத் தடுக்கத்தைத் தகர்ப்பதும், தங்குதடையற்ற புழங்குரிமையைப் பெறுவதும் அவர்களின் முக்கிய இலக்காக இருக்கிறது. இன்றும் நீடித்துக்கொண்டிருக்கின்ற இந்தச் சிக்கலை எதிர்த்துப் பத்தொன்பதாம் நூற்றாண்டில் தொடங்கப்பட்ட விவாதத்தை இங்கு முன்வைக்கலாம். இன்று சாதியச் சமூகம் எந்த நூற்றாண்டில் இருக்கிறது? என்பதையும் கேள்விக்குட்படுத்தலாம்.

புழங்குரிமைத் தடுக்கம்

விவசாய உற்பத்தி அடிப்படையாக இயங்கிய காலத்தில் உற்பத்திக்குரிய களங்களிலும் உற்பத்தி சாராத சமயப் பண்பாட்டு இன்ப துன்ப நிகழ்வுகளி லும் விதிக்கப்பட்ட பணிகளைச் செய்வதற்குரிய களங்களிலும் படிநிலைக் கட்டமைப்பில் அதற்குரிய சாதிகள் இணைக்கப்பட்டிருந்தன. மேற்குறிப்பிட்ட

செயல்பாடுகளுக்கு அப்பாற்பட்ட களங்களில் அச்சாதிகள் விலக்கப்பட்டும் இருந்த தால் பொதுக்களம் உருவாகாததோடு விலக்கப்பட்ட களத்தில் புழங்குரிமை முற்றிலும் தடுக்கப்பட்டு, அது தீண்டாமை என்ற பிராமணியக் கருத்தாக்கத்தால் நியாயப்படுத்தப்பட்டது. வாழ்வின் தேவைக்காகச் செயல்வெளி யில் கூடுவதும் தேவையின்றி ஒன்றுக்கு மேற்பட்ட சாதிகள் கூடாதிருப்பதும் சாதிக் கட்டமைப்பின் அடிப்படைப் பண்பு களில் ஒன்றாக இருப்பதால் இங்குப் பொதுக்களன் இல்லை. தேவைக்கேற்ப செயல்வெளியில் வரையறுக்கப்பட்ட புழங்குரிமை தரப்பட்டது. அதே சமயம் செயல்பாடு அல்லாத பகுதியில் புழங்குரிமை தடுக்கப்பட்டது. இதைப் புழங்குரிமைத் தடுக்கம் என வரையறுக்கலாம். ஆதிக்கச் சாதிகளின் கட்டுப்பாட்டில் உள்ள உற்பத்தி, உற்பத்தி சாராத செயல்வெளிகளான வயல்வெளி, களத்துமேடு, மேய்ச்சல் நிலம், இடு/சுடுகாடு போன்றவை தாழ்த்தப் பட்ட சாதிகளுக்கான வரையறுக்கப்பட்ட புழங்குவெளிகள் ஆகும். தாழ்த்தப்பட்டோர் அல்லாதோரின் தேவையிலிருந்து உருவான இந்த வரையறுக்கப்பட்ட புழங்குவெளியும் புழங்குவெளித் தடுக்க மும் தாழ்த்தப்பட்ட சாதிகளை ஒடுக்குகின்ற புழங்குவெளி ஆகும்.

பிரிட்டிஷ் ஏகாதிபத்தியம் தன் நிர்வாகத் தேவைக்காக உருவாக்கிய பொதுக்களனான தொடர்புச் சாதனம், நிர்வாக நிறுவனம் போன்றவற்றிலும் வரையறுக்கப்பட்ட புழங்குவெளியும் புழங்குரிமைத் தடுக்கமும் கட்டமைக்கப்பட்டன. பிரிட்டிஷ் இந்தியா நவீன உற்பத்திக்கு மாறிக்கொண்டிருந்த சூழலைப் பயன்படுத்திப் பிராமணர், பிராமணரல்லாத சாதிகள் பாரம்பரியச் சாதி சமூகத்தைப்போல் நவீன அரசியல் பொருளாதாரத் தளங்களிலும் தங்கள் அதிகாரத்தைத் தக்கவைப்பதற்கும் தாழ்த்தப்பட்ட சாதிகள் ஒடுக்குமுறையிலிருந்து விடுவித்துக் கொள்வதற்கும் எத்தனித்தபோது ஐரோப்பியர்களிடம் பிராமணர், பிராமணரல்லாதோர் நிறப்பாகுபாட்டையும், இம்மூவரிடமிருந்து தாழ்த்தப்பட்ட சாதிகள் நிறப்பாகுபாடு, தீண்டாமையையும் எதிர்கொண்டனர். தொடர்வண்டி, தொடர்வண்டி நிலைய ஓய்வறை போன்றவற்றில் ஒருசில பெட்டிகளும் அறைகளும் ஐரோப்பியர்களுக்கும் யுரேசியர்களுக்கும் ஒதுக்கப்பட்டவை என்ற அறிவிப்புப் பலகை தொங்கவிடப்பட்டு அவற்றைப் பயன்படுத்துவதிலிருந்து இந்தியர்கள் அனைவரும் விலக்கப்பட்ட அதேசமயம் சில பெட்டிகள் தாழ்த்தப்பட்டோர் அல்லாதவர் களுக்கு ஒதுக்கப்பட்டன.

நிறப்பாகுபாட்டை அனுபவித்த பிராமணர், பிராமண ரல்லாதோர் ஐரோப்பியர்களைப் போல் தீண்டாமையை வெளிப்படையாக அறிவித்தனர். பயணச் சீட்டின் பின்புறம்

‘பஞ்சமர், பெருவியாதியஸ்தர், குஷ்டரோகி பேருந்தில் பயணம் செய்ய அனுமதி இல்லை’ என்ற வாசகங்கள் அச்சடிக்கப்பட்டு அதில் தாழ்த்தப்பட்டோர் பயணிப்பது தடுக்கப்பட்டது. இந்தத் தடை தொடர்வண்டி, முடித்திருத்தகம், உணவகம், நீராதாரம் போன்ற பொதுவெளியிலும் செயல்படுத்தப்பட்டது. நிறப்பாகுபாட்டைப் பின்பற்றிய ஐரோப்பியர்கள் தொடர்வண்டியில் குறிப்பிட்ட சில பெட்டிகளில் இந்தியரைப் பயணிக்க அனுமதித்தனர். ஆனால் இவர்களோ தீண்டாமையைச் செயல்படுத்தித் தாழ்த்தப்பட்ட சாதியினர் தொடர்வண்டியில் பயணிப்பதைத் தடுத்தனர். இச்செயலை இரட்டைமலை சீனிவாசன் ‘சாதி இந்துக்கள் அமர்ந்திருக்கும் தொடர்வண்டிப் பெட்டியில் தீண்டத்தகாதோர் பயணிக்க முடியாது. அவர்கள் அதை எதிர்க்கின்றனர்; வேறு எங்காவது போகுமாறு கூறுகின்றனர்’ என்றார் (ப. 823). அவர் கூறியது அனைத்துப் பொது வெளிகளிலும் பின்பற்றப்பட்டது. நிறப்பாகுபாடு பொதுக்களனில் வரையறுக்கப்பட்ட புழங்குரிமையைத் தந்தது. ஆனால் தீண்டாமைப் புழங்குரிமையைத் தடுத்தது. இதனால் பிராமணர், பிராமணரல்லாதோர் தங்களின் சமூக அதிகாரத்தை நவீன தளத்திலும் நிறுவுவதற்கு வாய்ப்பு இருந்தது. ஆனால் தாழ்த்தப்பட்ட சாதியினரின் வாழ்வியலும் விடுதலையும் தடுக்கப்பட்டன. இவற்றை அடைவதற்குப் பொதுக்களனில் சமமான புழங்குரிமையைப் பெறுவது ஒரு முன்நிபந்தனையாக இருந்ததால் தாழ்த்தப்பட்ட சாதியினர் அதை அடைவதற்குப் போராடினர். இதேபோல் பிராமணர், பிராமணரல்லாதோரும் சமப் புழங்குரிமைக்காகப் போராடினர். இதன் தொடக்கம் சட்ட வழியில் நிகழ்ந்தது. ஆரம்பத்தில் அது சட்டம் என்ற பெயரில் இல்லாமல் தீர்மானம் என்ற வடிவில் இருந்தது.

தடுக்கத்தைத் தடையறுத்த தருக்கம்

தாழ்த்தப்பட்ட சாதியினர் பொதுவெளியில் புழங்குவதற்கான தடையை அறுக்கவும் நிறப்பாகுபாட்டை ஒழிக்கவும் சென்னை மாகாணப் பேரவை உறுப்பினர்களான எம்.சி. ராஜா, இரட்டைமலை சீனிவாசன், சி.வி. வெங்கட்ரமண ஐயங்கார் ஆகியோர் முறையே 1919, 1924, 1921 ஆகிய ஆண்டுகளில் மூன்று தீர்மானங்களை முன்மொழிந்தனர். நிறப்பாகுபாட்டுக்கு எதிராகத் தாழ்த்தப்பட்டோரல்லாதோர் முன்மொழிந்த தீர்மானத்தைத் தாழ்த்தப்பட்ட சாதியினர் ஆதரித்தனர்; இத்தீர்மானம் எவ்வித எதிர்ப்புமின்றி நிறைவேறியது. ஆனால் தீண்டாமைக்கு எதிராகத் தாழ்த்தப்பட்ட சாதியினர் முன்மொழிந்த தீர்மானத்திற்குத் தாழ்த்தப்பட்டோரல்லாதோர் ஆதரவையும் எதிர்ப்பையும் தெரிவித்தனர்.

எம்.சி. ராஜா முன்மொழிந்த தீர்மானத்தை வழிமொழிந்த தாழ்த்தப்பட்ட சாதி உறுப்பினரான என். சுப்பராவ், 'வைதீகப் பிராமணரிடம் மட்டுமின்றி பிராமணரல்லாதோரிடமிருந்தும் இத்தீர்மானத்திற்கு எதிர்ப்பு வரும் என்பதை நான் அறிவேன்' என்று கூறியதுபோல் பிராமணர், சாதி இந்துக்களான வெள்ளாளர், செட்டியார் போன்றோரின் கடும் எதிர்ப்பு அத்தீர்மானத்தைப் பின்வாங்கச் செய்தது. இதற்குக் காரணம் இக்காலத்தில் தீண்டாமைக்கு எதிரான நிலைப்பாடு தீண்டத்தக்க சாதிகளைச் சேர்ந்த சமூக அரசியல் இயக்கத் தலைவர்களிடம் வலுவாக உருப்பெறாதது ஆகும். பின்னர் பிராமணர் எதிர்ப்பு இயக்கம், காங்கிரசு போன்ற சமூக அரசியல் இயக்கங்கள் தீண்டாமையையும் எதிர்த்ததால் அந்த இயக்கங்களைச் சேர்ந்த உறுப்பினர்கள் இரட்டைமலை சீனிவாசன் முன்மொழிந்த தீர்மானத்தை ஆதரித்தனர், இதில் பிராமணர், பிராமணரல்லாதோர் அடங்குவர். இத்தீர்மானத்தை எதிர்த்தவர்களும் கருத்து கூறாதவர்களும் உண்டு. ஆனால் ஏன் எதிர்த்தனர், ஏன் கருத்து கூறவில்லை என்ற பதிவுகள் இல்லை. எனவே, மேற்குறிப்பிட்ட மூன்று தீர்மானங்களின் ஆதரவு நிலைப்பாடு, எம்.சி. ராஜாவின் தீர்மானத்தை எதிர்த்தவர்களின் கருத்து ஆகியன விவாதத்திற்கு எடுத்துக் கொள்ளப்படுகின்றன. இந்த மூன்று தீர்மானங்களும் நிறப்பாகுபாடு, தீண்டாமை ஆகியவற்றின் விளைவுகளில் ஒன்றான தனி வெளியை ஒழித்தல், பொதுக்களனில் சம புழங்குரிமையைப் பெறுதல் என்பதை இலக்காகக் கொண்டிருந்தது. இலக்கு ஒன்றாக இருப்பினும் அதை அடைவதற்கு வெவ்வேறு கண்ணோட்டங்களைக் கொண்டிருந்தனர். என்னென்ன காரணங்களை முன்வைத்து அத்தீர்மானங்களை நியாயப்படுத்தினரோ அதே காரணங்களை விமர்சித்தனர். அவற்றைப் புறக்கணித்துவிட்டு வேறு காரணங்களையும் முன்வைத்தனர் அத்தீர்மானங்களை எதிர்த்தோர், ஆதரித்தோர்க்கு வேறு நோக்கமும் இருந்தது. தீண்டாமையை அகற்றுவது இரட்டைமலை சீனிவாசனின் நோக்கம். காங்கிரஸ் இயக்கம் தீண்டாமையை அகற்றும் திட்டத்தைக் கொண்டிருப்பதால் இத்தீர்மானத்தை வழிமொழிந்த எஸ். சத்தியமூர்த்தி இந்துச் சமூக ஒற்றுமைக்கு இது வழிவகுக்கும் என்று நம்பினார். இத் தீர்மானங்கள் வெற்றி பெறுவதற்கு நவீன கருத்தாக்கங்களை அவர்கள் முன்வைத்தனர்.

மனிதர்கள் ஓரினம்

மனிதர்களை வேறுபடுத்தும் நிறப்பாகுபாடு, தீண்டாமைக்கு எதிராக மனிதர்கள் ஓரினம் என்ற கருத்தாக்கத்தை முன்வைத்தனர். தாழ்த்தப்பட்டோரல்லாதோர் தாழ்த்தப்பட்டோரைத் தங்களது சகோதரர்களாக அல்லாமல் வேறு ஏதோ ஒன்றாகக் கருதுகின்றனர்

என்று என். சுப்பராவ் விமர்சித்தார். நிறப்பாகுபாட்டுக்கு எதிரான தீர்மானத்தை ஆதரித்துப் பேசிய எஸ். சோமசுந்தரம் பிள்ளை, 'இது மனிதர்களுக்கு இடையே மனக்கசப்பை ஏற்படுத்தும் வேறுபாடு. இது எங்கெல்லாம் இருக்கிறதோ அங்கெல்லாம் அது கண்டிப்பாக நீக்கப்பட வேண்டும். . . இனவரைவியலும் மதமும் மனிதர்கள் அனைவரும் ஒருயிரிலிருந்து தோன்றியவர்கள் என்று நிரூபித்துள்ளன. ஆனால் இந்தியாவில் ஒய்வறைகளிலும் பிற பகுதிகளிலும் வேறுபாடுகள் ஏற்படுத்தப்பட்டுள்ளன' என்றார் (ப. 588). ஒருபுறம் தீண்டாமையைக் கடைப்பிடித்துக் கொண்டு மறுபுறம் நிறப்பாகுபாட்டை எதிர்த்த பிராமணர், பிராமணரல்லாதோரே மனிதர்கள் ஓரினம் என்ற கருத்தாக்கத்தை அழுத்தமாக முன்வைத்தனர்.

குடிமக்கள் உரிமை

பொதுவெளியில் புழங்குரிமைப் பெறுவதற்காக முன்வைக்கப்பட்ட மற்றொரு தருக்கம் குடிமையுரிமை. அரசைத் தேர்ந்தெடுத்தல், வரி செலுத்துதல் போன்ற அரசியல் பொருளாதாரச் செயல்பாடுகளில் அந்த நாட்டில் வசிக்கின்ற குடிமக்கள் முக்கிய பங்காற்றுவதால் அவர்கள் அனைவருக்கும் எவ்விதப் பாகுபாடுமின்றி குறைந்தபட்ச அடிப்படை வசதிகளைச் செய்து தருவது அரசாங்கத்தின் பொறுப்பு. ஆனால் படிநிலைச் சாதிகளாகப் பிரிந்து வாழ்கின்ற இந்தியாவில் குடிமக்கள் உரிமையானது அவரவர் படிநிலைக்குத் தக்கவாறு இருப்பதால் தாழ்த்தப்பட்ட சாதி உறுப்பினர்கள் தங்களுக்குக் குடிமக்களுக்கான பொது உரிமைகள் வேண்டும் என்றனர். பிரிட்டிஷ் இந்தியாவின் குடிமக்களாகிய எங்களுக்குப் பொது வெளியைப் பயன்படுத்திக்கொள்ள உரிமை இருக்கிறது என நம்புகிறோம் என்றார் எம்.சி. ராஜா. இரட்டைமலை சீனிவாசன் முன்மொழிந்த தீர்மானத்தின் விவாதத்தில் பங்கெடுத்த எல்.சி. குருசாமி, இத்தீர்மானம் குடிமக்களுக்கான அடிப்படை உரிமையைக் கோருகிறது என்றார். இத்தீர்மானத்தில் பங்கெடுத்த மற்றொரு உறுப்பினரான ஏ. சிதம்பர நாடார் இது குடிமக்கள் உரிமை என்பதைத் 'தீண்டாமையை ஒழிப்பது இலக்கு என இத்தீர்மானத்தை முன்மொழிந்தவர் கூறினார். ஆனால் மற்றொரு கொள்கையும் இதில் பிணைந்துள்ளது என்று நான் கருதுகிறேன். அது சாதி வேறுபாடின்றி அனைத்துக் குடிமக்களின் அடிப்படை உரிமைகளான பொதுச்சாலை, தெரு போன்றவற்றில் புழங்குவதைப் பாதுகாப்பது ஆகும்.' (ப. 825) என்றார். இத்தீர்மானத்தை எதிர்த்தோர் தாழ்த்தப்பட்ட சாதியினரும் தங்களைப் போல் இந்த நாட்டின் குடிமக்கள் என்ற கருத்தின் மீது எவ்விதக் கருத்துக்களையும் கூறவில்லை.

சட்டம், நிர்ப்பந்தம்

வரையறுக்கப்பட்ட புழங்குவெளி, புழங்குரிமைத் தடுக்கம் ஆகியவற்றை இயக்குபவை இந்துமத சாஸ்திரம், பிராமணர், பிராமணரல்லாத மன்னர்கள் பிறப்பித்த ஆணைகள் பாரம்பரிய ஒடுக்குமுறைச் சட்டங்கள் என்பதால் இவற்றுக்கு மாற்றாகத் தங்குதடையற்ற புழங்குரிமையை அனுமதிக்கும் நவீனச் சட்டங்களைப் பிரிட்டிஷ் ஏகாதிபத்தியத்தின் ஆதரவுடன் நிறைவேற்ற தாழ்த்தப்பட்டோர் போராடினர். சமூகச் சீர்திருத்தம் தொடர்புடைய இச்சிக்கலைப் போன்று இந்து மகளிர் அனுபவித்த சதி, கைம்மைத் துயர் போன்றவற்றை ஒழிப்பதற்கான சட்டங்களை ஆதிக்கசாதியினரின் கடும் எதிர்ப்புக்கிடையே உருவாக்கியதால் தங்களை இரட்சிப்பதற்கான சட்டங்களை உருவாக்குவதற்குப் பிரிட்டிஷ் ஏகாதிபத்தியம் துணைபுரியுமென நம்பிக்கை கொண்ட தாழ்த்தப்பட்டோர் மேற்கூறப்பட்ட தீர்மானங்களை முன்மொழிந்தனர். பிரிட்டிஷ் ஏகாதிபத்தியம் தன் நிர்வாகத் தேவைக்காகவும் இந்துமத சமூகச் சீர்கேடுகளுக்கு எதிராகவும் இயற்றிய சட்டங்கள் அமல்படுத்தப் படுவதும் அதை மீறுபவர் தண்டனை அனுபவிப்பதுமான நிகழ்வு தாழ்த்தப்பட்டோரிடத்தில் சட்ட வழி மீது நம்பிக்கையை ஏற்படுத்தியது. 'சட்டம் இருந்தால்தான் அதற்குக் கட்டுப்பட்டு மக்கள் செயல்படுவர்' (ப.823) என்று பேரவையில் இரட்டைமலை சீனிவாசன் பேசியது சட்டவழி நம்பிக்கையை வெளிப்படுத்து கிறது. மேலும், சட்டம்வழி தங்களது உரிமையை அடைய முடியும்; நடப்பதெல்லாம் சட்டப்படிதான் நிகழ்கிறது என்று நியாயப்படுத்துவதும் அதற்கெதிரான செயல்பாடுகள் சட்டத்திற் கெதிரானது என்பதோடு அது அரசாங்கத்திற்கு எதிரான செயல்பாடு என்ற குற்றச்சாட்டை முன்வைக்க முடியும் என்பதும் அந்த நம்பிக்கைக்குள் பொதிந்துள்ளது. இதனால் சட்டவழி மீது மட்டுமே தாழ்த்தப்பட்டோர் நம்பிக்கை கொண்டனர் என்று கூற முடியாது.

பொதுவெளியில் புழங்குரிமையைப் பெறுவதற்கு இரண்டு வித வழிமுறைகளை அவர்கள் முன்வைத்தனர். அவை:

1) அகிம்சை, 2) நிர்ப்பந்தம். 'வன்முறை வழியில் அல்லாமல் மெல்ல மெல்ல இலக்கை அடைய வேண்டும்' என்பது இரட்டைமலை சீனிவாசன் கொண்டிருந்த நிலைப்பாடு. 'தான் முன்மொழிந்த தீர்மானம் நிறைவேற்றப்பட்டு அமல்படுத்தப் படுவதால் எந்தக் கலகமும் நிகழுமென நான் கருதவில்லை' என்றும் அவர் தெரிவித்தார். இது வன்முறைக்கு எதிரான அவரது நிலைப்பாட்டைத் தெளிவுபடுத்துகிறது. தாழ்த்தப்பட்ட

சாதிகள் புழங்குரிமையை அனுபவிக்க முற்படும்போது ஆதிக்க சாதிகள் எதிர்வினையாற்றுவர் என்பதை உணர்ந்த எம்.சி. ராஜா, ஆர். வீரையன் ஆகியோர் புழங்குரிமையை அனுபவிப்பதற்கு அரசாங்கத்தின் ஆதரவு தேவை என்பதை எடுத்துரைத்தனர். 'தாழ்த்தப்பட்ட சாதியினர் புழங்குரிமையைச் செயல்படுத்தும்போது அதைத் தடுப்பதற்கு யாராவது முயன்றால் காவல்துறையும் நீதிமன்றமும் தலையிட வேண்டுமென' எம்.சி.ராஜா வலியுறுத்தினார். இவரைப் போல் ஆர். வீரையன், 'அரசாங்கம் முன்வந்து காவலர்களை அனுப்பினால்தான் தாழ்த்தப்பட்ட சாதிகளுக்குப் பொதுவெளியைப் புழங்கத் துணிவு வரும்' என்றார். புழங்கு வெளியில் இருக்கும் காவல்துறை சட்டத்துக்கு எதிராக செயல்படுபவர்மீது அடக்குமுறையை ஏவும் என்பதை அறிந்திருந்தனர். மேலும் அந்த அடக்குமுறை இல்லாமல் தாழ்த்தப்பட்டோர் புழங்குரிமையை அனுபவிக்க முடியாது என்பதைப் புரிந்துகொண்டதால் அரசாங்கத்தின் ஆதரவை அவர்கள் கோரினர். அரசாங்கத்தின் தலையீடு அவசியம் என்று வலியுறுத்தக் காரணம், தாங்கள் முன்வைத்த கோரிக்கை அரசாங்கத்தை மீறியதோ அதற்கெதிரானதோ அல்ல. அது அரசாங்கத்திற்கு உட்பட்ட குடிமக்களின் அடிப்படை உரிமை என்பதால் ஆகும்.

தாழ்த்தப்பட்டோர் அரசாங்கத்தின் தலையீட்டைக் கோரியதை அடிப்படையாகக்கொண்டு அவர்களை அரசுச் சார்பு விடுதலையாளர்கள் என்ற முடிவுக்கு வரமுடியாது. காரணம், எம்.சி. ராஜா, 'இந்த தாழ்த்தப்பட்ட ஏழை மக்கள் சட்டரீதியான உரிமையை அடைவதற்கு காவல்துறையும் நீதிமன்றமும் பாதுகாப்பைத் தரவில்லையென்றால் அதை அழித்து விடுங்கள். உரிமையை அடைய முற்படும்போது மோதல் உருவானால் பிரிட்டிஷ் இந்திய இராணுவத்தில் பணியாற்றி பிரிட்டிஷ் ஆட்சிக்காக எங்கள் இரத்தத்தைச் சிந்திய நாங்கள் உரிமை, சுதந்திரம் ஆகியவற்றைப் பெறுவதற்காகக் கடைசிச் சொட்டு இரத்தம் இருக்கும் வரை போராடுவோம்' என்று தன் கருத்தை வெளிப்படுத்தினார். குடிமக்களுக்கான கடமையை அரசு (பிரிட்டிஷ் இந்திய) செய்யத் தவறினால் தாங்களே ஆயுதம் தரிப்போம் என்ற எச்சரிக்கை மணி எம்.சி. ராஜாவின் உரையில் வெளிப்படுகிறது. மேலும் தாழ்த்தப்பட்ட சாதிகள் கோருகின்ற குடிமக்களுக்கான அடிப்படை உரிமைகளை அவர்களுக்குக் கிடைக்கச் செய்ய வேண்டியது அரசாங்கத்தின் கடமை. அதைச் செய்யத் தவறினால் அரசாங்கம் எதற்கு? என்ற கேள்வியும் அரசாங்கத்தையும் மீறி இரத்தத்தைச் சிந்தியாவது அவற்றை அடைவோம் என்பதும் அரசாங்கத்தை மட்டும் சார்ந்திருக்கவில்லை என்பதும் தெளிவுபடுத்துகிறது. எனவே,

தாழ்த்தப்பட்ட உறுப்பினர்கள் பொதுவெளியில் புழங்குரிமையைப் பெறுவதற்குச் சட்டம் மட்டுமல்ல நிர்ப்பந்தமும் அவசியமென்பது அவர்களின் நிலைப்பாடு. ஆதிக்கசாதி அடக்குமுறையை வன்முறையால் எதிர்கொள்வோம் என்ற எம்.சி.ராஜாவின் நிலைப்பாடு இரட்டைமலை சீனிவாசன் கொண்டிருந்த அகிம்சை வழிக்கு எதிரானது என்பது இங்குக் கவனிக்கத்தக்கது.

சமூகச் சீர்திருத்தம்

புழங்குரிமைத் தடை சமூக வேறுபாட்டுடன் பிணைந்துள்ளது. அது சட்டம் தொடர்பானது அல்ல என்று கருதிய சிலர் சட்டத்திற்குப் பதில் சமூகச் சீர்திருத்தம் அவசியம் என்றனர். 'பேரவையில் இருந்துகொண்டு தீர்மானம் நிறைவேற்றி இனிமேல் பொதுவெளியில் புழங்குரிமையை மறுக்கக் கூடாது, சமூக வேறுபாடுகளைக் கைவிட வேண்டும் என்று மக்களிடம் கூற முடியாது' என்றார் டி. அருமைநாதபிள்ளை. இதையொத்த கருத்தைக் கொண்டிருந்த சிலர் தாழ்த்தப்பட்டோர் முன்மொழிந்த தீர்மானத்தை ஆதரித்தல், எதிர்த்தல் என்ற முரணான நிலைப்பாட்டை எடுத்தபோதிலும் சமூகச் சீர்திருத்தம் என்ற ஒருமித்த கருத்தைக் கொண்டிருந்தனர். மேலும் சீர்திருத்தப்பட வேண்டியவர் யார்? என்பதிலும் தெளிவான கண்ணோட்டத்தைக் கொண்டிருந்தனர். இரட்டைமலை சீனிவாசனின் தீர்மானத்தில் ஏ. சிதம்பர நாடார் முன்மொழிந்த திருத்தங்களை வழிமொழிந்த சி. நடேச முதலியார் 'பிராமணர், பிராமணரல்லாதோர், சாதி இந்து ஆகியோரிடத்தில் சென்று அவர்கள் இரண்டாயிரம் ஆண்டுகளாகச் செய்து கொண்டிருப்பதெல்லாம் தவறு; மனு உருவாக்கிய ஐந்தாவது வகுப்பு நீக்கப்பட வேண்டும். அது மனு விதிகளின் பலவீனம். இன்றோடு அதை ஒழிக்க வேண்டும்' (ப.826) என்றார். இக் கருத்து, சீர்திருத்தம் செய்யப்பட வேண்டியவர் தாழ்த்தப்பட்டோர் அல்லாதோர் தாம்; தாழ்த்தப்பட்டோர் அல்லர் என்பதே அவருடைய நிலைப்பாடு என்பதை எடுத்துரைக் கிறது. சமூகச் சீர்திருத்தத்தைக் கடந்து பாரம்பரியம், சாதி ஒழிப்பு என்ற புரட்சிகரக் கருத்தாக்கத்தைப் பேரவைத் தலைவர் முன்வைத்தார் இருப்பினும், மதம் தொடர்புடைய இந்தச் சிக்கலில் அரசாங்கம் தலையிடாது என்று கூறி அத்தீர்மானத்தை நிறைவேற்ற மறுத்துவிட்டார்.

சட்டம், சீர்திருத்தத்துடன் உடன்படாதோர், பாரம்பரிய ஒடுக்குமுறைச் சட்டங்கள் செயல்படுவதைக் கணக்கில் கொள்ளா மல், 'பஞ்சமர்கள் பொதுவெளியில் புழங்கக் கூடாதெனத் தடைச்சட்டமோ, நகராட்சி உள்ளாட்சி விதிகளோ இல்லை'. எனவே இத்தகையச் சட்டம் இயற்ற வேண்டிய அவசியம் இல்லை என்று எதிர்வாதம் செய்தனர். இத்தீர்மானம் நிறைவேற்றப்பட்டால

அதைத் தங்களின் தேவைக்காக அல்லாமல் உரிமை என்ற நோக்கில் பயன்படுத்தி கலகம் உண்டாக்கினால் இரத்த ஆறு ஓடும், எனவே தீர்மானத்தை நிறைவேற்றக்கூடாது' என்றார் பி. சிவராவ். தடைசெய்யப்பட்ட பொது வெளியில் தடை அகற்றப்பட்டால் அவற்றை தாழ்த்தப்பட்டோர் மட்டும் உபயோகிக்கும் நிலை உருவாகும். எதிர்பாராதவிதமாக தாழ்த்தப்பட்ட சாதிகள் மீது வெறுப்பைக் கொண்டிருக்கும் இந்த மக்களைத் தண்டிக்க வேண்டுமோ? என்று வினவி தீர்மானத்தை எதிர்த்தார் பி.வி. நரசிம்ஹ அய்யர் (159). பிராமணர், பிராமணர் அல்லாதோர் ஆகியோரின் நலனிலிருந்து முன்வைக்கப்பட்ட இந்த எதிர்ப்பு தனிவெளியை ஆதரித்தது, பொதுவெளி உருவாக்கத்தை எதிர்த்தது.

பொதுநிதி: பொதுநலனும் தனிநலனும்

சமமான புழங்குரிமையைப் பொதுவெளியில் பெறுவதற்கு முன்மொழியப்பட்ட தீர்மானங்கள் பொருளாதாரக் கண்ணோட்டத்தை அடித்தளமாகக் கொண்டிருந்தன. ஆனால் எம்.சி. ராஜா, இரட்டைமலை சீனிவாசன் ஆகியோரின் பொருளாதாரக் கண்ணோட்டம் சி.வி. வெங்கட்ரமண அய்யங்காரிடத்திலிருந்து வேறுபட்டது. தாழ்த்தப்பட்ட சாதிகளின் பொருளாதாரப் பங்கேற்பும் பொதுக்களன் உருவாக்கத்தில் இருக்கிறது என்ற உரிமையில் அவற்றில் சமமான புழங்குரிமை கோரினர். எம்.சி.ராஜா, 'தாழ்த்தப்பட்ட மக்களின் பங்களிப்பும் இருக்கின்ற பொதுநிதியிலிருந்து நிர்மாணிக்கப்படும் அனைத்து கிணறு, சத்திரம் போன்றவற்றைப் பிரிட்டிஷ் இந்தியாவின் குடிமக்கள் என்ற அடிப்படையில் பயன்படுத்திக்கொள்வதற்கு நாங்கள் உரிமையுடையவர்கள்' என்று நம்புகிறோம். (ப. 152). 'நாங்களும் பங்களிக்கின்ற பொதுநிதியிலிருந்து நிர்மாணிக்கப்படும் பொது வெளியைப் பயன்படுத்துவதிலிருந்து எங்களை விலக்குகிறபோது பிறர் ஏன் அதில் பயனடைய வேண்டும்' (ப.160) என்று பொதுநிதி தனிநலன் ஆக்கிரமிப்புக்கு உள்ளாவதை விமர்சித்தார். எம்.சி. ராஜா முன்மொழிந்த தீர்மானத்தை வழிமொழிந்த என். சுப்பராவ், 'தாழ்த்தப்பட்ட மக்கள் செலுத்தும் வரியின் அளவு குறைவாக இருக்கலாம் ஆனாலும் அவர்கள் குறிப்பிட்ட தொகையை வரியாகச் செலுத்துகின்றனர். இருப்பினும் அவர்கள் பஞ்சமர்கள், தாழ்த்தப்பட்ட மக்கள் என்ற காரணத்திற்காக பொதுக்களன்களைப் பயன்படுத்திக்கொள்வதிலிருந்து விலக்கப்பட வேண்டுமா?' என்று வினவினார். (ப. 154).

இரட்டைமலை சீனிவாசன் முன்மொழிந்த தீர்மானத்தை வழிமொழிந்த காங்கிரஸ் உறுப்பினர் எஸ். சத்தியமூர்த்தி 'பொதுநிதியிலிருந்து நிர்மாணிக்கப்பட்டுப் பராமரிக்கப்படும் பொதுவெளியை அனைவரும் சமமாகப் புழங்குவதற்கு அனுமதிக்க

வேண்டும்' என்றார் (ப. 824). பொதுவெளிப் புழங்குரிமைக்கான இந்தப் பொருளாதாரத் தருக்கம் பொதுவெளியில் மட்டும் புழங்குரிமையைக் கோரியது அது. தனிவெளியில் தலையிட விரும்பவில்லை. தனிவெளிகளைப் பொதுவெளிகளாக மாற்றுவதும் அத்தருக்கத்தின் இலக்கு இல்லை. அதேசமயம் 'தனிவெளி வேண்டுவோர் அதற்கான நிதியைச் செலுத்தி அதை நிர்மாணித்துக் கொள்ளலாம்' என மக்பேல் என்ற உறுப்பினரின் கருத்தை ஒப்புக்கொண்டு அதுதான் ஒருவர் எடுக்கக்கூடிய சரியான நிலைப்பாடு என்றார் எம்.சி. ராஜா. அதாவது பொதுநிதி தனிநலனுக்கானது அல்ல. அது பொதுநலனுக்கானது என்பது அவர்களின் தருக்கம்.

நிறப்பாகுபாட்டை எதிர்த்துத் தீர்மானம் முன்மொழிந்த சி.வி. வெங்கட்ரமண அய்யங்கார் தாழ்த்தப்பட்டோரின் கண்ணோட்டத்தைக் கொண்டிருக்கவில்லை. 'தொடர்வண்டி, ஒய்வறை ஆகியவற்றில் பின்பற்றப்படும் ஒதுக்கீடுமுறை தொடர் வண்டி நிறுவனத்தின் பொருளாதாரத்தைப் பாதிக்கிறது. இது அரசாங்கத்தின் வருமானத்தையும் பாதிக்கிறது. ஆகவே அவற்றை இந்தியர் பயன்பாட்டுக்கு அனுமதித்தால் அவர்கள் செலுத்தும் கட்டணம் பொருளாதாரப் பலனைத் தரும்' என்று பிரிட்டிஷ் ஏகாதிபத்தியத்துக்கான பொருளாதார நலனிலிருந்து விவாதித்தார் (ப. 585–586). பிரிட்டிஷ் ஏகாதிபத்தியத்துக்கு எதிரான போராட்டம் முகிழ்த்ததில் இந்தியப் பொருளாதார வீழ்ச்சி என்ற பொருளாதாரக் கண்ணோட்டம் முக்கியப் பங்காற்றியது. அதே காலகட்டத்தில் பிரிட்டிஷார் உள்ளடக்கிய இதர ஐரோப்பியர்களின் நிறப்பாகுபாட்டுக்கு எதிரான இத்தீர்மானம் பிரிட்டிஷ் ஏகாதிபத்தியத்துக்கான பொருளாதார நலனையும் முன்வைத்ததை இங்குச் சுட்டிக்காட்ட வேண்டும். ஆனால் இத்தீர்மானத்தை வழிமொழிந்த செய்யத் முகம்மது பாஷா, தாழ்த்தப்பட்ட சாதி உறுப்பினர்களைப் போன்ற பொருளாதாரத் தருக்கத்தை முன்வைத்தார். 'வெவ்வேறு மக்களிடம் ஒரேவிதமான பயணக் கட்டணம் வசூலிக்கும் அதே சமயம் ஒரு சாராருக்கு மட்டும் ஏன் முக்கியத்துவம் தரப்படுகிறது?' என்பது அவரின் வாதம்.

பொதுநிதியால் உருவாக்கப்பட்ட பொதுவெளிப் பலன்களைத் தாழ்த்தப்பட்டோரல்லாதவரும், தொடர்வண்டியில் பொதுவான பயணக் கட்டணத்தைப் பலரும் செலுத்தும்போது பலன்களை ஐரோப்பியரும் அனுபவிப்பது வஞ்சனையாகும் எனப் பொருளாதாரத் தருக்கம் கூறியது. சாதியச் சமூகத்தின் சமூக அசமத்துவம் பொருளாதாரச் சமத்துவமின்மையை உற்பத்தி செய்வதில் முக்கியப் பங்காற்றுவதால் இந்தப் பொருளாதாரத்

தருக்கம் பொருளாதார சமத்துவத்தை அல்லாமல் சமூக சமத்துவம் பெறுவதை இலக்காகக் கொண்டிருந்தது.

சில பொதுவெளிகளில் – கல்வி நிறுவனங்களில் – தாழ்த்தப் பட்ட சாதிகளுக்கும் தங்குதடையற்ற புழங்குரிமை வேண்டும் என்று பிரிட்டிஷ் ஏகாதிபத்தியம் கருதியது, இதற்குக் காரணம் பொருளாதாரக் கண்ணோட்டம். தாழ்த்தப்பட்ட சாதிகளுக்கெனத் தனிக்கல்வி நிலையங்களைப் பிரிட்டிஷ் ஏகாதிபத்தியம் நிறுவியபோதிலும் பொதுக்கல்வி நிலையங்களை ஏற்படுத்துவதற்கு முயன்றது. பள்ளிகளில் தாழ்த்தப்பட்டோர் புழங்குரிமையை நடைமுறைப்படுத்துவதற்காக தாழ்த்தப்பட்ட சாதி மாணவர்கள் அணுக இயலாத தனிவெளிப் பள்ளிகளைப் பொதுவெளிக்கு மாற்றுதல், பொதுநிதியில் பள்ளிகளைத் தாழ்த்தப்பட்ட சாதியினர் அணுகமுடியும் எனச் சான்றிதழ் வழங்குதல், தாழ்த்தப்பட்ட சாதிக் குழந்தைகளுக்குச் சேர்க்கை மறுக்கின்ற அரசு உதவிபெறும் கல்வி நிறுவனங்களுக்கான உதவித் தொகையை நிறுத்துதல் போன்ற செயல்பாடுகளை முன்னெடுத்தது. இதற்கு முக்கியக் காரணம் தாழ்த்தப்பட்டோருக்கும் தாழ்த்தப்பட்டோர் அல்லாதோருக்கும் எனத் தனித்தனி பள்ளிகள் நடத்துவது கூடுதல் பொருளாதாரச் சுமை என்று பிரிட்டிஷ் ஏகாதிபத்தியம் உணர்ந்ததே ஆகும்.

பொதுக்களனில் பொது உரிமை

எம்.சி. ராஜா முன்மொழிந்த தீர்மானம் ஒருசிலரைத் தவிர பலரால் முற்றிலும் புறக்கணிக்கப்பட்டது. நிறப்பாகுபாட்டுக்கு எதிராக சி.வி. வெங்கட்ரமண அய்யங்கார் முன்மொழிந்த தீர்மானம் அனைவராலும் ஆதரிக்கப்பட்டது. எம்.சி. ராஜா, ‘பொதுக் கிணறு, சத்திரம் ஆகியவற்றை தாழ்த்தப்பட்ட மக்கள் பயன்படுத்திக்கொள்வதில் இருக்கின்ற எல்லாத் தடைகளையும் நீக்குவதை இந்த மாகாணத்திலுள்ள அனைத்து நகராட்சிகளுக்கும் உள்ளாட்சி வாரியங்களுக்கும் கட்டாயமாக்க வேண்டும்’ என்ற தீர்மானத்தை முன்மொழிந்தார் (ப. 152). இதையொத்த ஆனால் சற்று விரிவான தீர்மானத்தை இரட்டைமலை சீனிவாசன் முன்மொழிந்தார்: இந்த மாகாணத்தி லுள்ள எல்லாக் கிராமங்களிலும் உள்ள அக்ரஹாரத் தெருக்கள், சாதி இந்துத் தெருக்கள், சேரிகள், தாழ்த்தப்பட்ட சாதிகள் வசிக்கும் குடியிருப்புகள் ஆகிய இடங்களில் கிராமத் தலையாரி மூலமாக தண்டோரா அடித்தும், மாவட்ட செய்தியிதழில் அனைத்து உள்நாட்டு மொழிகளிலும் பின்வரும் தீர்மானத்தை அறிவிக்குமாறு இந்தப் பேரவை அரசாங்கத்துக்குப் பரிந்துரை செய்கிறது: அ) அக்ரஹாரம், சாதி இந்துக்களின் பொதுச்சாலை, நடைபாதை போன்றவற்றில் இந்த நாட்டிலுள்ள சாதி இந்துக்களைப் போல் தாழ்த்தப்பட்ட சாதிகளைச் சேர்ந்த எந்த நபரும் நடந்து

செல்வதற்கு எந்தவித எதிர்ப்பும் கூடாது; ஆ பொது அலுவலகம், கிணறு, தொட்டி, பொழுதுபோக்குப் பொது இடம், பொது அலுவல்கள் நிகழும் கட்டடம் போன்றவற்றில் இந்த நாட்டிலுள்ள சாதி இந்துக்களைப்போல் தாழ்த்தப்பட்ட சாதிகளைச் சேர்ந்த எந்த நபரும் அணுகுவதற்கு எந்தவித எதிர்ப்பும் கூடாது. இந்தத் தீர்மானத்தின் முதல் உட்பிரிவுமீது சிதம்பர நாடார், 'தாழ்த்தப்பட்ட சாதிகளைச் சேர்ந்த எந்த நபரும்' என்பதற்குப் பதில் 'எந்த வகுப்பு அல்லது சமூகத்தைச் சேர்ந்த எந்த நபரும்', 'அக்ரஹாரத்திலுள்ள தெருக்கள்' என்பதற்குப் பதில் 'எந்த நகரம் அல்லது கிராமத்திலுள்ள எந்தத் தெரு அல்லது நடைபாதை' என்று முன்மொழிந்த திருத்தங்கள் ஏற்றுக்கொள்ளப்பட்டன (ப. 825). பொதுக்களனைப் புழங்குவதிலிருந்து தாழ்த்தப்பட்டோர் தடுக்கப்படுகின்றனர். ஆகவே அவர்களுக்குத் தடை இருக்கக்கூடாது என்று இரட்டைமலை சீனிவாசன் முன்மொழிந்த தீர்மானம் கோருகிறது. சிதம்பர நாடார் முன் மொழிந்த திருத்தங்கள் ஒருபுறம் இரட்டைமலை சீனிவாசன் முன்மொழிந்த தீர்மானத்தை மேலும் வலுப்படுத்துகிறது, மற்றொருபுறம் பலவீனப்படுத்துகிறது.

இரட்டைமலை சீனிவாசனின் தீர்மானம் பொதுக்களனைப் பிராமணர், சாதி இந்துக்கள் போல் தாழ்த்தப்பட்டோரும் பயன்படுத்துவதற்குத் தடை கூடாது என்கிறபோது அவர்கள் தடுக்கப்பட்டனர் என்ற வரலாறு உள்ளது. ஆனால் அந்த வரலாற்றை சிதம்பர நாடாரின் திருத்தங்கள் மறைக்கின்றன. இத்திருத்தங்கள், எந்த நபரும் என்று கூறுகிறபோது புழங்குரிமை இருக்கிற சாதியினரையும், எந்தத் தெருக்களும் என்கிறபோது தடையில்லாத தெருக்களையும் இணைத்து தாழ்த்தப்பட்டோருக்கான உரிமை என்ற நிலையைக் கடந்து அனைவருக்கும் பொதுக்களனில் பொது உரிமை என்ற நிலைக்குக் கொண்டுசெல்கிறது. இத்தீர்மானத்தில் முதல் உட்பிரிவில் இருந்த அதே வார்த்தை இரண்டாவது உட்பிரிவில் இருப்பினும் அதன்மீது ஏன் அவர் திருத்தத்தை முன்மொழியவில்லை? என்பது கேள்விக்குறி. சிதம்பர நாடார் முன்மொழிந்த திருத்தம் இரட்டைமலை சீனிவாசனின் தீர்மானத்தை வலுப்படுத்தியது என்றால் ஆர்தர் நாப் முன்மொழிந்து ஏற்றுக்கொள்ளப்பட்ட திருத்தம் அத்தீர்மானத்தை மறைத்தது. 'இத்தீர்மானம் நிச்சயமாக ஏற்றுக்கொள்ளப்பட்டு அரசாங்கத்தின் கொள்கையாக அறிவிக்கப் படும். ஆனால் தண்டோரா மூலம் அறிவிக்க முடியாது' (ப. 828) என்று அவர் முன்வைத்த திருத்தம் பொதுவெளியில் பொது உரிமையை அனைவரும் அறிந்துகொள்வதைத் தடுத்தது. இது படிநிலை மக்களுக்குச் சமமான உரிமை உண்டு என்பதைப் பகிரங்கமாக அறிவித்தால் எதிர்ப்புகளை அரசாங்கம் சந்திக்க நேரிடும் என்று அஞ்சியதன் விளைவாக இருக்கலாம்.

முடிவுரை: பொதுக் கருத்தும் தனிக்களனும்

பொதுக்களப் புழங்குரிமையைத் தாழ்த்தப்பட்ட சாதிகளுக்கு தடுக்கின்ற செயலில் பொதுக் கருத்து என்ற சாதிக் கருத்து முக்கியப் பங்காற்றுகிறது. 'பொதுக் கருத்து சாதகமற்று இருப்பதால் இத்தீர்மானத்தை அமல்படுத்துவது கடினம் என்று அரசாங்கம் கூறலாம். அவ்வாறென்றால் தங்களுக்குத் தேவையான சட்டத்தைச் செயல்படுத்துவதற்கு எதிரான பொதுக்கருத்தை அரசாங்கம் புறக்கணிக்கவில்லையா? என்ற கேள்வியை எழுப்புகிறேன்' என்றார் எம்.சி. ராஜா. குடிமக்களுக்கான அடிப்படை உரிமையைக்கூட தாழ்த்தப்பட்டோர் அனுபவிப்பதற்கு எதிராகப் பொதுக் கருத்தானது இருக்கிறது என்றால் இந்தியா பிரதிநிதித்துவ அரசாங்கத் திட்டத்துக்கு பொருத்தமுடையதா?' என்ற கேள்வியையும் எழுப்பினார் அவர். (ப. 153). எம்.சி. ராஜாவின் தீர்மானம் பின்வாங்கப்பட்டாலும் அதற்குப் பின்னர் நிறைவேற்றப்பட்ட தீர்மானங்கள், சட்டங்கள் ஆகியன பொதுவெளியில் தங்குதடையற்ற பொது உரிமையை அனைவருக்கும் தந்தபோதிலும் தனிவெளி ஆதிக்கம் செலுத்துகிறது.

நகரம், கிராமம் என்ற வேறுபாடின்றித் தமிழகத்தின் பல பகுதிகளில் தீண்டாமைச் சுவர், முள்வேலி என்ற வடிவங்களில் தனிவெளி செலுத்தும் ஆதிக்கத்தைக் காணமுடிகிறது. இவை இன்று அரசாங்கத்தால் உடைக்கப்படுகின்றன. இத்தகைய நிகழ்வுகள் ஒரு நூற்றாண்டுக்கு முன்னர் புதிதாகத் தொடங்கிய அந்தப் பழைய புள்ளியைச் சாதியச் சமூகம் முன்பைவிடவும் பன்மடங்கு இறுக்கமாக இன்று கட்டி எழுப்பியுள்ளதை எடுத்துரைக்கிறது. இது சாதியச் சமூகம் பத்தொன்பதாம் நூற்றாண்டைக் கடக்காமல் அதைவிட பிற்போக்கான நிலைக்கு மீண்டும் வந்து சேர்ந்துள்ளதைக் காட்டுகிறது.

(மதுரை காமராசர் பல்கலைக்கழக இதழியல் & அறிவியல் தொடர்பியல்துறையும் காலச்சுவடு இதழும் இணைந்து 2013 செப்டம்பர் 26, 27 ஆகிய இரு நாட்கள் பத்தொன்பதாம் நூற்றாண்டில் தமிழ்ச் சமூகம் என்ற தலைப்பில் நடத்திய கருத்தரங்கில் இக்கட்டுரை வாசிக்கப்பட்டது.)

காலச்சுவடு, பிப்ரவரி 2014

அக்ரஹார ஊடுபோக்கு: தனி பொதுப் பாதைக்கான விவாதம்

முனிசிபாலிட்டி என்ற பதவி பாலக்காட்டிற்குக் கிடைத்து சில மாதங்களே ஆயின. முனிசிபல் சேர்மனான சிவராமகிருஷ்ண ஐயரின் அலுவலகத்திற்குச் சாமியாரப்பன் சென்றார்...சிவராம கிருஷ்ண ஐயரும் சாமியாரப்பனும் சிறிது நேரம் உரையாடிய பின்னர் குறிப்பிட்ட பொருள் குறித்து விவாதிக்கத் தொடங்கினார். உனது கட்டுப்பாட்டிற்குள்தானே பாலக்காட்டின் பாதைகள் எல்லாம் வருகின்றன என்று சாமியாரப்பன் கேட்டதற்கு ஆமாம் என்றார் சிவராமகிருஷ்ண ஐயர். என்னைப் போன்றவர்களிடமிருந்து வசூலிக்கப்படும் வரிப்பணத்திலிருந்து தானே இந்தப் பாதைகள் உருவாக்கப்பட்டுப் பராமரிக்கப்பட்டு வருகின்றன. கல்பாத்தி அக்ரஹாரமும் அப்படிப்பட்ட பாதைதானே என்று சாமியாரப்பன் கேட்டதற்கும் ஆமாம் என்றார் சிவராமகிருஷ்ண ஐயர். அப்படியென்றால் நானும் என்னுடைய செறுமனும் அந்தப் பாதையில் நடக்க வேண்டும். மேசையின் மேலூடாகக் கைநீட்டிக்கொண்டு சிவராமகிஷ்ண ஐயர் சாமியாரப்பனின் கைகளைப் பிடித்து வேதனையோடு, நான் எங்கே இருக்கிறேன் என்று உனக்குத் தெரியும்தானே சாமியாரப்பா? ஆனால் என்னால் என்ன செய்ய முடியும்? என்று கூறினார். நீ ஒன்றும் செய்ய வேண்டாம், நான் செய்துகொள்வேன்.

ஒரு குறிப்பிட்ட தினத்தில் நானும் எனது கூட்டாளிகளும் அக்ரஹாரத்தைத் தீண்டுவோம் – ஓ.வி. விஜயன்[1]

தானும் வரி செலுத்துவதால் அக்ரஹாரத்திற்குள் செல்வதற்குத் தனக்கு உரிமை உண்டு என்று கோரியிருப்பது ஓ.வி. விஜயனின் 'தலைமுறைகள்' நாவலின் புனைவு என்று அதைப் புறந்தள்ளிவிட முடியாது. அது கேரள மாநிலம் பாயக்காடு அருகே கல்பாத்தியில் நடைபெற்ற சமூகப் பண்பாட்டு உரிமைக்கான போராட்டம். ஜனநாயகச் சமூக அரசியல் சூழலில் 'பொது' என்ற கருத்தை முக்கியத்துவம் வாய்ந்ததாகக் கருதுகிறார் அந்ரேபெத்தே.[2] காலனிய ஆட்சிக் காலத்தில் உருவான 'பொது' எவ்வாறு இந்தியச் சாதிகளால் புரிந்துகொள்ளப்பட்டது? அது தீட்டுக்குரிய சாதிகள் உட்பட அனைத்துச் சாதியினரையும் தனக்குள் இணைத்துக்கொண்டதா? அல்லது அவர்களை விலக்கியதா? ஏன் அக்ரஹாரத்தைத் தீண்டுவோம் என்கிறார் சாமியாரப்பன்? அக்ரஹாரம் அவரை விலக்கியதா? அல்லது இணைத்துக் கொண்டதா? இந்தியச் சாதிய சமூகத்தில் பொது என்ற வகைப்பாடு இருக்கிறதா?

வாழ்விடம்: சாதிப் படிநிலையின் பிரதிபலிப்பு

இந்தியச் சாதிச் சமூக அமைப்பில் ஒவ்வொரு சாதியின் வாழ்விடமும் – அச்சாதிச் சமூகத்தின் படிநிலை, சமூக மதிப்பு, தீண்டாமை போன்றவற்றை அடிப்படையாகக் கொண்டு அமைக்கப்பட்டிருந்தது. கட்டுரையின் தேவையைக் கருத்தில் கொண்டு, தூய்மையானவர் மற்றும் தீட்டுக்குரியவர் என்று வாழ்ந்து கொண்டிருந்த சாதிகளின் வாழ்விடம் குறித்துச் சுருக்கமாகக் காண்போம். கோயிலை மையமாகக் கொண்டு அதைச் சுற்றி தூய்மையானவர் என்று கருதப்பட்ட பிராமணர்களின் வாழ்விடம் இருந்தது. இது அக்ரஹாரம் என்றழைக்கப்பட்டது. பரந்து விரிந்த வயற்காடு, மரங்கள், சிறுசிறு கால்வாய்கள் இவற்றிற்கு நடுவே அசுத்தமானவர்கள், தீண்டத்தகாதவர்கள், காணக்கூடாதவர்கள் என்று கருதப்பட்ட சாதிகளின் வாழ்விடம் இருந்தது. இது சேரி எனப்பட்டது. இவ்விரு வாழ்விடங்களுக்கும் பெருத்த இடைவெளி உண்டு. இவ்விருவரும் அருகருகே செல்லாதவாறு அவ்வாழ்விடம் அமைக்கப்பட்டிருந்தது. இவ்விரண்டு சாதிகளுக்கு மட்டுமின்றிப் பொதுவாகவே, சாதிகளுக்கெனப் 'பொதுவான' பரப்பு என்ற ஒன்றை இல்லாதிருக்கச் செய்வதும் 'தனித்து' வாழ்தலையே

---

1. O.V. Vijayan. *Thalamurakal,* (Kottayam: DCB 1997), pp. 50-1.
2. Andre Beteille, 'Equality and Universality: Essays in Social and Political Theory', (New Delhi: OUP, 2003), p. 95.

'பொது'வாக்கியிருப்பதும் சாதியச் சமூகத்தின் குறிப்பிடத்தக்கப் பண்பாகும். அம்பேத்கர் பொது இல்லாத தன்மையை இவ்வாறு விவரித்துள்ளார்... ஒவ்வொரு கிராமத்திலும் தீண்டத்தக்கவர்களும் தீண்டப்படாதவர்களும் தனித்தனிக் குழுக்களாகவே உள்ளனர். அவர்களிடையே பொதுவாக ஒன்றும் இல்லை.³ இங்கு எழும் கேள்விகள்: தனித்திருந்த அக்ரஹாரத்தைத் தீண்டுவதற்கான சூழல் எதனால் உருவானது? இதனால் என்னென்ன விளைவுகள் ஏற்பட்டன? என்பனவாகும்.

அக்ரஹாரத்தின் பண்பு மாற்றம்

கோயில், அதைச் சுற்றி பிராமணர்களின் வீடுகள், வீதியின் நடுவே ஒரு கிணறு போன்றவை மட்டும் அக்ரஹாரத்தின் குறியீடு அல்ல; தன்னைத் தூய்மையாகக் கருதியதால் தனக்கு எந்தச் சாதியினரால் தீட்டு ஏற்படுமோ? என்று அச்சாதியைத் தன் வசிப்பிடத்திற்குள் சென்றுவருவதற்குத் தடைவிதித்திருப்பதும் அக்ரஹாரத்தின் மிக முக்கியப் பண்பு. இதற்காக அவர்கள் பெருஞ்சுவர்களைக் கட்டி எழுப்பியிருக்கவில்லை. மேலே விவரிக்கப்பட்டிருக்கும் அக்ரஹாரத்தின் பண்பில் மாற்றம் நிகழ்வதற்கான சூழலைக் காலனிய ஆட்சி என்ற புறநிலை உருவாக்கியது. இதற்கு அக்ரஹார வாசிகளின் அகநிலையும் உடந்தையாக இருந்தது. அக்ரஹாரப்பண்பு மாற்றத்திற்குப் பின்வரும் காரணிகள் வினையாற்றின: 1. சில பகுதிகள் நகராட்சியாக மாற்றப்படுகிற போது அந்நகராட்சிக்கு உட்படும் கிராமங்களும் நகராட்சியின் எல்லைக்குள் வந்துவிடுகின்றன. 2. அங்கு நகராட்சி அலுவலகம் ஏற்படுத்துதல், காலனிய ஆட்சியின் நிறுவனங்களான கல்வி நிறுவனம், அஞ்சல் நிலையம், காவல் நிலையம், நீதிமன்றம் போன்றவை அமைக்கப்படுகின்றன. இந்நிறுவனங்கள் அக்ரஹாரத்திற்குள்ளோ அதையொட்டிய பகுதி யிலோ அமைக்கப்பட்டிருந்த காரணத்தினாலும் அக்ரஹாரத்தில் மாற்றங்களுக்கான சூழல் உருவாகியது. இந்துமத அடிப்படையில் முக்கியத்துவம் பெற்றிருந்த கல்பாத்தி அக்ரஹாரம் இந்த மாற்றத்திலிருந்து விலகியிருக்கவில்லை. அன்றைய பாலக்காடு வட்டத்திலிருந்த பத்தொன்பது கிராமத்தில் முதல் கிராமமான கல்பாத்தியோடு பல்வேறு கோயில்கள் இணைக்கப்பட்டிருந்தன. இருப்பினும், கல்பாத்தியிலுள்ள சிவன் கோயில் தேர்த் திருவிழா விற்குப் புகழ்பெற்று விளங்கியது.⁴ அரசியல் ரீதியாகவும் கல்பாத்தி

---

3. *அம்பேத்கர் பேச்சும் எழுத்தும்* – தொகுதி 9, (புதுடெல்லி: டாக்டர் அம்பேத்கர் பவுண்டேசன், 1999, ப. 96).

4. William Logan, *Malabar,* Vol.II, (Madras: The Government Press, 1887), pp. cccxciv-ccccxcvii.

முக்கியத்துவம் பெற்றிருந்தது; அங்குள்ள பிராமணர்கள் காங்கிரஸ் இயக்கத்தில் தங்களை இணைத்துக்கொண்டு சுயராஜ்யத்தை வலியுறுத்தி வந்தனர்.[5] கல்பாத்தி 1866ஆம் ஆண்டு நகராட்சியாக மாற்றப்பட்ட காரணத்தால் அங்கிருக்கும் வீதி, சாலை போன்றவை நகராட்சி அமைப்பின் எல்கைக்கு உட்பட்டதாகிவிட்டது.[6] மேலும், மேலே குறிப்பிடப்பட்டிருக்கும் நிறுவனங்களும் அங்கு அமைக்கப்பட்டிருந்தன.

தூய்மைக்குரிய சாதியினரின் வாழ்விடத்தில் மாற்றம் நிகழ்ந்துகொண்டிருந்த அதே சமயம் தீட்டுக்குரிய சாதியினரிடத்திலும் மாற்றங்கள் நிகழ்ந்தன. அவை 1. ஏப்ரல் 1913ஆம் ஆண்டு நிறுவப்பட்ட பாலக்காடு ஒடுக்கப்பட்ட வகுப்பினர் பள்ளி தீட்டுக்குரிய சாதியில் படித்த வர்க்கத்தினரை உருவாக்கியது. இப்பள்ளி கல்வி கொடுத்து அவர்களை இந்துக்களாக்கும் செயலைச் செய்து வந்தது. அவர்களின் பெயர்களை ராமா, கிருஷ்ணா, கோவிந்தா என்று பெயர் மாற்றம் செய்திருப்பதை இதற்கான உதாரணமாகக் கூறலாம். மருத்துவர் கிருஷ்ணர் பல்வேறு உதவிகளை ஒடுக்கப்பட்ட சாதியைச் சேர்ந்த மாணவர் கல்வி கற்பதற்காகச் செய்திருக்கிறார்.[7] 2. வருவாய்த்துறை நிர்வாகம், அஞ்சல் தொடர்பு போன்ற தேவைகளுக்காகத் தீண்டப்படாதவர் வசிக்கும் பகுதி, சட்டப்படி அக்ரஹாரத்தில் அல்லது கிராமத்தில் நிறுவப்பட்டிருந்த நிறுவனங்களோடு இணைக்கப்பட்டிருந்தன.[8] 3. காலனிய ஆட்சியின் நிறுவன ஊழியர்கள் பணி நிமித்தமாக அக்ரஹாரத்திற்குள் செல்வது தவிர்க்க இயலாதது. 4. தீண்டாமை ஒடுக்குமுறையிலிருந்து அம்மக்களை விடுவிப்பதற்கான சமூக இயக்கம் தோற்றுவிக்கப்பட்டது. தீண்டாமை உட்பட இதர ஒடுக்குமுறையிலிருந்து தங்களை விடுவித்துக் கொள்வதற்கு எத்தனித்த தீட்டுக்குரிய சாதியினர் காலனிய ஆட்சியின் நிறுவனங்களைப் பயன்படுத்துதல், அதில் வேலை பெறுதல், ஆகிய சூழல்கள் தீட்டுக்குரிய சாதியினர் அக்ரஹாரத்திற்குள் செல்ல பல நூற்றாண்டுக் காலமாக இருந்து வந்த தடையை உடைக்க வேண்டிய நிர்ப்பந்தத்தை உருவாக்கின. காலனிய ஆட்சியின் நிறுவனங்கள் தங்கள் அக்ரஹாரத்தில் அமைவதை பிராமணர்கள் அகநிலையாக விரும்பிய போதிலும் அவர்களால் செயல்படுத்தப்பட்டு வந்த சமூகத் தடை உடைபடுவதற்கான

---

5. Native News Paper Report, (October - December: 1926).

6. G.O.No.665, L&M, (03 July 1866).

7. L.S. Krishnan, 'The Depressed Classes Mission, Palghat, Malabar', 'The Modern Review', (July: 1913), pp. 105-108.

8. அம்பேத்கர் பேச்சும் எழுத்தும் – தொகுதி 9, ப. 96-97.

வாய்ப்பு அவர்கள் விரும்பாமலேயே புறநிலைச் சூழலினால் உருவானது. தனிநபராகவும், கூட்டாகவும் இயக்கம் சார்ந்தும் அக்ரஹார ஊடுபோக்கிற்கான போராட்டம் தீட்டுக்குரிய சாதியினரால் தொடங்கப்பட்டது.

1. பிராமணர் மற்றும் அக்ரஹாரத் தூய்மையைப் பாதுகாத்தல். 2. அக்ரஹாரத்தில் மேற்கூறப்பட்ட நிறுவனங்கள் இருத்தல். 3. இதைப் பயன்படுத்துவதற்கு முயலும் தீட்டுக்குரிய சாதிகளை ஊடுபோக்கிலிருந்து விலக்கி வைத்தல், முந்தைய காலத்தைப் போல் இன்றும் தொடருதல் ஆகிய மூன்றையும் ஒருசேர செய்ய வேண்டிய நிர்ப்பந்தம் பிராமணர்களுக்கு உருவாகியது. இச்செயல் தீண்டாமை கடைப்பிடித்தலையும், தீண்டத்தகாத சாதியினரின் சமூக முன்னேற்றத்தையும் நேரடியாகத் தடுக்கும் செயலே தவிர வேறல்ல. சமூக விடுதலைக்காகத் தீண்டத்தகாத சாதியினர் அக்ரஹார ஊடுபோக்கு இயக்கத்தையும், தீண்டாமையை நிலைநிறுத்துவதற்காகப் பிராமணர்கள் அக்ரஹார ஊடுபோக்கைத் தடுக்கும் இயக்கத்தையும் மேற்கொண்டனர். இதன் விளைவாகத் தீட்டுக்குரிய சாதிகளின் மீது வன்முறையும், தனி – பொதுப் பாதை என்ற விவாதமும் நடைபெற்றன. எனவே, அக்ரஹார ஊடுபோக்கையும் அதையொட்டி நிகழ்ந்த தனி – பொதுப் பாதைக்கான விவாதத்தையும் இங்குக் காண்போம். இதை இரண்டு கட்டமாகப் புரிந்துகொள்வோம். முதல் கட்டம் 1880 மற்றும் 1890களில் நடைபெற்ற நிகழ்வுகளையும், இரண்டாம் கட்டம் 1920களில் நடைபெற்ற நிகழ்வுகளையும் விவரிக்கின்றன.

கூழுக்கும் ஆசை மீசையும் வேண்டும்

தமிழ்ச் சமூகத்தில் புழக்கத்தில் இருக்கின்ற 'கூழுக்கும் ஆசை மீசைக்கும் ஆசை' என்ற பழமொழி நம்முடைய ஆய்வுக்கு பொருத்தமுடையதே. அதாவது பிராமணர்களுக்குக் காலனிய ஆட்சியின் நவீன நிறுவனங்களும் அதன் பலன்களும் வேண்டும் ஆனால், தீட்டுக்குரிய சாதிகளின் தீட்டும் ஒட்டக்கூடாது. காலனிய ஆட்சியின் நிறுவனங்களும் அதன் பலன்களும் வேண்டும் தீட்டு கூடாது என்ற பிராமணர்களின் நிலைப்பாடு கூழுக்கும் ஆசை மீசையிலும் ஒட்டக்கூடாது என்ற பழமொழிப் பொருளிலிருந்து வேறுபட்டிருக்கவில்லை. கல்பாத்தி பிராமணர்களின் இந்நிலைப் பாடு ஒரு விவாதத்தையே தொடங்கி வைத்திருக்கிறது.

தங்களின் அக்ரஹாரத்திற்கு நகராட்சி நிர்வாகத்தின் மூலம் கிடைக்கின்ற அனைத்துப் பலன்களும் வேண்டும் என்று பிராமணர்கள் விரும்பினர். இந்த விருப்பம் நிறைவேறுவதற்கு நகராட்சியின் பொதுப் பணம் அக்ரஹாரத்திற்குச் செலவிடப்

பட வேண்டும். பொதுப் பணத்திலிருந்து ஒரு தெரு பராமரிக்கப்பட வேண்டும் என்றால் முதலில் அத்தெரு பொதுப் பாதையாக இருக்க வேண்டும். 1865 மற்றும் 1871ஆம் ஆண்டுச் சட்டம், ஒரு தனி நபரின் தெரு அல்லது நெடுஞ்சாலையை நகராட்சி எடுத்துக்கொண்டு அதைப் பொதுத் தெரு என்று அறிவிக்க முடியும் என்கிறது. 1884ஆம் ஆண்டுச் சட்டம், பொதுத் தெரு என்பதை இவ்வாறு வரையறுக்கிறது: 'நகராட்சிக்குட்பட்ட எந்தத் தெருவும் அல்லது நகராட்சியால் உருவாக்கப்படும் பிரிவு 163இன் கீழ் அறிவிக்கப்படும் தெருவும் பொதுத் தெரு ஆகும்.' ஆனால், கீழ்த்தட்டு மக்களைத் தீட்டுக்குரிய சாதி என்றும் அவர்களுடைய வருகைத் தங்களையும் அக்ரஹாரத் தன்மையையும் தீட்டுக்குள்ளாக்கிவிடும் என்று கூறி பல நூறு ஆண்டுகளாக அக்ரஹாரத்திற்குள் வருவதைத் தடை செய்திருக்கிற போது அக்ரஹாரம் பொதுப் பாதை அல்ல என்பது திண்ணம். அது மட்டுமல்ல, அதற்குப் பொது நிதியும் செலவிட முடியாது. நகராட்சிச் சட்டதிட்டம் அனைத்துச் சாதியினரும் நடந்து செல்கின்ற பாதையையே பொதுப் பாதை என்றும் அதற்குத்தான் பொதுப் பணத்தைச் செலவிட முடியும் என்றும் வரையறுத்துள்ளது. காரணம் அனைத்துச் சாதியினரிடமிருந்து வசூலிக்கப்படும் வரி பொதுப் பணமாக இருக்கிறபோது, தீட்டுக்குரிய சாதியினரை விலக்கி வைத்திருக்கின்ற பாதைக்குப் பொதுப் பணத்தைச் செலவு செய்வது எந்த விதத்தில் நியாயமானது? இந்தச் சூழல் பிராமணர்களை, அக்ரஹாரத்திற்குப் பொதுத் தன்மை உண்டு என்பதைக் கட்டமைக்கச் செய்தது.

பாலக்காடு நகராட்சி மன்றத்தில் அதிக எண்ணிக்கையில் கல்பாத்தி பிராமணர்கள், உறுப்பினர்களாக இருந்தனர். அக்ரஹார வீதியைப் பராமரிப்பதற்குப் பொதுப் பணம் வேண்டும் என்ற கோரிக்கையை 1886ஆம் ஆண்டு முன்வைத்தபோது, நகர் மன்றத் தலைவருக்கு ஏற்பட்ட சந்தேகம், கல்பாத்தி அக்ரஹாரம் பொதுப் பதையா? அல்லது தனிப் பாதையா? என்பதுதான். நகராட்சித் தலைவர் இச்சந்தேகத்தை மலபார் மாவட்ட ஆட்சியரின் கவனத்திற்குக் கொண்டு சென்றார். அவர் அதைச் சென்னை மாகாணத் தலைமைச் செயலாளரின் பார்வைக்குக் கொண்டு சென்றார்.[9] இச்சந்தேகத்தின் மீது வழக்குரைஞர் ஒருவர் இவ்வாறு கருத்து தெரிவித்திருக்கிறார்: '1884ஆம் ஆண்டு சென்னை சட்டப்படி அது பொது வீதிதான். பொது மக்கள் அதில் நடந்து செல்வதற்கு உரிமை இருக்கிறது. அவ்வுரிமையை அவர்கள் கோராதிருந்த போதிலும்கூட.'[10]

9. G.O.No.689, L&M, (21 July 1886), pp. 1-13.

10. *மேலது.*

நகர்மன்றக் கூட்டமொன்றில் அக்ரஹாரத் தனிப் பாதையில் மேல்சாதியினருக்கு மட்டுமே அனுமதி உண்டு. ஆனால் அதைப் பொதுப் பணத்திலிருந்து பராமரிக்க வேண்டும் என்றார் ஒருவர். அதற்கு நகர் மன்றத் தலைவர் கல்பாத்தி அக்ரஹாரத்தின் கதவு கீழ்த்தட்டு மக்களுக்கு அடைக்கப்பட்டிருக்கின்ற காரணத்தால் அவ்வக்ரஹாரம் பொதுப் பணத்திலிருந்து பராமரிக்கப்பட வேண்டிய அவசியம் இல்லை என்று கருத்து தெரிவித்தார்.[11] மேலும் அவர், அனைத்துச் சாதியினரும் நடந்து செல்வதற்கு அனுமதியில்லாத பாதை பொதுப்பாதை அல்ல என்று கூறினார். இதன் பொருள் அக்ரஹாரம் தனிப்பாதையே; அதற்குப் பொதுப் பணத்தைச் செலவு செய்ய இயலாது. இதற்கு எதிராக அது பொதுவீதிதான் என்று நிரூபிப்பதற்குப் பிராமணர் சாதியைச் சேர்ந்த நகராட்சி உறுப்பினர்கள் வாதங்களை முன்வைத்தனர்.[12] கிராமப் (அக்ரஹாரம்) பாதை பிராமணர்களால் மட்டுமின்றி இதர மேல்சாதி இந்துக்கள், தச்சர், கொல்லர், வடுகர், இசுலாமியர், கிறித்தவரால் பயன்படுத்தப்படுகிறது. மேலும் தீட்டுச் சாதிகளான தீயர், பறையர், செறுமர் மட்டுமே அக்ரஹாரத்தை பயன்படுத்துவதிலிருந்து விலக்கப்பட்டிருக்கின்றனர். இந்த விலக்கத்தால் அவர்கள் எந்த விதத்திலும் பாதிக்கப்படவில்லை என்றனர். இவர்களின் இவ்விவாதத்திற்கும் நகராட்சிச் சட்ட திட்டங்களுக்கும் தொடர்பு இல்லை. விவாதம் பொதுப் பாதையை ஒருவர் பயன்படுத்திக் கொள்வதிலிருந்து விலக்கப்பட்டிருக்கிறாரா? அனுமதிக்கப்பட்டிருக்கிறாரா? என்ற கேள்வியை எழுப்புகிறதே தவிர, ஒருவரைப் பொதுப் பாதையிலிருந்து விலக்குவதினால் அவர் ‘பாதிப்புக்குள்ளாகிறாரா’? அல்லது இல்லையா? என்ற கேள்விக்கு அங்கு இடம் கொடுத்திருக்கவில்லை. சிறுபான்மை x பெரும்பான்மை மற்றும் தேவை x தேவையற்றது என்ற வாதத்தின் அடிப்படையில் அக்ரஹார ஊடுபோக்கு உரிமையைப் பிராமணர்கள் மறுத்தனர்: மனதில் கட்டாயம் நினைவுப்படுத்திக் கொள்ள வேண்டியதானது, மிகக் குறைந்த எண்ணிக்கையிலான கீழ்த்தட்டு மக்களே, குறிப்பாகத் தீயர்களே, நகராட்சிக்கு வரி செலுத்துகின்றனர். மேலும், கீழ்த்தட்டு மக்கள் அக்ரஹாரத்தைப் பயன்படுத்துவதற்கு எந்தத் தேவையும் இல்லை என்றனர். ஆனால், நகராட்சி விதிகள், வரி செலுத்துவதில் சிறுபான்மை பெரும்பான்மை சாதியினர் என்றோ அல்லது ஒருவருக்குத் தேவை என்றால் மட்டும் பொதுப் பாதையைப் பயன்படுத்த வேண்டும் என்றோ வரையறுக்கவில்லை.

---

11. G.O.No.689, L&M, (21 July 1886), pp. 1-13.

12. *மேலது.*

கல்பாத்திப் பிராமணர்கள் தங்களைப்போல் பிற பகுதிகளி லும் குறிப்பாகக் கோழிக்கோடு வட்டத்திற்கு உட்பட்ட தளி, திருவங்காடு, அமராவதி ஆகிய பகுதி அக்ரஹாரங்களில் கீழ்த்தட்டு மக்களுக்கு ஊடுபோக்கிற்கான அனுமதி இல்லாதிருந்தும் அவை பொது நிதியிலிருந்து பராமரிக்கப்படுகின்றன என்று உதாரணங்களைக் காட்டினர். கல்பாத்தியும் அவ்வாறே பராமரிக்கப்பட வேண்டும் என்று வலியுறுத்தினர். அது மட்டுமின்றி, குறிப்பிட்ட சில சாதியினரை அக்ரஹார ஊடுபோக்கி லிருந்து விலக்கிவைப்பதன் மூலம் அக்ரஹாரம் அதன் 'பொது' என்ற பண்பை இழந்துவிடாது. அக்ரஹாரப் பாதைகள் தீட்டுச் சாதியினரை விலக்கி வைக்கின்ற சிறப்பு அங்கீகாரத்துடன் கூடிய பொதுப் பாதையாகும். மேலும், அக்ரஹாரப் பராமரிப்புக்குப் பொதுப் பணத்தைச் செலவு செய்வது சட்டத்திற்கு உட்பட்டது. அது பொதுத் தேவைக்குமானது என்ற வாதத்தை முன்வைத்தனர். எனவே, இந்துமத மரபுப்படி தீட்டு அடிப்படையில் தீட்டுக்குரிய சாதியினரை விலக்கி வைப்பதால் அக்ரஹாரம், சிலரை விலக்குஅ கின்ற பொதுப் பாதை என்று காலனிய ஆட்சியாளர்களால் ஏற்றுக்கொள்ளப்பட்டு பொதுப் பணம் அதற்குச் செலவு செய்யப் பட்டது. தீண்டாமையை நிலைநிறுத்திய பொதுப் பாதை என்பது மீசையைத் தீண்டாமல் கூழ் குடித்த கதையே. கூழும் வேண்டும் மீசையும் வேண்டும் என்ற பிராமணர்களின் நிலைப்பாட்டின் உள்ளீடு நவீன நிறுவனங்களின் பலனும், பண்டைய இந்துமத நிறுவனத்தின் தீண்டாமையும் இருக்க வேண்டும் என்பதைத் தவிர வேறொன்றும் இல்லை; பின்னது மரபுசார்ந்த உரிமை முன்னது காலனிய ஆட்சிச் சலுகை.

காலனிய ஆட்சியாளர்களின் அதிகாரி மற்றும் ஊழியர் மீது பிராமணர்கள் தீண்டாமையைக் கடைப்பிடித்துத் தங்களின் 'தனி'யைப் பாதுகாத்துக் கொண்டதற்கான சில உதாரணங் களைக் காண்போம். 1874ஆம் ஆண்டு தீயர் தலைமைக் காவலர் கல்பாத்தியில் பணியிலிருந்து நிறுத்தப்பட்டுப் பின்னர் பிராமணர்களின் எதிர்ப்பினால் அவர் திரும்ப அழைக்கப் பட்டார். 1879ஆம் ஆண்டு தீயர் சாதியைச் சேர்ந்த துணை நீதிபதி குதிரை வண்டியில் கல்பாத்தி அக்ரஹாரம் வழியாகச் சென்றபோது அவர் மீது பிராமணர்கள் வன்முறையை ஏவினர். இக்குற்றத்திற்காகப் பிராமணர்களுக்கு வழங்கப்பட்ட தண்டனையைக் கூடுதல் நீதிபதி ரத்து செய்தார். ஆங்கிலேயக் காவல்துறை கண்காணிப்பாளர், தீண்டத்தகாத ஊழியரோடு அக்ரஹாரத்திற்குள் சென்று பணியைச் செய்ய முடியவில்லை என்றார். காரணம் தன்னோடு வரும் தீண்டத்தகாத சாதியைச் சேர்ந்த ஊழியரைப் பிராமணர்கள் தடுத்துவிடுகின்றனர் என்று

தலித் பொதுவுரிமைப் போராட்டம்

மேலதிகாரிகளுக்குப் புகார் செய்துள்ளார்.[13] தீயர் உட்பட இதர கீழ்த்தட்டு மக்கள் பிரிவைச் சேர்ந்த காவலர்கள் மூலம் அக்ரஹாரம் மற்றும் அதைச் சுற்றியுள்ள பகுதிகளில் காலனிய அரசாங்கப் பணிகளைச் செய்ய இயலவில்லை என்பதை அறிந்த, மலபார் மாவட்ட நீதிபதி, 'நகராட்சி மன்றம் கடந்த சுமார் ஆறு வருடங்களாக அரசு ஆணைக்குக் கீழ்படிய மறுக்கிறது. இதனால் அதன்மீது நடவடிக்கை எடுக்க வேண்டும்' என்றார்.[14] இக் காலகட்டத்தில் அக்ரஹார ஊடுபோக்கு உரிமையிலிருந்து தீண்டப்படாத சாதியினரை விலக்கி வைப்பதற்குப் பிராமணர்கள் வேறொரு விவாதத்தை முன்வைத்தனர். அதாவது, 'ஒருவருக்கு எந்தவித பரிவர்த்தனையும் அக்ரஹாரத்தில் இல்லாத போது அவர்கள் அங்குச் செல்லவேண்டிய அவசியம் இல்லை' என்றனர்.[15] இது பிராமணர்கள் ஏற்கனவே முன்வைத்த தேவை விதி தானே தவிர புதியதல்ல என்பதால் அதை விவாதிக்கத் தேவையில்லை. மேலே குறிப்பிட்ட சம்பவங்களில் தொடர்புடையவர்கள் காலனிய அரசாங்க ஊழியர்கள் என்பதோடு, குறிப்பிட்ட சாதியைச் சேர்ந்தவர்கள் என்பதால் காலனிய ஆட்சியாளர்களின் எதிர்வினை எவ்வாறு இருந்தது? என்பதைக் காண்போம். தீயர் காவலர் பிராமணர்கள் கூறியதை ஏற்றுக்கொண்டு அத்தீயர் காவலரைத் திரும்பப் பெற்றுக்கொண்டதோடு மட்டுமல்லாமல் பிராமணர்களின் மத உணர்வுகள் முடிந்தவரை மதிக்கப்படும் என்று உறுதியையும் வழங்கினர். அக்ரஹாரத்திற்குள் சென்றதற்காக தீயர் நீதிபதியைத் தாக்கிய பிராமணர்களுக்கு வழங்கப்பட்ட தண்டனையை ரத்து செய்த நீதிபதி இவ்வாறு கூறினார்: 'கிராமம் வழியாகத் தீயர் செல்வது மரபிற்கு முரணான செயல். அவர் இக்கிராமத்திற்கு அரை கி.மீக்கு அப்பால் வசிக்கிறார். இதற்கு முன்னர் கிராமம் வழியாகச் சென்றிருக்கவில்லை. இம்மரபு சட்டப்படி அங்கீகரிக்கப்பட்டிருக்கிற போது துணை நீதிபதி அவ்வாறு சென்றது தனியிடத்தில் அத்துமீறி நுழைந்த செயலே. எனவே, தனியைப் பாதுகாத்துக்கொள்வதற்குத் தனியை மீறி நுழைந்தவரை பிராமணர்கள் எதிர்க்கலாம்' என்றார். காலனிய ஆட்சியாளர்களின் இந்தப் பார்வை, ஒருவரின் அல்லது ஒரு குழுவின் மதம், மதம் சார்ந்த பழக்கவழக்கங்கள் தனிப்பட்டவை. அதில் அரசு தலையிடுவது தேவையற்ற செயல் என்ற அடிப்படையில் பிராமணர்கள் முன்வைத்த தனி என்ற கோரிக்கையை ஏற்றிருக்கின்றனர் என்பதைப் புரிந்து கொள்ளலாம். இக்காலங்களில் பிராமணர்கள் முன்வைத்த

---

13. G.O.No.782, L&M, (14 June 1893).

14. *மேலது.*

15. G.O.No.966, L&M, (26 July 1893).

தனி என்ற வாதத்திற்கு எதிராகத் தீட்டுக்குரிய சாதியினர் எவ்வித வாதத்தையும் முன்வைத்ததாகத் தெரியவில்லை. ஆனால் தீயர் சாதியைச் சேர்ந்த நீதிபதி அக்ரஹாரத்திற்குள் சென்ற நிகழ்வு அக்ரஹாரத்திற்குள் செல்வதற்குத் தனக்கு உரிமையிருக்கிறது என்பதை நிலைநாட்டுவதற்கு அவர் சென்றிருக்கிறார் என்ற ஊகத்துடன் இரண்டாம் கட்டத்தில் நடைபெற்ற அக்ரஹார ஊடுபோக்குப் போராட்டம் மற்றும் தனி – பொதுப் பாதை விவாதத்திற்குள் செல்வோம்.

தேவைதான் அடிப்படை, உரிமை அல்ல

இரண்டாம் கட்ட ஊடுபோக்கு முதல் கட்டத்திலிருந்து, காலத்தால் மட்டுமல்லாமல் பண்பிலும் வேறுபட்டது. அக்ரஹாரத்திற்குள் செல்வதற்குக் காலனிய ஆட்சி சட்ட ரீதியான அங்கீகாரம் வழங்க வேண்டும் என்பதற்கு 1920களில் முயற்சி மேற்கொள்ளப்பட்டிருக்கிறது. பித்தாபுரம் ராஜா, சவுந்திரபாண்டிய நாடார் ஆகியோர் பொதுப் பாதையில் நடப்பதற்கு உரிமை வேண்டும் என்று குரல் கொடுத்திருப்பினும், 1924ஆம் ஆண்டு ஆகஸ்டு மாதம் சென்னை மாகாண அவையில் பறையர் சாதியைச் சேர்ந்த ஆர். சீனிவாசன் அதற்கான தீர்மானத்தை முன்வைத்து அது பிராமணர் சமூகத்தைச் சேர்ந்த சத்தியமூர்த்தியால் வழிமொழியப்பட்டு ஓட்டெடுப்பின் மூலம் நிறைவேற்றப்பட்டது. ஆர். சீனிவாசன் முன்மொழிந்த தீர்மானம்,[16] ‘இந்த அவை அரசாங்கத்திற்கு பரிந்துரைப்பதானது, இந்த மாகாணத்திலுள்ள ஒவ்வொரு கிராமத்திலும் அக்ரஹாரத் தெருக்கள், சாதி இந்துக்களின் தெருக்கள், சேரி மற்றும் ஒடுக்கப்பட்ட மக்கள் குடியேறிய இடங்களில் கிராம தலையாரி மூலமாகவும், மாவட்டக் கையேட்டிலும் அனைத்து மொழிகளிலும் பின்வரும் தீர்மானம் அறிவிக்கப்பட வேண்டும். அ) பொதுச் சாலை, அக்ரஹார தெருக்கள், சாதி இந்துத் தெருக்கள் போன்றவற்றின் வழியாக நடந்து செல்வதற்கு ஒடுக்கப்பட்ட வகுப்புகளைச் சேர்ந்த எந்த நபருக்கும், இந்த நாட்டிலுள்ள சாதி இந்துக்களைப் போல் எவ்வித ஆட்சேபனையும் இல்லை. ஆ) ஒடுக்கப்பட்ட வகுப்புகளைச் சேர்ந்த எந்த நபருக்கும் பொது அலுவலகம், கிணறு, குளம், கச்சேரி நடைபெறும் இடம் அல்லது கட்டடத்தை இந்நாட்டிலுள்ள சாதி இந்துக்களைப் போல் பயன்படுத்திக்கொள்வதற்கு ஆட்சேபனை இல்லை’ என்பதாகும். தீண்டாமையை ஒழிப்பதற்காக இத்தீர்மானத்தைக் கொண்டு வந்ததாகக் கூறிய ஆர். சீனிவாசன் அப்பணி எவ்வித

16. *MLCD,* (22 August 1924), p. 822.

வன்முறையுமின்றி படிப்படியாகச் சாதிக்கப்பட வேண்டும் என்றார். மேலும் அரசாங்கம் அல்லது நகராட்சி வாரியத்தால் பராமரிக்கப்படும் சாலை, தெரு போன்றவற்றையே பொது என்று பொருள் கொள்வதாகவும் தெரிவித்தார். அக்ரஹாரத்தில் பொது அலுவலகம் மற்றும் பொது அலுவல் நடைபெறும் கட்டடம் இருப்பதால் ஆர்.சீனிவாசன் முன்மொழிந்த இரண்டு தீர்மானங்களில் ஒன்றிலிருந்து மற்றொன்றைப் பிரித்துப் பார்ப்பதோ அல்லது மதிப்பீடு செய்வதோ இயலாதது. அவை ஒன்றோடொன்று பின்னிப்பிணைந்தவை. பொதுப் பணத்திலிருந்து உருவாக்கப்படும், பராமரிக்கப்படும் சாலை, தெரு போன்றவற்றை அனைவரும் பயன்படுத்தலாம் என்று நம்புகின்ற மக்கள் பிரிவில் நானும் ஒருவன். சில மக்களின் வருகை தங்களின் தெருக்களைத் தீட்டுக்குள்ளாக்கும் என்று என்னுடைய சாதியைச் (பிராமணர்) சேர்ந்த சில மனிதர்கள் நம்புகின்றனர். ஆனால் அவர்களின் நான் ஒருவன் அல்லன் என்று கூறிய சத்தியமூர்த்தி முதலாம் தீர்மானத்தைவிடவும் இரண்டாம் தீர்மானமே மிகவும் ஏற்றுக்கொள்ளத்தக்கது என்று கருத்து தெரிவித்தார். இத்தீர்மானங்களை ஆதரித்த போதிலும் அதில் சில வார்த்தைகள் மாற்றப்பட வேண்டும் என்று சிதம்பர நாடார் கோரியதால் ஆர்.சீனிவாசன் முன்மொழிந்த முதல் தீர்மானத்தின் முக்கிய இலக்கு அழிக்கப்பட்டு பின்வருமாறு நிறைவேற்றப்பட்டது. பின்வரும் தீர்மானம் அரசாங்கத்தின் கொள்கையாக உறுதியாக ஏற்றுக்கொள்ளப்பட்டு அறிவிக்குமாறு அரசாங்கத்திற்குப் பரிந்துரைப்பதாவது: அ) எந்த வகுப்பை அல்லது சமூகத்தைச் சேர்ந்த எந்த நபரும் நகரம் அல்லது கிராமத்திலுள்ள பொதுச் சாலை, தெரு அல்லது பாதை வழியாக நடந்து செல்வதற்கு ஆட்சேபனை இல்லை. ஆர். சீனிவாசன் முன்மொழிந்த முதல் தீர்மானத்தைப் பின்னர் அது நிறைவேற்றப்பட்டதோடு ஒப்பு நோக்கினால் அதன் உயிர்நாடி எவ்வாறு உருக்கப்பட்டிருக்கிறது என்பதைப் புரிந்துகொள்ள இயலும். இத்தீர்மானம் குறித்து உள்ளாட்சி மற்றும் நகராட்சித் துறையின் கருத்து பின்வருமாறு வெளிப்படுத்தப்பட்டது: 'அரசாங்கத்தின் அறிவிப்பு இத்தகைய விவகாரங்களில் எவ்வித முன்னேற்றத்தையும் ஏற்படுத்தாது. மாறாக, ஒடுக்கப்பட்ட மக்கள் பிற சாதியினருக்கு எதிராக நிற்பதற்கும், தற்போது சமாதானமாக இருக்கும் பகுதிகளில் பிரச்சினைகளையும் உருவாக்கும்.'[17] மேலும், பொதுச் சொத்துக்களைப் பயன்படுத்திக் கொள்வதற்குச் சட்ட அடிப்படையிலான தடை இல்லை... உண்மையான தடை சமூகத் தடையாகும், அது சமூக சீர்திருத்த நடவடிக்கையால் கண்டிப்பாக

---

17. G.O.No.2996, L&M, (25 September 1924).

உடைக்கப்பட வேண்டும்.[18] உண்மை என்னவென்றால், தீண்டத்தகாத சாதியினர் நடத்திய அக்ரஹார ஊடுபோக்கு செயல்பாட்டை நோக்கும்போது அவர்கள் சட்டம் அல்லது அரசாணையை மட்டும் நம்பியிருக்கவில்லை. மாறாக அதை அக்ரஹார ஊடுபோக்கு உரிமைக்கான ஓர் ஆயுதமாகப் பயன் படுத்தியுள்ளனர் என்பதற்கு அவர்கள் நடத்திய போராட்டங்கள் சாட்சி.

ஆர். சீனிவாசனின் தீர்மானம் நிறைவேற்றப்படுவதற்கு முன்னரே கல்பாத்தி அக்ரஹார ஊடுபோக்குப் போராட்டம் நடைபெற்றிருக்கிறது. இதற்கு பார்ப்பனரல்லாதோரின் பத்திரிகை களும் ஆதரவு தெரிவித்திருக்கின்றன.[19] ஆர். சீனிவாசனின் தீர்மானம் பாலக்காடு நகராட்சியால் ஒரு வழக்கமான பணியைப் போல் பதிவு செய்யப்பட்டிருப்பினும், அக்ரஹார ஊடுபோக்கு இயக்கத்தைத் தலைமையேற்று நடத்திய ஈழவர் சமூகத்தைச் சேர்ந்த வழக்குரைஞர் ராகவனும் இதர ஒடுக்கப்பட்ட மக்களும் அத்தீர்மானத்தை விடுதலைக்கான அதிகார உரிமையாகக் கருதினர்.[20] அத்தீர்மானத்திற்காகக் காத்திருந்தது போல் அது நிறைவேற்றப்பட்ட ஒருசில மாதங்களிலேயே தொடங்கிய (நவம்பர் 1924ஆம் ஆண்டு) கல்பாத்தி தேர்த் திருவிழாவின்போது தாங்களும் அக்ரஹாரத்தில் இருக்கவேண்டும், அது எங்கள் உரிமை என்று கோரினர்.[21] வழக்குரைஞர் ராகவன் தலைமையில் ஒடுக்கப்பட்ட மக்கள் அக்ரஹார ஊடுபோக்கு உரிமையைச் செயல்படுத்தினர். அங்கு மேற்கும் கிழக்குமாக நடந்து சென்றனர். இதனால் பிராமணர், செட்டியார் மற்றும் இதர சிலரும் சேர்ந்து அவர்களைக் கடுமையாகத் தாக்கினர்.[22] அக்ரஹார ஊடுபோக்கிற்கு ஆதரவாக ஆரிய சமாஜம் என்ற அமைப்பும் செயல்பட்டது.[23] அக்ரஹார ஊடுபோக்கில் ஈடுபட்ட ராகவன் உட்பட பலர் கடுமையாகத் தாக்கப்பட்ட சம்பவத்தைக் கண்டித்து அக்ரஹார ஊடுபோக்கிற்கு ஆதரவாக 1924, டிசம்பர் மாதம் பாலக்காட்டில் நடைபெற்ற பொதுக்கூட்டத்தில் கிருஷ்ணன் நாயர், ஆர். சேகர மேனன், ஆர். வீரையன், நரசிம்க ராஜு ஆகியோர் பங்கேற்றனர். இந்தியர்கள் கென்யாவிலும் ஆப்ரிக்காவிலும் சமத்துவத்திற்குப் போராடுகின்றனர். ஆனால் காங்கிரஸ்

18. *மேலது.*

19. Fortnightly Report, (1924), Mathrubhoomi, (Kozhicode: 17 February 1925).

20. *Justice*, (29 November 1924).

21. Fortnightly Report, (1925), p. 25.

22. *Swarajya*, (16 November 1924).

23. *மேலது.*

தீண்டாமையை ஒழிப்பதற்கு வலியுறுத்திக்கொண்டிருக்கும் சமயத்தில் இந்தியாவில் பொதுப் பாதையில் நடப்பதற்குத் தடை விதிக்கப்படுகிறது என்று கிருஷ்ணன் நாயர் பேசினார். கல்பாத்தி அக்ரஹாரம் உட்பட இதர பொதுத் தெருக்களில் ஈழவர்கள் உட்பட ஒடுக்கப்பட்ட மக்கள் நடப்பதற்கு உரிமை வேண்டும். ஈழவர்களைத் தாக்கியவர்கள் மீது நடவடிக்கை எடுக்க வேண்டும் என்று ஆர்.சேகரமேனன் முன்மொழிந்த தீர்மானத்தை ஏ.என். ராமஐயர் வழிமொழிந்தார். தங்களின் அடிப்படை உரிமைக்காக ஈழவர்களும் இதர ஒடுக்கப்பட்ட மக்களும் ஒன்றிணைந்து போராட வேண்டும் என்று ஆர். வீரையன் வலியுறுத்தினார்.[24] 1925ஆம் ஆண்டும் ஆரிய சமாஜிகள் கல்பாத்தி அக்ரஹாரத்திற்குச் சென்று திருவிழாவைக் காண இருப்பதாக அவ்வமைப்பின் தலைவர் ராம்ரிஷி மண்டல நீதிபதிக்கு அனுப்பிய கடிதத்தில் குறிப்பிட்டார்.[25] இதற்குப் பதிலளித்த நீதிபதி, தனக்கு எவ்வித ஆட்சேபனையுமில்லை. ஆனால், கல்பாத்தி மற்றும் இதர அக்ரஹார வாசிகள் எதிர்ப்புத் தெரிவித்தால் நான் ஆரிய சமாஜிகளை அவர்களின் சாதி அடிப்படையிலேயே பிரச்சினையை அணுகுவேன் என்றார்.[26] இதன் பின்னர், கலவரம் உருவாவதற்கான வாய்ப்பு இருப்பதால் அங்குச் செல்ல வேண்டாம் என்று பண்டிட் ராம் ரிஷியிடம் அரசாங்கத் தரப்பு கூறியதால் அவர் ஈழவர்களோடு அக்ரஹாரத்திற்குள் செல்வதில்லை என்று உறுதியளித்தார். பின்னர் அம்முடிவு கைவிடப்பட்டதால் அக்ரஹாரத்திற்குள் செல்வதற்கு அவர்களுக்கு 144 தடையுத்தரவு பிறப்பிக்கப்பட்டது.[27] ஆனால் இச்சம்பவம் குறித்துச் சென்னை மாகாண அவையில் அறிக்கை சமர்ப்பித்த சட்ட உறுப்பினர் பண்டிட் ராம் ரிஷிதான் தடையுத்தரவு கோரினார் என்று குறிப்பிட்டிருப்பது[28] ஆரிய சமாஜிகளின் நடவடிக்கை மீது சந்தேகத்தை ஏற்படுத்துகிறது. இத்தடையுத்தரவு ஈழவர், தீயர், பாணர், செறுமர், பறையர், நாயாடி மற்றும் ஆரிய சமாஜத்திற்கு மாறியவர் ஆகிய சாதிகளைச் சேர்ந்தோருக்கு எதிராகப் பிறப்பிக்கப்பட்டது.[29] மேலே குறிப்பிடப்பட்டிருக்கும் சாதியினர் கல்பாத்தி மற்றும் அதைச் சுற்றியுள்ள அக்ரஹாரத்திற்குள்

---

24. *Swarajya*, (02 December, 1924).

25. Letter from Rishi Ram, Arya Missionary, Arya Samaj Mandir, to the Divisional Magistrate, (Palghat: 12 November 1925).

26. Letter from M. Kunhiraman Nayar, Subdivisional Magistrate, to Pandit Rishi Ram, Arya Samaj Madam, (Palghat: 12 November, 1925).

27. *மேலது*, p. 31.

28. *MLCD*, Vol. XXIX, (14 December 1925), p. 51.

29. *MLCD*, Vol. XXIX, (16 March 1926), p. 20.

நுழைந்தால் பொது அமைதிக்குப் பங்கம் அல்லது கலவரம் உருவாகும் என்பதால் தடையுத்தரவு பிறப்பிக்கப்பட்டிருப்பதாக மண்டல நீதிபதி அறிவித்தார்.[30] மலபார் சிறப்பு அதிரடிப்படையும் அக்ரஹார ஊடுபோக்கைத் தடுப்பதற்கு நிறுத்தப்பட்டிருந்தது.[31]

இச்சம்பவத்திற்குப் பின்னர் பிராமணர்களின் கோரிக்கையின் அடிப்படையில் பிறப்பிக்கப்பட்ட மற்றொரு அரசாணை இவ்வாறு அறிவித்தது: அனைத்துப் பொது மக்களுக்கு பொது நெடுஞ் சாலைகளினூடே செல்வதற்கு உரிமையிருக்கிறது. ஆனால் ஒரு குறிப்பிட்ட தெரு அல்லது சாலை பொது என்ற வகைப்பாட்டிற்குள் வருகிறதா இல்லையா? என்பதை இறுதியாகத் தீர்மானிக்கும் உரிமை அவர்களுக்குக் கிடையாது என்று அறிவித்தது. மேலும் அவ்வாணை, பெருஞ்சாலையை அடைவதற்கு அல்லது கச்சேரி நடக்கும் இடங்களுக்குச் செல்வதற்கு அக்ரஹாரத் தெருக்கள் இயற்கையாகவே பாதையாக இருக்கிற சமயத்தில் அதைப் பயன்படுத்தலாம். பயன்படுத்தக்கூடாது என்று எதிர்ப்பதைத் தடுக்க வேண்டும், ஆனால் எவ்வித கச்சேரியுமின்றி உரிமைக்காக அக்ரஹாரத்திற்குள் செல்வதை உள்ளூர் அதிகாரிகள் ஆதரிக்க வேண்டியதில்லை என்றது.[32] பொதுப் பணம் அக்ரஹாரத்திற்குச் செலவிடப்பட்டால் அதைப் பொதுத் தெருவாகக் காண்கிற அதேசமயம் ஒரு பாதை பொதுப் பாதையா, தனிப் பாதையா என்பதைத் தீர்மானிக்கும் அதிகாரத்தைத் தனக்குள் கொண்டுவந்து பிராமணர்களுக்கு ஆதரவாகவே அரசாணை செயல்பட்டிருக்கிறது என்பதைக் காணமுடிகிறது.

பொதுப்பாதை ஆனால் அது தனிப்பாதை

அக்ரஹார ஊடுபோக்குச் சிக்கலுக்குத் தீர்வு காண்பதற்காக காலனிய ஆட்சியாளர்கள் இருதரப்பையும் அழைத்துப் பேச்சுவார்த்தை நடத்தினர். ஈழவர்கள் சார்பில் பங்கேற்ற வழக்குரைஞர் ராகவன், நகராட்சிப் பணத்தினால் அக்ரஹாரம் பராமரிக்கப்படுவதால் அது பொதுப் பாதை ஆகும். மேலும் மாகாண அவையில் நிறைவேற்றப்பட்ட சீனிவாசனின் தீர்மான மும் அவ்வுரிமையை உறுதி செய்கிறது என்ற வாதத்தை முன் வைத்தார். பிராமணர்கள் சார்பில் பங்கேற்ற அ. ராமசாமி ஐயர், 'அக்ரஹாரம் பொதுப் பாதை அல்ல. அது தெரு. நெடுஞ் சாலையல்ல. தீட்டுக்குரிய சாதிகளின் அக்ரஹாரக் கட்டாய நுழைவு நீண்டகாலமாக இருந்து வரும் மரபிற்கு எதிரானது'

---

30. Proceedings of the Subdivisional Magistrate, (Palghat: 13 November 1925).
31. *MLCD*, Vol.XXII, (04 March 1925), p.691, & Vol. XXIX, (20 March 1926), p. 345.
32. G.O.No.37, Public, (09 January 1925).

என்றார். நகராட்சித் தலைவர் எ.கே. ராமசாமி ஐயர், நகராட்சிப் பணத்தை அக்ரஹாரத்திற்குச் செலவு செய்கின்ற காரணத்தினால் அது பொதுப் பாதையாகிவிடாது என்றார். மேலும், அக்ரஹார ஊடுபோக்கு பாலக்காடு பிராமணர்களை மட்டுமல்லாது இத்தாலுகா மற்றும் இதர பகுதிகளிலுள்ள அனைத்துப் பிராமணர் களையும் பாதிக்கிறது என்றார். இப்பேச்சுவார்த்தையில் தீர்வு ஏற்படாத காரணத்தினால் கூட்டம் ஒத்திவைக்கப்பட்டது.[33] அரசாணையாக அறிவிக்கப்பட்ட சீனிவாசனின் தீர்மானத்தை மதிக்க வேண்டும் என்று தலையங்கம் எழுதியிருந்த ஜஸ்டிஸ் பத்திரிகை, பாலக்காட்டுப் பகுதியில் காங்கிரஸ் இயக்கத்திற்கு மையமாகவும் ஆதாரமாகவும் இருந்து வருவதையும் சுட்டிக்காட்டி இது கல்பாத்தியின் அவமானமென்று குறிப்பிட்டது. மேலும் அரசாங்கம் அத்தீர்மானத்தை முழுமையாகச் செயல்படுத்த வேண்டும் என்று கோரியது.[34]

இக்கூட்டத்திற்குப் பின்னரும், கல்பாத்தி அக்ரஹாரம் மீது தனிப் பாதை, பொதுப் பாதை என்ற வாதத்தை இரு பிரிவினரும் முன்வைத்தனர். வழக்குரைஞர் ராகவன் மெட்ராஸ் மாவட்ட நகராட்சி சட்டம் 1920க்கு கீழுள்ள பாலக்காட்டு நகராட்சிக்குட்பட்ட கல்பாத்தி அக்ரஹாரம் பொதுப் பாதையே, மேற்குறிப்பிட்டச் சட்டம் (அரசாணை எண். 2660, ஆர். சீனிவாசனின் தீர்மானம்) விபத்தினாலோ எதிர்பாராத விதமாகவோ ஏற்படவில்லை. மாகாண அவை உறுப்பினர்களின் ஒப்புதலின்படியே நிறைவேற்றப்பட்டிருக்கிறது என்று நவீன சட்டத்தை அக்ரஹாரம் பொதுப்பாதையே என்பதற்கான வாதமாக முன்வைத்தார். இதற்கு எதிராக, தீட்டுக்குரிய சாதிகள் எவ்விதத் தேவையுமின்றி உரிமையை நிலைநாட்டுவதற்காக அக்ரஹாரத்திற்குள் செல்லக் கூடாது என்று அறிவிக்கும் அரசாணை எண். 37 பிராமணர்களால் முன்வைக்கப்பட்டது. தீட்டுக்குரிய மக்களுக்கு அரசாணை எண். 2660 வழங்கிய பொதுப் பாதை ஊடுபோக்கு உரிமையை அரசாணை எண். 37 மறுத்துவிட்டது.

நவீன சட்டம் (அரசாணை) தீட்டுக்குரிய மக்களுக்கு உரிமையை மறுத்த காரணத்தால், அக்ரஹார ஊடுபோக்கு உரிமைக்குப் பிராமணர்களைப் போல் மரபுசார்ந்த உரிமையை அரசாங்கத்தின் முன்வைத்தார் ராகவன். பிராமணர்கள் மரபு சார்ந்த பின்வரும் வாதத்தை முன்வைத்தனர்: பாலக்காடு தாலுகாவிலுள்ள பிராமணர்கள் அரசாங்கத்திற்கு அனுப்பிய

33. *Hindu*, (22 & 24 November, 1924).

34. *Justice,* (29 November, 1924).

கோரிக்கை மனுவில் இவ்வாறு கூறியுள்ளனர்.[35] இருபத்து ஒரு அக்ரஹாரத்தில் பிராமணர்கள் மட்டுமே வசித்து வருகிறோம். தீயர், ஈழவர், பறையர் மற்றும் நாயாடி போன்ற இந்து மதத்தைச் சேர்ந்த கீழ்த்தட்டு மக்களுக்கு அக்ரஹாரத்திற்குள் வந்து செல்வதற்கு எக்காலத்திலும் அனுமதி இருக்கவில்லை. இந்த அக்ரஹாரங்கள் பாலக்காடு தாலுகாவிற்குக் கீழ் வந்த சமயம் நாங்கள் அன்றைய மாவட்ட ஆட்சியரிடம் மனு கொடுத்தோம். அக்ரஹாரம் பண்டைய காலத்திலிருந்து மேல்சாதி இந்துக்களால் மட்டுமே பயன்படுத்தப்பட்டு வருகிறது. இவர்களின் வருகை பிராமணர் மற்றும் அவர்களின் தெருக்களைத் தீட்டுக்குள்ளாக்குவதில்லை. மலபார் பகுதியில் சில சாதியினரைத் தவிர்த்து தீட்டினைத் தவிர்ப்பதற்கு ஓர் இடைவெளி முறை பின்பற்றப்பட்டு வருகிறது. பிராமணர் மட்டுமின்றி கீழ்த்தட்டுச் சாதிகளிலும் ஒரு சாதியினர் அவர்களுக்குக் கீழே உள்ள சாதியினர் மீது இடைவெளி முறைளைப் பின்பற்றுகின்றனர். இந்த இடைவெளி மனிதர்களுக்கு மட்டுமல்ல கோயில், குளம் மற்றும் வசிப்பிடங்களுக்கும் பொருந்தும். எங்களின் மதம் மற்றும் மத நம்பிக்கை அடிப்படையில் நடைபெறும் திருவிழாவில் பிராமணர்கள் மற்றும் மேல்சாதி இந்துக்கள் பல்வேறு பகுதியிலிருந்து பங்கேற்பர். தேரில் வைக்கப்பட்டிருக்கும் சாமிச் சிலைகள் கீழ்சாதிகள் இருந்தால் தீட்டுக்கு உள்ளாகிவிடும் உடனே திருவிழா நிறுத்தப்படும். அதைத் தொடர முடியாது. பெரிய அளவிலான பொருட் செலவில் தீட்டு நீக்குவதற்கான சடங்குகள் செய்யப்படும்.

1847ஆம் ஆண்டு உள்ளூர் துணைக் காவல் கண்காணிப்பாளர், தீயர் காவலர்களை அனுப்பியதால் அவர்கள் உள்ளே வந்துவிட்டனர். இதனால் சிலை தீட்டுக்குள்ளானது. தேரிழுப்பு நிறுத்தப்பட்டு முதலில் தீயர் காவலர்கள் வெளியேற்றப்பட்டனர். தீட்டு நீக்கும் சடங்குகள் செய்யப்பட்டு 11 நாட்கள் கழித்து மீண்டும் திருவிழா தொடங்கியது. இச்சம்பவத்தையொட்டி அரசாங்கம் சார்பில் அனைத்து வகுப்பினரின் மத உணர்வுகளை மதிப்பதாகவும் அதைப் பாதுகாப்பதாகவும் உறுதி வழங்கப்பட்டது. 1879ஆம் ஆண்டு தெற்கு மலபார் நீதிபதி, பிராமணர்கள் அவர்களின் தனிமையினை ஏன் தக்கவைத்துக் கொள்ளக்கூடாது? என்றார். மேலும் அவர் தெருவும் பெருஞ்சாலையும் வேறுபட்டது. முன்னது மரபுப்படி குறிப்பிட்ட மக்களுக்குரியது என்றும் கூறினார். 1914ஆம் ஆண்டு ஒரு தீயர் துணை ஆய்வாளர் தேர்த்திருவிழாவிற்கு வந்ததை எதிர்த்து உயரதிகாரியிடம் முறையிட்ட பின்னர் அவரைத் திரும்பப் பெற்றுவிட்டுத் தீயர் காவலர்களை அங்குப் பணிக்கு

35. A Memorandum submitted to the Governor in Council, Madras by Brahmins of Palghat Taluk, pp. 1-6.

நிறுத்தமாட்டோம் என்று உறுதியளித்தார். இவ்வுதாரணங்கள், பிராமணர்களின் இந்து மதம் சார்ந்த 'தனி'யைப் பாதுகாப்பதற்கு ஆதரவாகக் காலனிய ஆட்சியாளர்கள் செயல்பட்டிருக்கின்றனர் என்பதைக் காட்டுகின்றன. இது தொடரவேண்டும் என்பது பிராமணர்களின் கோரிக்கை.

தேர்த் திருவிழாவின்போது ஒடுக்கப்பட்ட மக்களின் இருப்பு தீட்டை ஏற்படுத்தும் என்ற பிராமணர்களின் இந்துமத மரபு சார்ந்த கோரிக்கை சிறுமைத் தன்மையுடையது என்றார் வழக்குரைஞர் ராகவன். மேலும், ஏகாதசி, பரணிவிழா போன்ற திருவிழாக்களின்போது குருவாயூர், திருவில்லாமலா (கேரளா), பழநி, திருவண்ணாமலை மற்றும் சிதம்பரம் (தமிழ்நாடு) போன்ற இடங்களில் இருக்கும் கோயில்களுக்குச் செல்வதற்கு எந்தச் சாதி இந்துக்களும் எதிர்ப்பு தெரிவிப்பதில்லை. அது மட்டுமின்றி இப்பகுதிகளில் தேர் இழுக்கும் பணி பிற்படுத்தப்பட்ட அல்லது ஒடுக்கப்பட்ட வகுப்பினரின் பணியாகும். இத்தகைய திருவிழாக்களில் கீழ்த்தட்டு மக்கள் லட்சக்கணக்கான சாதி இந்துக்களின் அருகில் நெருக்கமாக இருக்கிறபோது இதை கல்பாத்தியிலும் நடைமுறைப்படுத்தலாம். மேலே குறிப்பிட்ட தேர்த் திருவிழாக்கள் கல்பாத்தியைவிடவும் சிறப்பு வாய்ந்தவை என்று கூறி இத்தகைய சிறப்பான கோயில்களில் தேர்த் திருவிழாவில் தேர் இழுப்பதற்குத் தங்களுக்கு உரிமை இருக்கிறபோது அக் கோயில் விழாக்களைவிடவும் சிறப்பில் குறைந்த தன்மை கொண்ட கல்பாத்தியில் எங்களுக்கு உரிமை இருக்கிறது என்ற வாதம் ராகவனால் முன்வைக்கப்பட்டது. அக்ரஹாரத்திற்குள் செல்வதற்கும், தேரிழுப்பதற்கும் இந்து மத மரபில் உரிமை இருக்கிறது என்ற ராகவனின் வாதத்திற்குப் பிராமணர்களோ அரசாங்கமோ பதிலளித்ததாகத் தெரியவில்லை. மேலும் ராகவன் பின்வரும் வாதங்களையும் முன்வைத்தார். உள்ளூரிலிருந்து மட்டுமல்ல கோயம்புத்தூர் பகுதியிலிருந்தும் பலரும் கல்பாத்திக்கு வருகின்றனர். அவர்கள் என்ன சாதியைச் சேர்ந்தவர்கள் என்பது யாருக்கும் தெரியாது அல்லது அதைத் தெரிந்துகொள்வதில்லை என்றார். இதற்குள், வெளியூரிலிருந்து தீட்டுக்குரிய சாதியினர் கல்பாத்தித் தேர்த் திருவிழாவில் பங்கேற்கின்றனர். அவர்களைத் தடுத்து நிறுத்த முடியுமா? என்ற கேள்வி இருக்கிறது ஆனால் பிராமணர்களிடத்தில் பதில் இல்லை.

பண்டைய காலந்தொட்டு சிலரை விலக்கி வைப்பது எங்களின் தனிச் சிறப்பான உரிமை என்ற பிராமணர்களின் வாதத்தை முறியடிப்பதற்குக் காலம் மாறிக்கொண்டே இருக்கிறது என்ற வாதத்தை முன்வைத்தார். பண்டைய மனிதத் தன்மையற்ற செயல்கள் அக்காலத்தில் ஏற்றுக்கொள்ளப்பட்டவையாக இருந்தபோதிலும்

அவை தற்போது புறக்கணிக்கப்பட்டு விட்டன. மேலும் அரசாங்கம் மேற்குறிப்பிட்ட உறுப்பினர்களின் கோரிக்கையை (ஆர். சீனிவாசனின் தீர்மானம்) ஏற்றுக்கொண்டிருக்கிறது. அதைக் கொள்கையாகவும் அறிவித்திருக்கிறது. பிராமணர் காணக்கூடாதது என்ற மரபை வலியுறுத்திய போதிலும் அதற்கு எவ்வித ஆதாரமும் இந்து சாஸ்திரம், வேதம், புராணம் போன்றவற்றில் இல்லை. இது அநீதியானது. மனிதத் தன்மையற்றது. மேலும் இது கடவுளையும் அதன் படைப்புகளையும் அவமதிக்கும் செயல். பல்வேறு சூழல்களில் பண்டைய மரபு விஷயங்களில் தலையிட வேண்டாம் என்ற அரசாங்கத்தின் கொள்கை வழக்கொழிந்து விட்டது. அதற்குத் தற்போதைய சீர்திருத்த திட்டக் கொள்கையில் இடமில்லை. பிரிட்டிஷ் அரசாங்கம் பல்வேறு தீய வழக்கங்களை ஒழித்திருக்கிறது. இது இந்து சாத்திரங்களுக்கும் லட்சக்கணக்கான இந்துக்களுக்கும் எதிரானதாக இருந்தபோதிலும்கூட நூறாண்டுக்கு முன்னரே சதி ஒழிக்கப்பட்டிருக்கிறது. விதவை மறுமணம் சட்ட பூர்வமாக்கப்பட்டுள்ளது. வெளிநாட்டுப் பயணம், புலால் உணவு, மது, பிறரோடு அமர்ந்து உண்ணுதல், கலப்பு மணம் ஆகியவற்றை சாஸ்திரங்கள் மற்றும் மநுவின் சட்டம் தடை செய்திருந்தபோதிலும் இன்றைய காலத்தில் இவை நடைபெறாமல் இல்லை. மருத்துவர் களும் அவர்களுடைய ஒட்டுநர்களும் கல்பாத்தி மற்றும் இதர அக்ரஹாரங்களுக்குள் வந்து செல்கின்றனர். கீழ்த்தட்டுச் சாதியைச் சேர்ந்த இவர்களின் அண்மை பிராமணர்களுக்குத் தீட்டுக்குரியதாக இருந்தபோதிலும்கூட பண்டைய மரபு நிலைத்து நிற்பதற்கு எந்தவிதமான சட்ட அடிப்படையையும் அது கொண்டிருக்கவில்லை. எனவே, காரணமற்ற, ஒழுக்கமற்ற, பொதுக் கொள்கைக்கு எதிரான எவ்வித பண்டைய மரபும் மதிப்பற்றது என்ற ராகவனின் வாதத்திற்குப் பதில் இல்லை.

1860கள் முதல் 1890கள் வரை கல்பாத்திப் பிராமணர்களின், மத உணர்வுகளுக்கு மதிப்பு தருவோம். அதைப் பாதுகாப்போம் என்ற காலனிய ஆட்சியாளர்களின் உறுதிகளுக்கு அடிப்படையாக இருந்தது இந்துமத மரபு மற்றும் வரலாறு ஆகும். சில குறிப்பிட்ட அரசர்கள் இந்த (கோயில் மற்றும் பிராமணர்களின் வாழ்விடம்) இடத்தை மானியமாக எங்களுக்குக் கொடுத்தனர். எனவே இது எங்களின் தனியுடைமை என்பதே பிராமணர்களின் வரலாற்று வாதம். பிராமணர்கள் தொடுத்த ஒரு வழக்கை ஆதாரமாகக் கொண்டு அவர்களின் தனியுரிமை வாதத்தின் அடிப்படையை உடைத்தார் ராகவன். கல்பாத்தி மற்றும் இதர பகுதிகளைச் சேர்ந்த பிராமணர்கள் பாலக்காட்டு நகராட்சிப் பகுதியில் கடந்த காலங்களில் நில ஆக்கிரமிப்பு செய்திருக்கின்றனர். மேலும் ஆக்கிரமிப்பு செய்த நிலங்களை நகராட்சி மூலம் அவர்களுக்குச்

சொந்தமாக்கியுள்ளனர். கிராமம் மற்றும் சுற்றியுள்ள சொத்துகள் கல்பாத்தி விசுநாதசுவாமி கோயிலைச் சேர்ந்தது, இதுவும்கூட பாலக்காட்டு அரசரால் மானியமாகக் கொடுக்கப்பட்டது. பிராமணர்களே நீதிமன்றத்தில் வழக்கு தொடுத்து அக்கோயிலைப் பொதுக் கோயில் என்ற அதிகாரப்பூர்வ அறிவிப்பைப் பெற்றனர். இந்த அடிப்படையில் கோயிலின் சொத்துகள் (அக்ரஹாரம் உட்பட) மீதுகூட அவர்கள் தற்போது உரிமை கோரமுடியாது.[36] எனவே கல்பாத்தி அக்ரஹாரத்தில் நிகழும் எந்தவித நிகழ்ச்சிகளுக்கும் அனைத்து ஒடுக்கப்பட்ட மக்களும் செல்கின்ற உரிமையை மறுப்பதற்குப் பிராமணர்களுக்கே உரிமை கிடையாது. இந்த வாதத்திற்கு எதிர்வாதம் பிராமணர்களிடத்தில் இல்லை. ஆனால் அக்ரஹாரத்தைப் பொதுப் பாதை என்று அங்கீகரித்திருந்தாலும் கீழ்த்தட்டு மக்கள் எவ்விதத் தேவையுமின்றி, உரிமையை நிலைநாட்டும் நோக்கத்தில் அங்குச் செல்வதற்கான உரிமையை மறுத்ததன் மூலம் பொதுப் பாதையான அக்ரஹாரத்தைத் தனிப் பாதை என்றுகூறி தீண்டாமையை வலியுறுத்திய கல்பாத்தி மற்றும் அதைச் சுற்றியுள்ள பிராமணர்களுக்கு மட்டுமல்லாமல் இந்தியாவின் பல்வேறு பகுதிகளிலும் பிராமணர்களுக்கும் அக்ரஹாரம் தனிப்பாதை என்று வாதிடுவதற்கு காலனிய ஆட்சியாளர்கள் அறிவித்த அரசாணை எண். 37 ஆதரவாக அமைந்துவிட்டது. பொது, தனி என்ற வகைப்பாடு, அதன் மீதான உரிமை இவற்றை தீர்மானிப்பது அரசின் தலையீடும் நிலைப்பாடுமே. காலனிய ஆட்சியின் தலையீடும் நிலைப்பாடும் மேல்சாதியினருக்கே ஆதரவாக இருந்திருக்கிறது என்பதற்கு மேலே கண்ட விவாதம் சாட்சி.

மேற்கத்திய நாடுகளில் ஜனநாயகச் சூழலில் உருவான தனி, பொது என்ற விவாதம் இந்தியாவில் காலனிய ஆட்சியின் போது உருவானது. காலனிய ஆட்சியின் நவீன நிறுவனங்கள் அக்ரஹாரத்தில் அமைக்கப்படுதல் தீட்டுக்குரிய ஒடுக்கப்பட்ட மக்களின் சமூக உரிமைக்கான இயக்கம், அக்ரஹாரத்திற்குள் செல்வதற்கான போராட்டம் இவையே தனி – பொது என்ற விவாதத்தை உருவாக்கின. இவ்விடத்தில் சுட்டிக்காட்டப்பட வேண்டியது. காங்கிரஸ் இயக்கத்தின் செயல்பாடே. பெருந் தலைவர்களின் ஆதரவுடன் நடைபெற்ற வைக்கம் போராட்டம் காங்கிரஸ் மற்றும் காந்தியின் ஆதரவைப் பெற்றது. இதனால் உள்ளூர் தலைவர்களுக்கும் காங்கிரஸ் இயக்கத்திற்கும் ஏற்பட்ட உறவு குறித்து தன்னுடைய கட்டுரையில் வரலாற்றறிஞர்

---

36. A memorandum submitted to Governor in Council, Madras by P. Ragavan, Leader and Secretary, Samajam, (Palghat: 18 December 1924), pp. 1-9.

கே.என். பணிக்கர் விவரித்துள்ளார்.[37] இங்கு எழும் கேள்விகள் இவைதாம். காங்கிரஸ் இயக்கத்தின் ஆதாரமாக விளங்கிய கல்பாத்திப் பிராமணர்கள் தீண்டாமை ஒழிப்பை எவ்வாறு புரிந்திருந்தனர்? ஏன் காங்கிரஸ் கல்பாத்தி அக்ரஹாரச் சிக்கலிலும், பொதுப்பாதை தனிப்பாதை என்ற விவாதத்திலும் பங்கேற்றிருக்கவில்லை? ஆனால், கல்பாத்தி காங்கிரஸ் பிராமணர்கள் தீட்டுக்குரிய சிலரை விலக்கிய பொது என்ற வகைப்பாட்டிற்கு இந்துமத மரபு, நவீன சட்டம் ஆகியவற்றை அடிப்படையாகக் கொண்டு வாதம் புரிந்தனர். இந்துமத மரபு மற்றும் நவீன சட்டத்தை மட்டுமின்றி இந்துமத மரபையே கேள்விக்குட்படுத்தி சாதி வேறுபாடின்றி அனைவரையும் உள்ளடக்கிய பொது என்ற வகைப்பாட்டிற்குத் தீட்டுக்குரியவர்கள் போராடினர். பொதுவைப் பயன்படுத்திக்கொள்வதற்குத் தீண்டத்தகாதவர்களுக்குச் சட்டப்படியான தடை இல்லை என்று காலனிய அரசாங்கம் அறிவித்தது. அதேசமயம் பொது என்ற வகைப்பாட்டைத் தீர்மானிக்கும் அதிகாரம் தனக்குத்தான் இருக்கிறது என்று கோட்பாட்டளவில் அறிவித்த காலனிய அரசாங்கம் நடைமுறையில் தீட்டுக்குரியவர்களை விலக்கிய பொதுவிற்கு ஆதரவாக இருந்தது. தீட்டுக்குரியவர்களைப் பொதுவிலிருந்து தனிமைப்படுத்தியது. இதை அம்பேத்கர் மொழியில் இவ்வாறு கூறலாம்: 'தீண்டப்படாதவர்களைப் பொறுத்தவரையில் அவரைச் சட்டம் ஒரு நபராக அங்கீகரித்திருந்த போதிலும் அவருக்கு எந்தவித நன்மையும் செய்யத் தவறிவிட்டது. ஏனெனில் இந்துச் சமூகம் அவரை அங்கீகரிக்கக் கூடாது என்பதில் தீர்மானமாக இருந்தது.'[38] இந்தக் கூற்று இன்றைக்கும் பொருந்தக்கூடியதே, பல்வேறு நிகழ்வுகளில் தீட்டுக்குரிய சிலரை விலக்கி வைத்த பொது நடைமுறையில் இருந்து வருவது இதற்குச் சாட்சி. அக்ரஹாரத்தைக் கீழ்த்தட்டு மக்களுக்குத் திறந்துவிட்டு புரட்சியை ஏற்படுத்துவதற்கு நான் விரும்பவில்லை என்ற காலனிய அதிகாரி ஒருவரின் கூற்றை இன்றும் இந்திய ஆட்சியாளர்கள் பின்பற்றி வருகின்றனர். கோயில் கர்ப்பகிரகம், கிறிஸ்துவ தேவாலயம் முதல் சேரி வரை பொது என்ற ஒன்று இல்லாமல் அனைத்தும் தனித்தனியாக இருந்து வருகின்றன. அது மட்டுமல்ல, பிராமணர்கள், சாதி இந்துக்கள், தாழ்த்தப்பட்டோர் அல்லாத அனைவருக்கும் தாழ்த்தப்பட்டோரைத் தவிர்ப்பதுதான்

---

37. K.N. Panikkar, 'Vaikkam Satyagraha: Struggleagainst Untouchability', in Ravi Dayal (ed.), *We Fought Together for Freedom: Chapters From the Indian National Movement*, (Delhi: OUP, 1998), pp. 125 - 35.

38. *அம்பேத்கர் பேச்சும் எழுத்தும்* – தொகுதி 25, (புதுடெல்லி: டாக்டர் அம்பேத்கர் பவுண்டேசன், 1999), ப. 120.

பொதுவான நிலைப்பாடு. அன்று பிராமணர்கள் தீட்டுக்குரிய கீழ்த்தட்டு மக்களுக்கு எதிராக முன்வைத்த அதே வாதம் இன்றும் இயங்கிக்கொண்டிருக்கிறது. சட்ட ரீதியான பொதுவில், பொதுப்பாதை, பொதுக் கோயில், பொதுக் குளம் மேலும் பல— தாழ்த்தப்பட்ட மக்களை விலக்குகின்ற காரணத்தினால் அது தனியாக இருந்து வருகிறது. அந்தப் பொதுவில் தங்களுக்கும் உரிமை வேண்டும் என்ற தாழ்த்தப்பட்ட மக்களின் குரலில் இன்றும் அவர்களின் தனித்த கோரிக்கை இருக்கிறது. தடுப்புச் சுவர் எழுப்பப்பட்டும் எழுப்பப்படாமலும் சிலரை விலக்கி வரும் கண்டதேவி, உத்தப்புரம் போன்ற தனியை பொதுவாக்குவதற்கான போராட்டம் தொடர்ந்துகொண்டு இருக்கிறது. தனியும் பொதுவும் ஒருவருக்கொருவர் எதிரிகள் அல்லர், ஒருவர் மற்றொருவரையும் சமூகத்தையும் வலுப்படுத்துவதாகக் கருதுகிறார் சமூகவியலாளர் தர்கீம்.[39] ஆனால் இந்தியச் சாதிய அமைப்பில் தீட்டுக்குரிய சிலரை விலக்கிய பொது, தனியாக இருக்கிறது; அதாவது ஒன்றே இரண்டாக இயங்குகிறது. இந்த இரண்டாக இயங்கி வரும் ஒன்றைப் பொது என்ற ஒன்றாக மாற்றுவதற்கான போராட்டம் நடைபெறும் சாதிய சமூகத்தில் பொது என்ற ஒன்று இன்றும் இல்லை என்பதை வெளிப்படுத்துகிறது. ஒரே ஊருக்குள் ஒரே மனித இனத்திற்குள் எதுவுமே பொதுவாக இல்லை என்று தன்னுடைய நூலில் ஊராட்சி ஒன்றிய கவுன்சிலர் இந்திரா குறிப்பிட்டிருப்பது இதற்கு சாட்சி.[40]

புதிய ஆராய்ச்சி: 1; ஏப்ரல் 2009

---

39. Durkheim, E. *The Division of Labour in Society,* (London: Macmillan, 1982).
40. இந்திரா, *நீர் பிறக்கும் முன்,* (நாகர்கோவில்: காலச்சுவடு, 2007), ப. 26.

பயணங்களில் அசமத்துவமும் சமத்துவத்திற்கான பயணமும்

"நாங்கள் மஹார்கள் என்று ரயில் நிலைய அதிகாரியிடம் நான் சொன்ன பதில் வண்டிக்காரர்களைச் சென்றடைந்துவிட்டது. அவர்கள் தீட்டுப்படத் தயாராக இல்லை. அத்துடன் தீண்டப்படாதவர்களைப் பயணிகளாக ஏற்றிச் செல்வதன் மூலம் தங்களைத் தாழ்த்திக்கொள்ளவும் விரும்பவில்லை. நாங்கள் இருமடங்கு வாடகை கொடுக்க முன்வந்தும், பணத்தால் பலன் ஒன்றும் இல்லை என்பதைக் கண்டோம்" – அம்பேத்கர்.

"வெள்ளையர்கள் தமது சொகுசுக் கேபின்களில் பயணம் செய்ய, அவர்களின் காலடிகளில், ரயில் படிக்கட்டுகளில் நின்று நாங்கள் பயணம் செய்திருக்கிறோம்" – பத்ரீஸ் லுமும்பா

முன்னுரை

சமூகத்தை ஒரு நிலையிலிருந்து மற்றொரு நிலைக்குக் கொண்டுசெல்வதில் போக்குவரத்துச் சாதனங்கள் முக்கியப் பங்காற்றுமென்றார் காரல் மார்க்ஸ். இக்கூற்றைக் கடந்த காலத்தோடு ஒப்பிட்டு நோக்கும்போது முதலாளித்துவ வளர்ச்சி, ஏகாதிபத்திய விரிவாக்கத்துக்குப் போக்குவரத்துச் சாதனங்கள் முக்கியப் பங்காற்றியிருப்பதைக் காண முடிகிறது. தங்களது அரசியல் ஆதிக்கம்,

பொருளாதார லாபம் போன்றவற்றைக் கணக்கில் கொண்டு ஆங்கிலேயர்கள் அறிமுகம் செய்த போக்குவரத்துச் சாதனங்கள் இந்தியாவில் மாற்றத்தை விளைவிக்கும் என்ற நம்பிக்கையை மார்க்ஸ் கொண்டிருந்தார். அவர் "இந்தியாவின் முன்னேற்றத் திற்கும், அறிவாற்றலுக்கும் முக்கியமான முட்டுக் கட்டையாக இருக்கும் இந்தியச் சாதி முறைக்கு அஸ்திவாரமாக விளங்கும் பரம்பரைக் குலத்தொழில் பிரிவைகளை இருப்புப் பாதைகளை அமைப்பதிலிருந்து உருவாக்கப்படும் நவீன இயந்திரத் தொழில் கள் கலைத்துவிடும்"[1] என்றார். மார்க்ஸ் கூறியது போல் இருப்புப் பாதை அமைப்பு சில மாற்றங்களை இந்தியாவில் நிகழ்த்தியிருப்பதை மறுப்பதற்கில்லை என்ற போதிலும் நவீன இயந்திரத் தொழில்களை உருவாக்குவதற்குப் பயன்பட்ட தொடக்கப் புள்ளியான போக்குவரத்துச் சாதனங்களிலும் பாரம்பரிய சமூகத்தின் அசமத்துவ நியதிகளான நிறப்பாகுபாடும் தீண்டாமையும் நிர்மாணிக்கப்பட்டு ஆதிக்கப் பிரிவினரால் செயல்படுத்தப்பட்டன. இவற்றில் காந்தியின் அனுபவத்தினூடாக நிறப்பாகுபாடு கவனம் பெற்றிருப்பது போல் தீண்டாமை மீது அக்கறை செலுத்தப்பட்டிருக்கவில்லை ஆதலால் இக்கட்டுரை அதை ஆய்வுக்குட்படுத்துகிறது. போக்குவரத்துச் சாதனங்களை ஹேபர்மாஸ் கருத்து அடிப்படையிலும் புரிந்துகொள்ள வேண்டும். சமூக மாற்றத்திற்கான உரையாடல் நிகழ்வதற்கு அவர் கூறுகின்ற பொதுக் களங்களான சலூன், தேநீரகம், ஊடகம் போன்றவற்றுடன் போக்குவரத்துச் சாதனங்களையும் எடுத்துக்கொள்ளலாம். காரணம், அதில் பலரும் பயணம் செய்வதோடு அரசியல், சமூகம் போன்றவை குறித்துத் தங்களுக் குள் உரையாடிக் கொள்வதாலும் போக்குவரத்துச் சாதனங்களைப் பொதுக் களம் எனலாம். ஆனால் ஆதிக்கச் சாதியினருக்கும் தலித்துகளுக்கும் இடையே சாதிய அசமத்துவமும் அது தொடர்பான சிக்கல்களும் ஒரு கட்டத்தில் கூர்மைபெற்று மோதலாக வடிவுற்றது பேருந்துகளில்தான் என்பதால் பின்வரும் கேள்விகள் ஆய்வுக்குட்படுத்தப்படுகின்றன: நவீன தொழில் உருவாக்கத்திற்கு முக்கியக் காரணியான போக்குவரத்துச் சாதனங்களில் நிறப்பாகுபாடும், தீண்டாமையும் ஏன், எவ்வாறு செயல்படுத்தப்பட்டன? அதற்கு எதிரான போராட்டங்கள் எவ்வாறு நடைபெற்றன? போக்குவரத்துச் சாதனங்கள் என்ற பொதுக்களத்தில் விவாதங்கள் நடைபெறுவதன் மூலம் சமூகங் களுக்கிடையே சமூக உறவு ஏற்பட்டதா அல்லது முரண் உருவானதா?

---

1. கார்ல் மார்க்ஸ், பிரெடரிக் ஏங்கல்ஸ். *இந்தியாவைப் பற்றி*, (சென்னை: நியூ செஞ்சுரி புக் ஹவுஸ், 1971), ப. 106.

வெள்ளைக்கும் கறுப்புக்கும் இடையேயான நிறப்பாகுபாடு

இந்தியாவில் காலனியாட்சியாளர்களால் நவீன போக்குவரத்துச் சாதனங்கள் அறிமுகம் செய்யப்படுவதற்கு முன்னர் பயன்படுத்தப்பட்டு வந்த மரபு சார் போக்குவரத்துச் சாதனங்களான குதிரை வண்டி, மாட்டு வண்டி போன்றவை ஆதிக்கச் சாதி நிலவுடைமையாளர்களிடம் மட்டுமே இருந்தன. அவற்றுக்குத் தலித்துகள் உடைமையாளர்களாக இருப்பதிலிருந்து மட்டுமின்றி தீண்டாமை காரணமாக அவற்றில் பயணிப்பதிலிருந்தும் விலக்கப்பட்டனர். இதனால் அனைத்துச் சாதியினரும் ஒரு போக்குவரத்துச் சாதனத்தில் பயணித்தல் என்ற சூழல் இல்லாதிருந்தது. காலனியாட்சிக் காலத்தில்தான் மாற்றம் என்பது தொடங்கியது. காலனியாட்சிக் காலத்தில்தான் போக்குவரத்துச் சாதனம் தனிநபரின் கட்டுப்பாட்டில் அல்லாமல் அரசாங்கத்தின் கட்டுப்பாட்டில் இயக்கப்படும் நிலை உருவானது. இந்தியாவில் தங்களின் ஏகாதிபத்தியத்தை வலுப்படுத்துதல், நவீன உற்பத்தி முறையைப் புகுத்துதல், ஆட்சிக்கெதிரான கிளர்ச்சிகளை ஒடுக்குதல் போன்ற காரணிகளே தொடர் வண்டியை உருவாக்க வேண்டும், அதைத் தங்கள் கட்டுப்பாட்டிற்குள் கொண்டிருக்க வேண்டும் என்ற நிர்ப்பந்தத்தை அவர்களுக்கு ஏற்படுத்தியது. இதற்காக இருப்புப் பாதை அமைக்கின்ற பணிகள் தொடங்கிய போது, "நீண்ட இரும்புக் கம்பியால் இந்தியாவை முழுமையாகச் சுற்றி அதைச் சுருட்டிக் கட்டி இங்கிலாந்திற்குக் கொண்டு செல்வதற்குத் திட்டமிட்டிருப்பதாக" இந்தியர்களிடம் பெரும் அச்சம் நிலவியது. தொடர்வண்டி இயக்கப்பட்ட ஆரம்ப காலங்களில் வெள்ளைக்காரன் நம்மை ஏமாற்றுகிறான் என்று கருதிய மக்கள் தொடர்வண்டி நிலையத்திற்குச் சென்று தொடர்வண்டியின் அடிப்பகுதியில் குதிரை இருக்கிறதா என்று தேடிபார்த்திருக்கின்றனர்! சிலர் தொடர்வண்டியைப் பேய் என்றும் அது நம்மைக் கொன்றுவிடும் என்றும் அஞ்சி நடுங்கியிருக்கின்றனர். தொடர் வண்டியைக் கண்டு அஞ்சிய போதிலும், காலனியாட்சி உருவாக்கிய நவீன நிறுவனங்கள் தந்த பணிகள் அதிகாரத்தையும் பொருளாதாரத்தையும் வழங்கியதால் மரபு சார்ந்த உற்பத்தி முறையிலிருந்து விலகிய இந்தியர்கள் நவீன உற்பத்திப் பணிகளில் ஈடுபடத் தொடங்கினர். இச்சூழல் போக்குவரத்துச் சாதனங்களை அவர்கள் உபயோகிப்பதைத் தவிர்க்க இயலாததாக மாற்றியபோது வேறுவிதமான சிக்கலை எதிர்கொண்டனர், அதுதான் நிறப்பாகுபாடு!

"உற்பத்திக் கருவிகளின் அதிவேக அபிவிருத்தி மூலமும், போக்குவரத்துச் சாதனங்களின் மேம்பாட்டின் மூலமும்

முதலாளித்துவ வர்க்கம் எல்லா தேசங்களையும், அநாகரிகக் கட்டத்தில் இருக்கும் தேசங்களையும்கூட, நாகரிக வட்டத்திற் குள் இழுக்கிறது"[2] என்ற காரல் மார்க்ஸின் கூற்றிற்கு மாறாகப் போக்குவரத்துச் சாதனங்கள் இருந்தன. அதாவது நாகரீகக் கட்டத்திற்கு இழுத்துச் செல்லும் என்று நம்பிக்கை வைக்கப்பட்ட போக்குவரத்துச் சாதனங்களிலேயே அநாகரீகம் கட்டமைக்கப்பட்டது. ஆங்கிலேயேர்களின் பார்வையில் 'கறுப்பர்'களான இந்தியர்கள் மீதும் ஆப்பிரிக்க கறுப்பின மக்கள் மீதும் அவர்கள் கடைப்பிடித்த நிறப்பாகுபாடுதான் அந்த அநாகரீகம் ஆகும். போக்குவரத்துச் சாதனங்களில் தீண்டத்தகாதோர் பயணிக்கக்கூடாது என்று இந்திய ஆதிக்கச் சாதியினர் கடைப்பிடித்து வந்த தீண்டாமையும் ஆங்கிலேயர்கள் கடைப்பிடித்துவந்த நிறப்பாகுபாட்டும் அடிப்படையில் வேறுபட்டவை. போக்குவரத்துச் சாதனங்களைப் பயன்படுத்திக் கொள்வதிலிருந்து தீண்டாமை முறை தலித்துகளை முற்றிலுமாக விலக்கியது. ஆனால் நிறப்பாகுபாடு முறை போக்குவரத்துச் சாதனங்களைக் 'கறுப்பர்'கள் பயன்படுத்திக்கொள்வதை அனுமதித்தது. ஆங்கிலேயர்கள் பின்பற்றிய நிறப்பாகுபாடு எத்தகையது? அது எவ்வாறு செயல்படுத்தப்பட்டது? போக்கு வரத்துச் சாதனங்களில் நிறப்பாகுபாடு இரு விதங்களில் செயல் படுத்தப்பட்டது. தொடர்வண்டியின் முதலாம், இரண்டாம் வகுப்புப் பெட்டிகள் ஆங்கிலேயர்களுக்கு மட்டும் ஒதுக்கப் பட்டன. அவற்றில் பயணிப்பதற்கான பொருளாதார வசதியைப் பெற்றிருந்த போதிலும் சரக்குகள் ஏற்றிச் செல்லப்பட்ட மூன்றாம் வகுப்புப் பெட்டியில் சரக்குகளோடு 'சரக்காக' பயணம் செய்வதற்கே 'கறுப்பர்கள்' அனுமதிக்கப்பட்டனர். பேருந்துகளைப் பொறுத்தமட்டில் கறுப்பர்கள் நின்றுகொண்டு பயணிப்பதற்கு அனுமதிக்கப்பட்டனர். இருக்கையில் அமர்ந்து பயணிக்கக் கறுப்பர்கள் முயன்றால் வலுக்கட்டாயமாக இருக்கையிலிருந்து எழுப்பிவிடப்பட்டனர். இவை நிறப்பாகுபாடு எவ்வாறு செயல்படுத்தப்பட்டது என்பதை எடுத்துரைக்கிறது. நிறப்பாகுபாடு என்பது நிற அடிப்படையில் வேறுபட்ட இரு பிரிவினர் ஒரு பொருளை அனுபவிப்பதற்கு அனுமதிக்கிறது. ஆனால் அதில் வேற்றுமை பின்பற்றப்படும். இந்த வேற்றுமை ஒரு பொருளின் தன்மை, சௌகரியம் அசௌகரியத்துடன் தொடர்புடையதாகும். தொடர் வண்டியில் முதலாம், இரண்டாம் வகுப்புப் பெட்டியில் இருக்கின்ற இருக்கைகள் தரத்துடன் வடிவமைக்கப்பட்டிருந்த காரணத்தினாலும், பேருந்தின் இருக்கையில் அமர்ந்து பயணிக்கின்ற காரணத்தினாலும்

2. *கம்யுனிஸ்ட் கட்சி அறிக்கை*, ப. 49.

சௌகரியமும் சொகுசும் கிடைக்கின்றன. ஆனால் சரக்குகள் ஏற்றிச் செல்லப்படும் பெட்டியிலும் பேருந்தில் நின்றுகொண்டு பயணிப்பதாலும் அசௌகரியமும் சிரமமும் ஏற்படுகின்றன. நிறப்பாகுபாட்டைப் பின்பற்றிய வெள்ளையர்கள் சௌகரியத் துடனும் சொகுசுடனும் நிறப்பாகுபாட்டிற்குள்ளான கறுப்பர்கள் அசௌகரியத்துடனும் சிரமத்துடனும் பயணித்தனர். ஒரு பொருளை இவ்விரு பிரிவினரும் அனுபவிக்க முடிந்ததால் அவர்கள் அடைய வேண்டிய இலக்கை அடைய முடிந்தது. இந்த நிறப்பாகுபாட்டை ஆங்கிலேயர்கள் ஆதிக்கம் செய்த இந்தியா, ஆப்பிரிக்கா உட்பட அனைத்து நாடுகளிலும்கடைப்பிடித்தனர்.

நிறப்பாகுபாடு, காந்தியினூடாகவே இந்தியாவில் பேசப் பட்டது. இந்தியச் சுதந்திரப் போராட்ட வரலாறும் காந்தியின் வாழ்க்கை வரலாறும் காந்தி அனுபவித்த நிறப்பாகுபாடு குறித்துப் பேசுகின்றன. இந்தியச் சுதந்திரப் போராட்டம் தோன்றுவதற்கும் அது வலுப்பெறுவதற்கும் நிறப்பாகுபாடும் ஒரு காரணம் என்றால் அது மிகையான மதிப்பீடு அல்ல. காலனியாட்சிக் காலத்தில் நிறப்பாகுபாட்டிற்கு எதிராக இந்தியர்கள் நடத்திய போராட்டங்களை நோக்குகையில், ஒருவேளை இன்றும் ஆங்கிலேயர்களின் ஏகாதிபத்தியத்திலிருந்து இந்தியா விடுதலை பெற்றிருக்கவில்லையென்றால் 2000ஆம் ஆண்டு டர்பனில் நடைபெற்ற நிறப்பாகுபாட்டிற்கு எதிரான மாநாட்டில் இந்தியா வின் நிறப்பாகுபாடு குறித்தும் விவாதிக்கப்பட வேண்டும் என்ற ஒரு தீர்மானத்தைக் காங்கிரஸ் பேரியக்கம் முன்மொழிந்து, நிறப்பாகுபாட்டிற்கு எதிராகப் போராடியிருக்கக்கூடும்!

இரட்டை முகங்கள்: நிறப்பாகுபாடு ஒழியட்டும் தீண்டாமை தொடரட்டும்!

ஆங்கிலேயரிடமிருந்து அரசியல், பொருளாதார விடுதலை யைப் பெறுவதற்குக் காந்தியின் தலைமையிலான காங்கிரஸ் நடத்திய போராட்டங்களோடு முரண்பாடு கொண்டிருந்த அம்பேத்கர் தலைமையிலான தலித் இயக்கங்கள் சமூகப் பண்பாட்டு விடுதலையை அடைவதற்கு முக்கியத்துவம் தந்தன. அரசியல் பொருளாதார விடுதலைக்கே முக்கியத்துவம் தரப்பட வேண்டும் என்று தலித் இயக்கங்களோடு முரண்பாடு கொண்டிருந்த காந்தியும் காங்கிரஸ் பேரியக்கமும் சமூகப் பண்பாட்டு விடுதலைக்கும் போராடியிருக்கின்றன. அரசியல் பொருளாதாரத் தளத்தில் மட்டுமின்றி சமூகப் பண்பாட்டு தளத்திலும் ஆங்கிலேயர்கள் தங்களின் ஆதிக்கத்தை நிலை நாட்டியதால் காந்தியும் பிராமணர், பிராமணரல்லாத ஆதிக்கச் சாதியைச் சேர்ந்தோரும் சமூகப் பண்பாட்டு விடுதலைக்காகவும்

போராடினர். இந்தியா முழுமையிலும் சமூகப் பண்பாட்டுத் தளத்தில் ஆங்கிலேயர் செலுத்திய ஆதிக்க வடிவமான நிறப் பாகுபாட்டை, படித்த மேட்டுக்குடியினர், அதிகாரத்தில் இருந்தோர் தொடர்வண்டியைப் பயன்படுத்திய அனைவரும் அனுபவித்திருப்பினும் காந்தி அனுபவித்த நிறப்பாகுபாடு குறித்தே வரலாற்றில் அதிகம் பேசப்பட்டிருக்கிறது. வரலாறு எழுதுதலில் மன்னர்களுக்குத் தரப்பட்ட முக்கியத்துவம் பின்னர் பேரியக்கங்களின் தலைவர்களுக்கே தரப்பட்டிருக்கிறது இதர மேட்டுக்குடி வர்க்கத்தினருக்குக்கூட வழங்கப்பட்டிருக்க வில்லை என்பதை நிறப்பாகுபாடு குறித்து எழுதப்பட்ட வரலாற்றிலிருந்து புரிந்துகொள்ள முடிகிறது. எனவே இங்குக் காந்தியின் அனுபவித்தினூடாக நிறப்பாகுபாட்டைப் புரிந்து கொள்வதற்கு முற்படுவோம். இந்தியாவில் இருந்ததைப் போலவே தென்னாப்பிரிக்காவிலும் தொடர்வண்டியில் முதல், இரண்டு வகுப்புகள் ஆங்கிலேயர்களுக்கும், மூன்றாம் வகுப்பு ‘கறுப்பர்’களுக்கும் ஒதுக்கப்பட்டன. தென்னாப்பிரிக்காவில் தொடர்வண்டியில் முதல் வகுப்பில் பயணித்துக்கொண்டிருந்த போது நிறப்பாகுபாட்டின் காரணமாகப் பெட்டியிலிருந்து இறக்கிவிடப்பட்ட சம்பவத்தைக் காந்தி, “ஒரு பிரயாணி அங்கே வந்து என்னை மேலும் கீழுமாகப் பார்த்தார். நான், ‘கறுப்பு மனிதன்’ என்பதை அறிந்ததும் அவருக்கு ஆத்திரம் வந்துவிட்டது. உடனே போய்விட்டார். பிறகு இரண்டொரு அதிகாரிகளுடன் திரும்பி வந்தார். அவர்கள் எல்லோரும் பேசாமல் இருந்தபோது, ஓர் அதிகாரி என்னிடம் வந்து, இப்படி வாரும். நீர் சாமான்கள் வண்டிக்குப் போக வேண்டும் என்றார். என்னிடம் முதல் வகுப்பு டிக்கெட் இருக்கிறதே! என்றேன். அதைப்பற்றி அக்கறையில்லை; நீர் சாமான்கள் வண்டிக்குப் போக வேண்டும் என்று நான் சொல்லுகிறேன் என்றார். நான் உமக்குச் சொல்கிறேன் இந்த வண்டியில் பிரயாணம் செய்ய டர்பனில் அனுமதிக்கப்பட்டிருக்கிறேன். எனவே, இதில்தான் நான் பிரயாணம் செய்வேன் என்றேன். இல்லை நீர் இதில் போகக் கூடாது. இந்த வண்டியிலிருந்து நீர் இறங்கிவிட வேண்டும். இல்லையென்றால் உம்மைக் கீழே தள்ளப் போலீஸ்காரனை அழைக்க வேண்டி வரும் என்றார். அழைத்துக்கொள்ளும். நானாக இவ்வண்டியிலிருந்து இறங்க மறுக்கிறேன் என்று சொன்னேன். போலீஸ்காரர் வந்தார். கையைப் பிடித்து இழுத்து என்னை வெளியே தள்ளினார். என் சாமான்களையும் இறக்கிப் போட்டுவிட்டார். சாமான்கள் வண்டிக்குப் போய் ஏற நான் மறுத்துவிட்டேன்...”[3] என்று விவரிக்கிறார். காந்தி இதற்குப்

3. காந்தி. *சத்திய சோதனை*, (அகமதாபாத்: நவஜீவன் பிரசுராலயம், 1994), ப. 134.

பின்னரும் முதல் வகுப்பிலேயே பயணம் செய்வதில் உறுதியாக இருந்தார். தன்னுடைய தொழில், வர்க்க அடையாளம் ஆகியவற்றை எடுத்துக்கூறி முதல் வகுப்புப் பயணச் சீட்டைப் பெற்றுக்கொள்வதற்கு முயன்றார். ஒரு வாய்மொழி நிபந்தனையை முன்வைத்து அதைக் காந்தி ஏற்றுக்கொண்ட பின்னரே தொடர்வண்டி நிலைய அதிகாரி முதல் வகுப்புப் பயணச்சீட்டு கொடுத்தார். அவருடைய நிபந்தனை இதுதான்: "...உங்களை மூன்றாம் வகுப்பு வண்டிக்குப் போய்விடுமாறு கார்டு கூறினால், இவ்விஷயத்தில் என்னைச் சிக்க வைத்துவிடக்கூடாது. ரெயில்வே கம்பெனிமீது நீங்கள் வழக்கு தொடுத்துவிடக் கூடாது..."[4] இதை ஏற்றுப் பயணம் செய்துகொண்டிருந்தபோது மீண்டும் சிக்கலைச் சந்தித்தார். அதை அவர் இவ்வாறு கூறுகிறார்: "...பயணச் சீட்டுகளைப் பரிசோதிப்பதற்காக கார்டு வந்தார். அங்கே நான் இருப்பதைக் கண்டதும் கோபம் அடைந்தார். மூன்றாம் வகுப்புப் பெட்டிக்குப் போய்விடுமாறு விரலால் சமிக்ஞை செய்தார். என்னிடம் இருந்த முதல் வகுப்பு டிக்கெட்டை அவரிடம் காட்டினேன். அதைப்பற்றி அக்கறையில்லை மூன்றாம் வகுப்புப் பெட்டிக்குப் போய்விடு என்றார். அந்தப் பெட்டியில் ஆங்கிலப் பிரயாணி ஒருவரும் இருந்தார். அவர் கார்டைக் கண்டித்தார். அந்தக் கனவானை ஏன் தொந்தரவு செய்கிறீர்கள்? அவரிடம் முதல் வகுப்பு டிக்கெட் இருப்பதை நீர் பார்க்கவில்லையா? அவர் என்னோடு பிரயாணம் செய்வதில் ஆட்சேபனை இல்லை என்றார். பிறகு அவர் என்னைப் பார்த்து, நீங்கள் இருக்கும் இடத்திலேயே சௌகரியமாக இருங்கள் என்றார். ஒரு கூலியுடன் பிரயாணம் செய்ய நீங்கள் விரும்பினால் எனக்கு என்ன கவலை? என்று கார்டு முணுமுணுத்தார்.[5] இதனால் காந்தி முதல் வகுப்புப் பெட்டியிலேயே பயணிக்க முடிந்தது. இப்போராட்டம் அவர் நடத்திய நிறப்பாகுபாட்டிற்கு எதிரான போராட்டமா? அல்லது தனது வர்க்க நிலையைப் பேணுவதற்கானப் போராட்டமா? என்ற கேள்விகளை எழுப்பினால் அது வர்க்க நிலையைப் பேணுவதற்கான போராட்டமாகவும் நிறப்பாகுபாட்டிற்கு எதிரான போராட்டமாகவும் இருக்கிறது. இவ்விரு தன்மைகள் இருந்தபோதிலும் வர்க்க நிலையைப் பேணுகின்ற தன்மையே கூடுதலாக இருக்கிறது. எது எவ்வாறு இருப்பினும் நிறப்பாகுபாட்டிற்கு எதிராகப் போராடி வர்க்க நிலையை அவர் தக்கவைத்துக்கொண்டார். இதை அவருடைய போராட்டத்திற்குக் கிடைத்த வெற்றியென்றே கொள்வோம். இவ்வெற்றியில் வெள்ளையரின் செயல்பாடு குறிப்பிடத்தக்கது.

---

4. காந்தி. *சத்திய சோதனை*, ப. 140.
5. காந்தி. *சத்திய சோதனை*, ப. 141.

காந்தியை மூன்றாம் வகுப்புப் பெட்டிக்குப் போகுமாறு தொடர் வண்டி அதிகாரி கட்டளையிடுவதை முதல் வகுப்புப் பெட்டியில் பயணித்த வெள்ளையர் எதிர்ப்பதோடு மட்டுமின்றி கறுப்பரான காந்தி முதல் வகுப்புப் பெட்டியில் பயணிப்பதில் தனக்கு எவ்வித ஆட்சேபனையும் இல்லை என்று கூறியதால் காந்தியின் போராட்டத்திற்கு வெற்றி கிட்டியது.

இந்தியாவிலும் ஆதிக்கச் சாதியினர் நிறப்பாகுபாட்டிற்கு எதிராகப் போராடியிருக்கின்றனர். அப்போராட்டம் காந்தி நடத்திய போராட்டத்தைப் போல் அல்லாமல் காலனிய ஆட்சிக் கான பொருளாதார நலனை முன்னிறுத்தி நடைபெற்றிருக்கிறது. சென்னை மாகாணப் பேரவையில் சி.வி. வெங்கட்ராம அய்யங்கார் முன்மொழிந்த தீர்மானம் காலனியாட்சியின் பொருளாதார லாபத்தை முன்வைத்தே நிறப்பாகுபாட்டை ஒழிப்பதற்கு முற்பட்டிருக்கிறது. அவர் முன்மொழிந்த தீர்மானத்தின் சாரம் இதுதான்: 'ஒரு சிலரே பயணிக்கின்ற முதல், இரண்டாம் வகுப்புப் பெட்டிகளை ஆங்கிலேயர்களுக்கு ஒதுக்கியிருப்பது தொடர்வண்டி நிர்வாகத்திற்கும் அரசாங்கத்திற்கும் நிதி இழப்பை ஏற்படுத்துகிறது. தொடர்வண்டிப் பயணத்தில் மட்டுமின்றி புகை வண்டி நிலையத்தோடு இணைக்கப்பட்டிருக்கும் தங்கும் அறை, உணவு விடுதிகளில் இருக்கின்ற நிறப்பாகுபாட்டை ஒழிப்பதன் மூலம் அரசாங்கத்திற்கு வருமானம் கிடைக்கும். எனவே நிறப் பாகுபாடு ஒழிக்கப்பட வேண்டும்.' ஆங்கிலேயர் ஒருவர் இத் தீர்மானத்தை முன்மொழிந்திருந்தாலும்கூட சி.வி. வெங்கட்ராம அய்யங்காரைப் போல் காலனியாட்சிக்கான பொருளாதார இலாப நோக்கில் முன்மொழிந்திருப்பாரா? என்பது சந்தேகம்தான். செய்யது முகம்மது பாட்ஷா ஷாகிப் இத்தீர்மானத்தை வழிமொழிந்தார். தலித் பிரதிநிதியான எம்.சி. ராஜா, "புகை வண்டி நிலையத்தோடு இணைக்கப்பட்டிருக்கும் உணவு விடுதிகளிலிருந்து உணவு பெறுவதில் தலித்துகள் பெரும் சிக்கலைச் சந்தித்து வருகின்றனர். இத்தீர்மானம் நிறைவேற்றப்பட்டால் வர்க்க, சாதி வேறுபாடுகளுக்கு முற்றுப்புள்ளி வைக்கப்படும்" என்று அத்தீர்மானத்தை ஆதரித்துப் பேசினார். பல உறுப்பினர்களும் ஆதரித்துப் பேசிய பின்னர் தீர்மானம் நிறைவேற்றப்பட்டது.[6] இத்தீர்மானம் நிறைவேற்றப்பட்டதற்குப் பின்னர் நிறப்பாகுபாடு செயல்படுத்தப்பட்டதாகத் தெரியவில்லை எனவே நிறப்பாகுபாடு ஓரளவு ஒழிந்திருக்கக்கூடும்.

போக்குவரத்துச் சாதனங்களைப் பயன்படுத்திக்கொள் வதற்குத் தலித்துகளைச் சில காரணிகள் நிர்ப்பந்தித்தன. விவசாய

---

6. *MLCD*, (05 March 1921), pp. 584 - 590.

உற்பத்தி முறையை அடிப்படையாகக் கொண்ட சாதியச் சமூகத்தில் தலித்துகள், ஒடுக்குமுறையிலிருந்து விடுபட்டு முன்னேறுவதற்கு தலித்துகளின் நிலை குறித்து ஆய்வறிக்கை தயாரித்த பாதிரியார் ஒருவர் "அவர்களின் கிராமத்திலேயே இருந்தால் இந்தத் துயரத்திலிருந்து சாகும்வரை விடுதலை பெறமுடியாது. கிராமங்களைவிட்டு வெளியேறி வெளிநாடுகளுக்குச் சென்று தங்கள் உழைப்பைப் பிறருக்கு வழங்குவதன் மூலம் நல்ல ஊதியம் பெறுவதுதான் அவர்கள் முன்னேறுவதற்கு இருக்கின்ற ஒரே வாய்ப்பு" என்றார். காலனியாட்சியினர் அறிமுகம் செய்த நவீன உற்பத்தி முறை பண்டைய உற்பத்தி முறையின் மீது பாதகமான தாக்கத்தை ஏற்படுத்திய அதே சமயம் நவீன உற்பத்தி முறை உருவாக்கிய வேலை வாய்ப்புகள் பாரம்பரியத் தொழில்களிலிருந்தும் ஒடுக்குமுறைகளிலிருந்தும் விடுபடுவதற்கான வாய்ப்பைத் தலித்துகளுக்குத் தந்தன. நவீன தொழில்களில் ஈடுபட வேண்டுமென்றால் போக்குவரத்துச் சாதனங்களைப் பயன்படுத்தியாக வேண்டும் என்ற முன்நிபந்தனை உருவானது. தீண்டாமை இந்த முன்நிபந்தனையில் சிக்கலை விளைவித்தது. தலித்துகள் உட்பட கறுத்த இந்தியர்கள் மீது ஆங்கிலேயர் கடைப்பிடித்து வந்த நிறப்பாகுபாடு, ஆதிக்கச் சாதியினர் தலித்துகள் மீது கடைப்பிடித்து வந்த தீண்டாமை ஆகியன சமூக ஒடுக்குமுறையின் ஒரு வடிவங்கள் என்ற போதிலும் அவை இரண்டிற்குமிடையே அடிப்படையில் வேறுபாடு உள்ளது. பல ஆயிரம் ஆண்டுகளாகத் தீண்டாமையைத் தலித்துகள் மீது கடைப்பிடித்து வந்த ஆதிக்கச் சாதியினர் சில ஆண்டுகள் நிறப்பாகுபாட்டை அனுபவித்திருக்கின்றனர்

நிறப்பாகுபாட்டைவிடவும் கடுமையான ஒடுக்குமுறையாக இருக்கும் தீண்டாமையை அனுபவிப்பவர்களின் வாழ்க்கை, அவர்களின் மனநிலை என்னவிதமான இன்னல்களைச் சகித்துக் கொண்டிருக்கும் என்ற புரிதலை நிறப்பாகுபாட்டை அனுபவித்த ஆதிக்கச் சாதியினருக்கு ஏற்படுத்தியிருக்க வேண்டும். இது தீண்டாமைக்கு எதிரான போராட்டத்தை நடத்துவதற்கும் அப்போராட்டத்தை நடத்துகின்ற மக்கள் பிரிவினருக்கு ஆதரவாக செயல்படுவதற்கும் அவர்களைத் தூண்டியிருக்க வேண்டும். ஆதிக்கச் சாதியினர் தீண்டாமைக்கு எதிராகப் போராட்டம் நடத்துதல், அப்போராட்டத்திற்கு ஆதரவு தெரிவித்தல் என்பது தீண்டாமையை பின்பற்றுவதைக் கை விட்டுவிட்டு ஒரு பொருள் மீதான பயன்பாட்டு உரிமையை செயல்படுத்துவதற்கு ஆதரவு தெரிவித்தல் என்பதாகும். அதாவது, நிறப்பாகுபாட்டிற்கு எதிராக, காந்தி போராடியபோது அவருக்கு ஆதரவு தெரிவித்த வெள்ளையரின் செயல்பாட்டைப் போல் ஆதிக்கச் சாதியினரின் செயல்பாடு இருந்திருக்க வேண்டும். நிறப்பாகுபாட்டை

அனுபவித்திராத ஆனால் அதைச் செயல்படுத்தும் பிரிவைச் சேர்ந்த வெள்ளையர் ஒருவரே நிறப்பாகுபாட்டிற்கு எதிராக போராடியிருக்கிறபோது, நிறப்பாகுபாட்டை அனுபவித்த மக்களிடத்தில் தீண்டாமைக்கு எதிரான மனநிலை உருவாகியிருக்க வேண்டும். இவையெல்லாம் நம்முடைய எதிர்பார்ப்புகள் மட்டுமே. ஆனால் அவை எவையும் நடைபெற்றிருக்கவில்லை. ஆதிக்கச் சாதியினர் அன்று முதல் இன்று வரையிலும் போக்குவரத்துச் சாதனங்களில் தீண்டாமையைக் கடைப்பிடித்து வருகின்றனர்.

நிறப்பாகுபாட்டின் காரணமாக தங்களின் கட்டுப்பாட்டி லிருந்த தொடர்வண்டி முதல் வகுப்புப் பெட்டியில் கறுத்த இந்தியர்கள் தங்களுடன் பயணிப்பதை வெள்ளையர்கள் வெறுத்தனர், மூன்றாம் வகுப்பு என்ற தனிப்பெட்டியில் மட்டுமே இந்தியர்கள் பயணம் செய்வதற்கு அனுமதிக்கப்பட்டனர். தொடர் வண்டியில் பின்பற்றப்படும் நிறப்பாகுபாட்டை கடுமையாக எதிர்த்த படித்த கறுத்த இந்தியர்கள், தலித்துகள் மீது அதே தொடர்வண்டியில் தீண்டாமையைக் கடைப்பிடித்தனர். இந்தியச் சூழலில் வெளுத்த மேல்சாதியினரும் கறுத்த தலித்து களும் வெள்ளையர்களின் கண்களுக்குக் கறுத்த இந்தியர்களே! எனவே, மூன்றாம் வகுப்புப் பெட்டியைத் தலித்துகள் உட்பட கறுத்த இந்தியர்கள் அனைவருக்காகவும் அவர்கள் ஒதுக்கினர். ஆனால் பிராமணர்கள் உட்பட இதர ஆதிக்கச் சாதியினர் தீண்டத்தகாதோர் தங்களுடன் பயணிப்பதை எவ்வாறு ஒத்துக்கொள்வர்? "சாதி இந்துக்கள் அமர்ந்திருக்கும் தொடர்வண்டிப் பெட்டிக்குத் தீண்டத்தகாதோர் செல்ல இயலாது. அவர்களை வேறு எங்காவது செல்லுமாறு சாதி இந்துக்கள் விரட்டுவர்" என்று இரட்டைமலை சீனிவாசன் குறிப்பிடுகிறார்.[7] தொடர்வண்டியில் தலித்துகளுக்கெனத் தனிப்பெட்டி ஒதுக்கப்பட வேண்டும் என்று ஆதிக்கச் சாதியினர் விரும்பினர். தொடர் வண்டி ஆங்கிலேயர்களின் கட்டுப்பாட்டில் இருந்த காரணத்தால் தலித்துகளுக்கெனத் தனிப்பெட்டி ஒதுக்கப்பட்ட வேண்டுமென்ற கோரிக்கையை ஆங்கிலேயே அரசாங்கத்திடம் முன்வைத்தனர். அன்றைய கீழத் தஞ்சை மாவட்டம் நன்னிலம் பகுதியில் பிராமணர்களின் தலைமையில் செயல்பட்டுக்கொண்டிருந்த ஓர் இலக்கிய அமைப்பு 1913ஆம் ஆண்டின் தொடக்கத்தில் பின்வரும் தீர்மானத்தை நிறைவேற்றியது: "தொடர்வண்டி நிர்வாகம் தீண்டத்தகாதோருக்குத் தொடர் வண்டியில் தனி இடம் ஒதுக்க வேண்டும்!"[8] இத்தீர்மானத்திற்கு அரசாங்கம் எவ்வித எதிர்வினை ஆற்றியது என்பதை அறிந்து கொள்ளமுடியவில்லை. ஆனால்

7. *MLCD*, (22 August 1929), p. 823.

8. HFM, (1913), pp. 1-2.

இத்தீர்மானம் ஆதிக்கச் சாதியினரின் சாதிய உளவியலைத் தெளிவாக வெளிப்படுத்துகிறது. தங்கள் மீது ஆங்கிலேயர்கள் கடைப்பிடித்துவரும் நிறப்பாகுபாடு ஒழிய வேண்டும். ஆனால் தாங்கள் தலித்துகள் மீது கடைப்பிடித்து வருகின்ற தீண்டாமை தொடர வேண்டும்! இந்த நிலைப்பாடு ஆதிக்கச் சாதியினரின் இரட்டை முகங்களை அம்பலப்படுத்துகிறது.

தீண்டாமையும் சமூக விலக்கமும்

மரபு சார்ந்த போக்குவரத்துச் சாதனங்களான குதிரைவண்டி, மாட்டுவண்டி போன்றவற்றிற்கு உடைமையாளராக இருப்பதற்கு மட்டுமின்றி அதில் பயணிப்பதற்கும் தலித் மக்களுக்குத் தடை யிருந்தது. மரபுப் போக்குவரத்துச் சாதனங்களில் ஒன்றான படகில் ஆதிக்கச் சாதியினர் பயணிக்கிற போது அவர்களோடு மட்டுமின்றி தனித்த படகில்கூட தலித்துகள் பயணம் செய்வதற்கு அனுமதிக்கப்படவில்லை. கால்வாய், நதி போன்றவற்றில் பயணம் செய்கின்ற ஆதிக்கச் சாதியினர் அவர்கள் செல்ல வேண்டிய இலக்கை அடைந்த பிறகே தலித்துகள் தனியாகப் படகில் பயணம் செய்வதற்கு அனுமதிக்கப்பட்டனர்.[9] 1890ஆம் ஆண்டு கடல்வழிப் போக்குவரத்து விதிகள் இருவித உரிமங்களையும் விதிகளையும் வகுத்திருக்கிறது. அதன்படி, முதல் வகுப்புப் படகு உரிமையாளர் அவர் விரும்பும் சாதியினரை ஏற்றிச் செல்லலாம், இரண்டாம் வகுப்புப் படகு உரிமையாளர் எவ்வித சாதிப் பாகுபாடுமின்றி பயணிகளை ஏற்றிச் செல்ல வேண்டும் என்பதே அவ்விதிகள்.[10] அதாவது முன்னவர் தீண்டாமையைச் செயல்படுத்தலாம் பின்னவர் அதைப் பின்பற்றக் கூடாது. இந்த விதிகள் ஆங்கிலேயர்கள் தொடர் வண்டியில் கடைப்பிடித்து வந்த நிறப்பாகுபாட்டிற்கு ஒப்பானதாக இருக்கிறது. ஆனால் படகுப் பயணத்தில் தலித்துகள் பயணம் செய்தனரா? அவர்கள் மீது தீண்டாமை கடைப்பிடிக்கப்பட்டதா? தீண்டாமையின் காரணமாக படகில் பயணம் செய்வதற்கு அனுமதி மறுக்கப் பட்டதா? போன்ற கேள்விகள் எழுகின்றன. ஆனால் அவை குறித்தத் தரவுகள் கிடைக்கவில்லை என்ற போதிலும் தீண்டாமை காரணமாக ஆதிக்கச் சாதியினர் பயணம் செய்த படகில் அவர்கள் அனுமதிக்கப்படவில்லை என்பது தெளிவு. இவ்விடத் தில் பெண்கள் மீதான தீட்டு காரணமாக அவர்களும் படகில் பயணம் செய்ய அனுமதிக்கப்படாதது குறித்துப் பதிவு செய்வது அவசியம். பெண்கள் மாதவிடாய் காலத்தின்போது தீட்டுக்குரியவர்கள் என்ற கருத்து நிலவுகிறது. அக்காலங்களில்

---

9. *MLCD*, (23 March 1925).
10. *MLCD*, (16 November 1921), p. 1435.

பெண்கள் படகில் பயணம் செய்வது தடைசெய்யப்பட்டிருந்தது. ஆனால் சில பெண்கள் தங்களின் வேலையின் நிமித்தமாகத் 'தீட்டு'க்குள்ளாகியிருப்பதை மறைத்துக்கொண்டு பயணம் செய்திருக்கின்றனர். ஒருவேளை இது கண்டுபிடிக்கப்பட்டால் அப்பெண்கள் கொடூரமான தண்டனைக்கு உள்ளாகியிருப்பர்.

சொற்ப எண்ணிக்கையிலான தலித் மக்கள் பண்டைய உற்பத்தி முறையிலிருந்து விடுபட்டு இராணுவம், சமையல், சுரங்கம், பஞ்சாலைத் தொழில் போன்றவற்றில் ஈடுபட முனைந்தபோது பேருந்துகளைப் பயன்படுத்துவது தவிர்க்க இயலாததாக இருந்தது. இராணுவ வீரர்களாகப் பணியாற்றிய சில தலித்துகள் தங்கள் உரிமையைச் செயல்படுத்தும் நோக்கில் பேருந்தில் பயணிப்பதற்கு முயன்றனர். பேருந்தில் தலித்துகள் பயணிப்பது பேருந்து நிறுவனத்திற்குப் பொருளாதார லாபம் தரக்கூடியது என்ற போதிலும் பயணிப்பதிலிருந்து தலித்துகள் விலக்கப்பட்டனர். தொடர்வண்டியில் நிறப்பாகுபாடு பின்பற்றப்படுவதற்கு எதிராகத் தீர்மானம் நிறைவேற்றப்பட்ட அதே காலகட்டத்தில் (1920கள்) தலித்துகள் பிற சாதியினரைப் போல் பொதுச் சொத்துக்களையும், பொது வெளிகளையும் பயன்படுத்திக்கொள்ளலாம் என்ற தீர்மானம் சென்னை மாகாணப் பேரவையில் தாக்கல் செய்யப்பட்டு அது நிறைவேற்றப்பட்ட பின்னர் அரசாணையாக அறிவிக்கப்பட்டது. இதே காலகட்டத்தில் பேருந்தில் பயணிப்பது தொடர்பான குறிப்பான சட்டம் ஒன்றும் இருந்தது. அதாவது, மோட்டார் வாகனச் சட்டத்தில் 1924ஆம் ஆண்டு இணைக்கப்பட்ட விதி இவ்வாறு கூறுகிறது: "ஆதிதிராவிடர் அல்லது ஆதி-ஆந்திரர் ஆகியோருக்குப் பயணச்சீட்டு வழங்க மறுப்பதென்பது பேருந்து இயக்குவதற்கு வழங்கப்பட்ட உரிமத்திற்கு எதிரானது."[11] இத்தகையச் சட்டங்கள் இருந்த போதிலும், பேருந்தில் பயணம் செய்வதற்குச் சமூக நிலையைத் தகுதியாக அறிவித்தல், சமூகத் தகுதியை மறைத்துக்கொண்டு பயணிக்கின்றபோது அப்பயணி தலித் சமூகத்தைச் சேர்ந்தவர் என்பது கண்டுபிடிக்கப்பட்டால் பேருந்திலிருந்து இறக்கிவிடுவதல் போன்ற வெளிப்படையான செயல்பாடுகள் மூலமாகப் பேருந்தில் பயணிப்பதிலிருந்து தலித்துகள் விலக்கப்பட்டனர். இத்தகைய சம்பவங்கள் 1920களில் பல இடங்களிலும் நடைபெற்றிருப்பதைக் காணமுடிகிறது.

சேலம் மாவட்ட நிர்வாகத்தால் உரிமம் வழங்கப்பட்டிருந்த நல்லிப்பாளையம் தண்டபாணி போக்குவரத்து நிறுவனம் தன்னுடைய பேருந்துப் பயணச் சீட்டின் பின்புறம் "பஞ்சமர்களுக்கும் பெருவியாதியஸ்தர்களுக்கும் இடம் கிடைக்கப்பட

---

11. *MLCD*, (29 Ocober 1925), pp. 328 – 329.

மாட்டாது" என்பதைப் பயண விதியாக பயணச்சீட்டில் அச்சிட்டு தலித்துகளைப் பேருந்தில் பயணிப்பதிலிருந்து முற்றிலுமாக விலக்கியது.¹² திருவண்ணாமலைக்கும் சாமல்பட்டிக்கும் இடையே இயக்கப்பட்ட பச்சையப்பன் போக்குவரத்து நிறுவனத்தின் பேருந்தில், செங்கம் என்ற ஊரிலிருந்து சாமல்பட்டி செல்வதற்கு ஆதிதிராவிடர் இரவுப் பள்ளி ஆசிரியர் எஸ். நல்லப்பனும் தலித் தம்பதியர் இருவரும் பயணச் சீட்டு வாங்கினர். இவர்களைத் தலித்துகள் என அடையாளம் கண்ட பேருந்து முகவர் தகாத வார்த்தைகளால் திட்டி அவர்களைப் பேருந்திலிருந்து வெளியே இழுத்தார். பேருந்திலிருந்து இறங்குவதைத் தவிர வேறு வழியில்லாத அவர்கள் பயணச் சீட்டுக்கு செலுத்திய தொகையைத் திருப்பித் தருமாறு வேண்டினர். இதனால் பேருந்து முகவர், ஓட்டுநர், சாதி இந்துக்கள் ஆகியோர் இணைந்துகொண்டு உங்களால் பேருந்து தீட்டுக்குள்ளாகிவிட்டது பயணச் சீட்டுக் கான பணத்தைத் திருப்பிக் கேட்டால் உதைப்போம் என்று அவர்களை அச்சுறுத்தினர். இதனால் அவர்கள் செங்கம் காவல் நிலையத்தில் முறையிட்டனர். காவலர்கள் பேருந்து திரும்பி வரும்போது விசாரணை செய்வதாகக் கூறினர். பேருந்து திரும்பி வரும்வரை அங்கேயே தலித் பயணிகள் காத்திருந்தனர். பேருந்து திரும்பி வந்ததும் பயணச்சீட்டுக்கான தொகையைப் பெற்று அதைத் தலித் பயணிகளிடம் தலைமைக் காவலர் ஒருவர் ஒப்படைத்தார். இச்சம்பவம் 1925, மே 21 அன்று நடைபெற்றது.¹³ தலித் கிறிஸ்தவரான ஜான்பால் உபாத்தியாயர் 1926 டிசம்பர் மாதத்தில் ஒருநாள் கோயம்புத்தூர் செல்வதற்காக காங்கேயத்தில் ஊத்துக்குளி செல்லும் பேருந்து எண். 425இல் பயணச் சீட்டு பெற்று அமர்ந்தார். அவரைத் தலித் என்று நடத்துநர் எப்படியோ அறிந்ததும் சாதி இந்துக்களின் உதவியுடன் பேருந்திலிருந்து அவரை இறக்கிவிட்டார்.¹⁴

சேலம் மாவட்டம் பச்சப்பட்டி நகராட்சி ஆதிதிராவிடர் தொடக்கப்பள்ளி ஆசிரியர் எஸ். பெரியதம்பி தன் மனைவி மற்றும் நான்கு பிள்ளைகளுடன் 1932 ஏப்ரல் 21 அன்று காலை 11 மணிக்கு காடையாம்பட்டி கிராமத்திற்குச் செல்வதற்கு சித்திரஞ்சாவடி பேருந்து நிறுத்தம் சென்று பேருந்து எண் எஸ். 579 பி.எஸ். 210இல் ஏறி அமர்ந்தார். சுமார் ஒருமணி நேரம் கழித்துப் பேருந்து புறப்படும்போது அவருடைய சாதியை அடையாளம் கண்டுகொண்ட ஓட்டுநர் 'பறையனுக்கு கார்

---

12. *MLCD*, (02 November 1925), p. 780.
13. G.O. 3758, Law (General) Mis. (16 December 1925); *MLCD*, (26 August 1925), Vol. XXIV, pp. 754 – 755.
14. *குடி அரசு*, (19 டிசம்பர் 1926), ப. 493.

வேண்டுமோ நடந்துபோடா' என்று கூறி அவரையும் அவருடைய மனைவி பிள்ளைகளையும் கீழே தள்ளினார். எஸ். பெரியதம்பி 'இது என்ன அநியாயம் நான் பணம் கொடுக்கிறேனே' எனக் கேள்வி எழுப்பியதும் 'பறையர்களை என் காரில் எப்போதும் வைப்பதில்லை' என்று ஓட்டுநர் பதிலளித்தார். இச்சம்பவம் குறித்து எஸ்.பெரியசாமி சேலம் ஆட்சியர், செவ்வாய்ப்பேட்டை காவல் உதவி ஆய்வாளர் ஆகியோரிடம் புகார் தெரிவித்தார்.[15] கோயம்புத்தூர், திருச்சிராப்பள்ளி ஆகிய மாவட்டங்களில் நிர்வாகத்திடம் உரிமம் பெற்று பேருந்துகளை இயக்கிக்கொண்டிருந்த பேருந்து உரிமையாளர்கள், தலித்துகள் பேருந்துகளில் பயணம் செய்வதை மறுத்தனர். தாராபுரத்திலிருந்து திருப்பூர் வரை, ஈரோட்டிலிருந்து தாராபுரம் வரை, ஊத்துக்குழியிலிருந்து தாராபுரம், கரூரிலிருந்து காங்கேயம் வரை போன்ற வழித்தடங்களில் இயக்கப்பட்ட பேருந்துகளில் தலித்துகள் பயணிப்பதிலிருந்து விலக்கப்பட்டனர்.[16] ஈரோட்டிலிருந்து தாராபுரத்திற்கும், காங்கேயத்திலிருந்து ஊத்துக் குழிக்கும் இடையில் இயங்கிக்கொண்டிருந்த ஸ்ரீனிவாச லட்சுமி போக்குவரத்து நிறுவனம், தலித்துகளைப் பேருந்தில் பயணம் செய்வதிலிருந்து விலக்கி வைத்தது.[17] ஊட்டியில் இயங்கிக் கொண்டிருந்த பேருந்துகளிலும் தலித்துகள் பயணிப்பதிலிருந்து விலக்கப்பட்டனர்.[18] பொதுவாகவே, இந்தியா முழுமைக்குமே பேருந்துகளில் பயணிப்பதிலிருந்து தலித்துகளை விலக்குவது நடைபெற்றிருக்கிறது. பேருந்தில் தலித்துகள் பயணிப்பது வருமானத்தைத் தரும் என்ற போதிலும் தலித்துகளின் சமூக நிலையைக் கணக்கில் கொண்டு அவர்களைப் பேருந்தில் பயணிப்பதிலிருந்து விலக்கியதால் அதற்கெதிராக தலித்துகள் போராடினர். எப்பேருந்து நிறுவனங்கள் பயணம் செய்வதற்கு அனுமதி மறுக்கிறதோ அவற்றுக்கு எதிராக புகார் கூறுதல், மாகாணப் பேரவையில் சம்பந்தப்பட்ட பேருந்துகளுக்கு எதிராகக் குரல் கொடுத்தல், அப்பேருந்துகள் மீது இயந்திர வாகன விதி அடிப்படையில் தண்டனை வழங்க வேண்டும் என்று வலியுறுத்துதல் போன்ற வடிவங்களில் தலித்துகள் போராடினர். 'மோட்டார் பஸ், ஜட்கா முதலிய வாடகை வாகனங்களிலும் பரிசல் ஓடம் போன்றவைகளிலும் ஜாதிபேதமின்றி தாழ்த்தப்பட்ட வகுப்பாரை ஏற்றுக்கொள்ள வேண்டும். அப்படிக்கில்லாது மறுத்தால் அந்தக் காரியங்களை நடத்துவோர்களுக்கு கவர்ன்மெண்டார் அவர்களால் கொடுக்கப்

15. *குடி அரசு*, (24 ஏப்ரல் 1932), ப. 25.

16. *MLCD*, (15 July 1926), Vol. XXX, p. 421.

17. *MLCD*, (09 September 1926), Vol. XXXII, p. 488.

18. *MLCD*, (23 April 1948), Vol. XVII, p. 221.

பட்டிருக்கும் லைசென்ஸை ரத்துசெய்து விடும்படியாய் இந்த மகாநாடு கவர்ன்மெண்டாரை தாழ்மையுடன் வேண்டிக் கொள்கிறது' எனத் திருச்சிராப்பள்ளி மாவட்ட திராவிட உழவர்குல மகாநாட்டில் தீர்மானம் நிறைவேற்றப்பட்டது.[19] 'திருச்சியிலிருந்து லால்குடி போய்க்கொண்டிருக்கும் வாடகை மோட்டாரில் தாழ்த்தப்பட்டவர்களை ஏற்றுகிறதில்லை யாதலால் ஜாதி வித்தியாசமின்றி ஏற்றும்படி இம்மகாநாடு கேட்டுக்கொள்வதுடன் அப்படி ஏற்றாத மோட்டார்கார்களுக்கு லைசென்று கொடுக்கக் கூடாதென்று கனம் திருச்சி ஜில்லா போர்டு பிரசிடெண்டு அவர்களைக் கேட்டுக்கொள்கிறது' எனத் திருச்சிராப்பள்ளி தேவேந்திரகுல வேளாளர் மாநாட்டிலும்,[20] 'தஞ்சை முதலான ஜில்லாக்களில் ஆதிதிராவிடர்களை மோட்டாரில் யேற்றிக்கொள்ள மறுக்கும் மோட்டார் ஏஜன்டுகளின் லைசென்ஸில் ஜாதி வித்தியாசம் பாரட்டக் கூடாதென்ற நிபந்தனையை சேர்த்துக்கொள்ளுமாறு கேட்டுக்கொள்கிறோம் எனத் தஞ்சாவூர் மாவட்ட ஆதிதிராவிடர் மாநாட்டிலும்,[21] 'கரூர் தாலுகாவில் ஓடும் மோட்டார் வண்டிகளில் தாழ்த்தப் பட்ட மக்களை ஏற்றிக்கொண்டு போக மறுப்பதை இச்சங்கம் வன்மையாக கண்டிப்பதோடு சர்க்காரை தக்க நடவடிக்கை எடுக்குமாறும் கேட்டுக்கொள்கிறது' என 1935 ஜனவரி 07 அன்று நடைபெற்ற தோட்டக்குறிச்சி தேவேந்திரகுல வேளாளர் வாலிபர் சங்கக் கூட்டத்திலும்[22] தீர்மானங்கள் நிறைவேற்றப்பட்டன. இப்போராட்டத்தை முன்னின்று நடத்திய சென்னை மாகாணப் பேரவையின் தலித் நியமனப் பிரதிநிதி ஆர். வீரையன் வெற்றியும் பெற்றார். "பஞ்சமர்களுக்கும், பெரு வியாதிஸ்தர்களுக்கும் இடம் கிடைக்கப்படமாட்டாது" என்று நல்லிபாளையம் தண்டபாணி பேருந்து நிறுவனப் பயணச்சீட்டின் பின்புறம் அச்சிட்டப்பட்டிருப்பதற்கு எதிராக ஆர். வீரையன் புகார் கொடுத்ததன் அடிப்படையில் அதன் மீது விசாரணை மேற்கொள்ளப்பட்டு அது உண்மையெனக் கண்டறியப்பட்ட பின்னர் அப்பேருந்து நிறுவனத்திற்கு ரூ. 50 அபராதம் விதிக்கப் பட்டது. மேலும் அத்தகைய சொற்கள் இனி பயணச் சீட்டின் பின்பகுதியில் அச்சடிக்கக்கூடாது என்றும் அவ்வாறு செய்தால் மேலும் நடவடிக்கை எடுக்கப்படும் என்றும் எச்சரிக்கை செய்யப்பட்டது.[23] ஆனால் இத்தகைய நடவடிக்கைகள் பேருந்தில்

19. G.O. No. 2692, Law (General), (03 November 1922).

20. *திராவிடன்*, (01 ஜூலை 1931), பக். 7–8.

21. *குடி அரசு*, (19 ஜூலை 1931), ப. 19.

22. *குடி அரசு*, (1935), ப. 18.

23. *MLCD*, (02 November 1925), p. 780.

தலித்துகள் பயணம் செய்வதிலிருந்து விலக்கப்படுவதற்கு எதிராக எடுக்கப்பட்டிருக்கவில்லை, அது குறித்து ஆர். வீரையன் பல முறை புகார் தெரிவித்ததோடு மட்டுமின்றி நடவடிக்கை எடுக்க வேண்டும் என்று வலியுறுத்திய போதிலும் தலித்துகளைப் பேருந்தில் பயணிப்பதிலிருந்து விலக்குவது தொடர்ந்து நடைபெற்றுக்கொண்டே இருந்தது.

நிறப்பாகுபாடும் தீண்டாமையும் ஓர் ஒப்பீடு

நிறப்பாகுபாடு எவ்வாறு இருக்கும் என்பதை காந்தி "எனக்கு ஏற்பட்ட கஷ்டம் இலேசானது; நிறத்துவேஷம் என்ற கொடிய நோயின் வெளி அறிகுறி மாத்திரமே அது"[24] என்றார். காந்தி உட்பட இதர ஆதிக்கச் சாதியினர் அனுபவித்த நிறப்பாகுபாட்டிலிருந்தும் தலித்துகள் அனுபவித்த தீண்டாமையி லிருந்தும் நிறப்பாகுபாடு தீண்டாமை ஆகிய இரண்டிற்கும் பெருத்த வேறுபாடு இருப்பதைக் காணமுடிகிறது. நிறப்பாகுபாடு ஒருவர் கறுப்பு அல்லது வெள்ளை நிறத்தில் இருந்தபோதிலும் ஒரு பொருளை பயன்படுத்திக்கொள்வதற்கு அனுமதிக்கிறது. அது அப்பொருளை பயன்படுத்துவதிலிருந்து முற்றிலுமாகவோ பகுதியாகவோ விலக்குவதில்லை. ஆனால் அப்பொருளை பெற்றுக்கொள்ளுகின்ற இடம் வேறாக இருக்கலாம் அல்லது தனித்த இடத்தில் அப்பொருள் வழங்கப்படலாம். மேலும், பொருள் என்பது ஒன்றாகவே இருக்கும். அதன் தரம், அளவு ஆகியவற்றில் குறிப்பிட்டுக் கூறும்படி வேறுபாடு இருக்காது. இதற்கான மிகச் சிறந்த உதாரணம் போக்குவரத்துச் சாதனமான தொடர்வண்டி ஆகும். தொடர்வண்டியில் ஆங்கிலேயேருக்கென ஒதுக்கப்பட்டிருந்த முதல், இரண்டு வகுப்புப் பெட்டிகளை மூன்றாம் வகுப்புப் பெட்டியோடு ஒப்பிடுகையில் அவை சொகுசுத் தன்மை கொண்டதாக இருந்திருக்கலாம். ஆனால் எந்தப் பெட்டியில் பயணித்தாலும் அவர்கள் விரும்புகின்ற இலக்கை அடைந்துவிட முடியும். மூன்றாம் வகுப்புப் பெட்டியில் கூட்ட நெரிசல் காரணமாக ஒரு சிலரால் பயணம் செய்ய இயலாமல் போயிருக்கலாம். ஆனால் அவர்கள் விரும்பிய இடங்களுக்குப் பயணித்திருக்க முடியும். நிறப்பாகுபாட்டிற்கு நேரெதிராக தீண்டாமை முறை இருக்கிறது. தீண்டத்தகாதோர் என்று கருதப்பட்ட மக்கள் தங்களைத் தீண்டினால் அல்லது தாங்கள் இருக்கின்ற இடத்திற்கு அருகில் வந்தால் தாங்கள் தீட்டுக்குள்ளாகிவிடுவோம் என்று ஆதிக்கச் சாதியினர் கருதியதால் அவர்கள் தலித்துகளுடன் பேருந்தில் பயணிப்பதை வெறுத்தனர். இங்குத் தீண்டத்தகாதோர்

---

24. காந்தி. *சத்திய சோதனை*, ப. 135.

ஒரு பொதுப் பொருளை அல்லது ஒரு பொது வெளியைப் புழங்குவதிலிருந்தும் பயன்படுத்திக்கொள்வதிலிருந்தும் முற்றிலுமாக விலக்கப்படுகின்றனர். இதைச் சமூக விலக்கல் எனலாம். பாகுபாட்டுடன் ஒரு பொருளை அல்லது பொது வெளியைப் பயன்படுத்திக்கொள்வதற்கு நிறப்பாகுபாடு அனுமதிக்கிறது ஆனால் தீண்டாமை அவற்றை முற்றிலுமாக மறுக்கிறது. அதாவது நிறப்பாகுபாடு உளவியல் ரீதியான தாழ்வு மனப்பான்மையை, ஒடுக்குமுறையை ஏற்படுத்துகிறது. ஆனால் தாழ்வு மனப்பான்மையை மட்டுமின்றி ஒருவரின் பொருளியல் தேவையையும் தீண்டாமை புறக்கணிக்கிறது. தீண்டாமை பொருளியல் பயன்பாட்டிலிருந்து விலக்குகிறது, நிறப்பாகுபாடு அவ்வாறு செய்வதில்லை. காந்தி குறிப்பிட்டிருப்பது போல அவருக்கு மட்டுமின்றி ஆங்கிலேயர்களிடம் நிறப்பாகுபாட்டை அனுபவித்த ஆதிக்கச் சாதியினருக்கும் அது எளிய துன்பம்! ஆனால் தீண்டாமையோ கொடூரமானது. அடிப்படையில் நிறப்பாகுபாடும் தீண்டாமையும் வேறுபட்டிருந்தாலும் அவற்றிற் கெதிரான போராட்டங்கள் ஒரே மாதிரியான வடிவங்களில் நடைபெற்றிருக்கின்றன. ஆங்கிலேயர்களின் நிறப்பாகுபாட்டை எதிர்த்தவர்கள் சட்ட ரீதியாகவும், தங்களின் அடையாளங்களை மாற்றிக் கொண்டும் உண்மையான முகவரியைக் கூறாதும் முதல் வகுப்பில் பயணம் செய்வதற்கு முயன்றனர். இது ஒருபுறத்தில் நிறப்பாகுபாட்டிற்கு எதிரான போராட்டம். மறுபுறம் வர்க்க நிலையையும் அதன் சொகுசையும் அனுபவிப்பதற்கான போராட்டம். ஆதிக்கச் சாதியினர் கடைப்பிடித்த தீண்டாமைக்கு எதிரான தலித்துகளின் போராட்டம் என்பது தீண்டாமைக்கு எதிரான போராட்டம் மட்டுமே; வர்க்கப் போராட்டமோ அது வழங்கும் சொகுசை அனுபவிப்பதற்கான போராட்டமோ அல்ல. இவ்விரு போராட்டங்களிலும் ஆதிக்கச் சாதியினர் நிறப்பாகுபாட்டிலிருந்து விடுதலை பெற்றுவிட்டனர். ஆனால் தலித்துகள் மீது அவர்கள் இன்றும் தீண்டாமையைக் கடைப்பிடித்து வருகின்றனர்.

பேருந்துப் புறக்கணிப்பும்
பள்ளக்குடி, பறக்குடிப் பேருந்துகளும்

காலனியாட்சிக்குப் பிந்தைய காலத்தில் சாதியச் சமூகத்தின் ஒடுக்குமுறையிலிருந்து விடுதலை பெறுவதற்காகப் பாரம்பரிய தொழில்களிலிருந்து வெளியேறி மாற்றுத் தொழில்களில் ஈடுபடுவதற்காக, கல்வி கற்று இட ஒதுக்கீட்டின் மூலம் அரசுப் பணிக்காகத் தலித்துகள் கிராமங்களைவிட்டு நகரங்களுக்குச் சென்றுவருதல் அதிகரித்துவிட்டது. கல்வி

கற்க விரும்பிய தலித் இளைஞர்களும், விவசாயம் அல்லாத இதர பணிகளில் ஈடுபடத் தொடங்கியவர்களும் பேருந்து வசதி இல்லாத கிராமங்களிலிருந்து சுமார் 10 கி.மீ. அன்றாடம் நடந்தே சென்றுவந்தனர். எத்தனை நாட்கள்தாம் நடந்தே சென்றுவர முடியும்? கடினமான இச் சூழல் பேருந்துகளைப் பயன்படுத்திக்கொள்வதைத் தவிர்க்க இயலாததாக மாற்றியதால் தலித்துகள் தங்களின் கிராமங்களுக்குப் பேருந்து வசதியைப் பெறுவதற்காகப் போராடினர். இப்போராட்டத்தில் அப்போது கல்வி கற்றுக்கொண்டிருந்த தலித் இளந்தலைமுறையினரே முனைப்புடன் ஈடுபட்டனர். ஆட்சியாளர்களைச் சந்தித்து மனுகொடுத்தல், பேருந்து உரிமையாளரிடம் பேருந்து வசதி கேட்டல் போன்ற முயற்சிகள் 1960களுக்குப் பின்னர் தென் தமிழகத்தில் பல கிராமங்களுக்குப் போக்குவரத்து வசதியைப் பெற்றுத் தந்தது. போக்குவரத்து வசதியைப் பெற்ற கிராமங்களில் எழுந்த முதல் சிக்கல் பேருந்து நிலையம் எங்கு அமைப்பது? என்பதுதான். இது தொடர்பாக திருப்பணிகரிசல்குளம் கிராமத்தில் நடைபெற்ற நிகழ்வை மையப்படுத்தி பாலசுப்பிரமணியம் தனது கட்டுரையில் கூறியிருக்கும் பின்வரும் கருத்து ஏற்புடையது: “தலித்துகளின் பகுதியில் பேருந்து நிலையம் அமைந்தால் தாங்கள் அந்தப் பகுதிக்குச் செல்ல நேரிடும். அடுத்து தலித்துகள் முதலில் ஏற வாய்ப்பிருந்தால் இருக்கைகள் அவர்களுக்கே கிடைக்கும். இதனால் அவர்கள் (தலித்துகள்) உட்கார்ந்து வரும்போது நாங்கள் நின்றுகொண்டு வருவதா?”[25] என ஆதிக்கச் சாதியினர் எண்ணினர். இந்த நிலையை முன்கூட்டியே உணர்ந்த காரணத்தினால் ஆதிக்கச் சாதியினர் தங்கள் பகுதியில் பேருந்து நிலையம் அமைவதற்கான ஏற்பாடுகளைச் செய்துகொண்டனர். இதனால் ஆதிக்கச் சாதியினரின் வசிப்பிடத்தில் அமைக்கப்பட்டிருக்கின்ற பேருந்து நிலையத்திற்குச் சென்று பேருந்தில் ஏற வேண்டிய நிர்ப்பந்தம் தலித்துகளுக்கு உருவானது. பேருந்து நிலையம் ஆதிக்கச் சாதியினரின் வசிப்பிடத்தில் அமைக்கப்பட்டிருந்ததால் அவர்களே முதலில் இருக்கையில் அமர்ந்துகொண்டனர். தலித்துகள் அமர்வதற்கு இடம் இல்லாது போய்விட்டது. ஒருசில இருக்கைகள் இருந்தாலும் ஆதிக்கச் சாதியினர் அமர்ந்திருக்கும் இருக்கையில் தலித்துகள் அமர்ந்து பயணிப்பதிலிருந்து தடுக்கப் பட்டிருக்கின்றனர். சில பகுதிகளில் தலித்துகள் இருக்கை யில் அமர்ந்து பயணிக்கிறபோது பேருந்தில் ஏறும் ஆதிக்கச் சாதியினர்க்கு இடம் இல்லாவிட்டால் இருக்கையிலிருந்து தலித்துகள் எழுந்தாக வேண்டும். சில பகுதிகளில் பேருந்து நிலையம் ஆதிக்கச்

---

25. பாலசுப்பிரமணியம், ‘தலித்துகளின் எதிர் அரசியலும் அரசின் ‘பொது’ நிலைப்பாடும்’, *புதிய கோடாங்கி*, (ஆகஸ்ட், 2007), ப. 35.

சாதியினருக்கும் தலித்துகளுக்கும் பொதுவான இடத்திலும் இருந்திருக்கிறது. இத்தகைய இடங்களில் பேருந்து தலித்துகளின் வசிப்பிடத்தைக் கடந்து செல்ல வேண்டிய நிலவியல் அமைப்பு இருந்திருக்கிறது. அத்தகைய இடங்களில் பேருந்தில் ஏறி தலித்துகள் அமர்வதற்கு வாய்ப்பு கிடைத்தபோதும் ஆதிக்கச் சாதியினர் அதைத் தடுத்திருக்கின்றனர். தலித்துகளைப் பேருந்தில் அமர்ந்து பயணிப்பதிலிருந்து ஏன் ஆதிக்கச் சாதியினர் தடுக்கின்றனர்? தாங்கள் மட்டும் சௌகரியத்தோடும் சொகுசாகவும் பயணிக்க வேண்டும், தலித்துகள் அசௌகரியமாகவும் சிரமத்தோடும் பயணிக்க வேண்டும் என்பது மட்டும்தான் ஆதிக்கச் சாதியினரின் விருப்பமா? சாதியச் சமூகத்தில் ஆதிக்கச் சாதியினருக்கு நிகராகத் தலித்துகள் அமர்ந்திருத்தல் பல களங்களிலும் தடை செய்யப் பட்டிருக்கிறது. கிராமப்புறத் தேநீர்க் கடைகளில் ஆதிக்கச் சாதியினருக்குச் சமமாக அமர்ந்து தேநீர் அருந்தக்கூடாது, பஞ்சாயத்து அலுவலகங்களில் தலித் பஞ்சாயத்துத் தலைவர், உறுப்பினர்கள் ஆதிக்கச் சாதியினருக்கு இணையாக நாற்காலியில் அமரக்கூடாது போன்ற சமூக நடைமுறைகள் இன்றும் செயல் படுத்தப்படுகிறபோது பல பத்தாண்டுகளுக்கு முன் பேருந்தில் தங்களுக்குச் சமமாகத் தலித்துகள் அமர்ந்து பயணம் செய்வதை ஆதிக்கச் சாதியினர் எவ்வாறு அனுமதித்திருப்பர்? எவ்வாறு பல களங்களிலும் ஆதிக்கச் சாதியினர் அசமத்துவத்தைச் செயல் படுத்தினரோ அதைப் போலவே பேருந்துப் பயணத்திலும் தலித்து களுக்குச் சமத்துவத்தை மறுத்தனர். ஆதிக்கச் சாதியினரோடு தலித்துகளும் பேருந்தின் இருக்கைகளில் அமர்ந்து சென்றால் இருவரும் சமம் என்ற நிலை உருவாகும். தலித்துகள் அமர்ந்து ஆதிக்கச் சாதியினர் நின்றுகொண்டு பயணித்தால் தலித்துகள் ஆதிக்கச் சாதியினருக்குச் சமமானவர் என்றும் நின்றுகொண்டு பயணிக்கின்ற ஆதிக்கச் சாதியினர் தலித்துகளுக்குக் கீழானவர் என்ற நிலையும் உருவாகும். எனவே, சமத்துவம் அசமத்துவம் என்ற அரசியலே பேருந்தின் இருக்கையில் அமர்ந்து பயணிப்பதி லிருந்து தலித்துகளை விலக்கியது என்று கூறலாம். இது தொடர்வண்டியில் வெள்ளையர்கள் கறுத்த இந்தியர்கள் மீதும், அமெரிக்காவில் பேருந்துப் பயணத்தில் கறுப்பின மக்கள் மீதும் கடைப்பிடித்து வந்த நிறப்பாகுபாட்டினால் விளைந்த அசௌகரியம், சிரமம் ஆகியவற்றிற்கு ஒப்பானதாகும். மேற்குறிப்பிட்ட அசமத்துவத்திற்கு எதிராகத் தலித்துகள் போராடத் தொடங்கினர் இப்போராட்டத்திற்கும் கடந்த காலத்தில் தலித்துகள் நடத்திய போராட்டத்திற்கும் வேறுபாடு உண்டு. அப்போது பேருந்துகளில் ஏறுவதற்காகப் போராட்டம் நடத்தினர் ஆனால் இக்காலங்களில் பேருந்தின் இருக்கையில்

தலித் பொதுவுரிமைப் போராட்டம்

அமர்ந்து பயணிப்பதற்காகப் போராடினர். இப்போராட்டம் இரு வடிவங்களில் நடைபெற்றிருப்பதைக் காணமுடிகிறது:

1) தலித்துகளுக்கெனத் தனிப் பேருந்து வசதியைப் பெறுதல்,
2) சாதிய அடையாளத்தைக் காணமுடியாத பேருந்துகளில் பயணித்தல்.

இந்த இரு வகைப் போராட்டத்திலும் பேருந்துகளைப் புறக்கணித்தல் என்ற பண்பு இருக்கிறது. இது அமெரிக்காவில் கறுப்பின மக்கள் ரோஸா லக்ஸம்பர்க் நிகழ்வையொட்டி நடத்திய பேருந்துப் புறக்கணிப்பு இயக்கத்திற்கு ஒப்பாக இருக்கின்ற அதே சமயத்தில் வேற்றுமைகளும் இருக்கின்றன. ஆனால் கறுப்பின மக்களும் தலித்துகளும் நடத்திய அப்போராட்டங்கள் சமத்துவம் என்ற இலக்கிலிருந்து வேறுபட்டிருக்கவில்லை என்பதைக் கவனத்தில் கொள்ள வேண்டும். கறுப்பின மக்களின் பேருந்துப் புறக்கணிப்பு இயக்கம் முற்றிலும் பேருந்துகளைப் புறக்கணித்துவிட்டு தாங்கள் செல்ல வேண்டிய இடங்களுக்கு நடந்து செல்வதை மேற்கொண்டது. ஆனால் தலித்துகளின் போராட்டம் அவ்வாறு இல்லை. தங்களுக்கெனத் தனிப் பேருந்து வசதியைப் பெறுவதும், தங்களைச் சாதி அடையாளம் காணமுடியாத தங்கள் மீது சாதிய ஆதிக்கம் செலுத்துவதற்கு வாய்ப்பில்லாத பேருந்துகளில் தலித்துகள் பயணிக்கத் தொடங்கினர். முதல் வகைப் போராட்டம் குறித்துக் காண்போம்.

ஆரம்ப காலங்களில் கிராமப்புறங்களுக்கு ஒரு பேருந்து மட்டுமே இயக்கப்பட்டதாலும் அதன் மீது ஆதிக்கச் சாதியினர் ஏகபோகத்தைச் செலுத்தியதாலும் தலித்துகள் அப்பேருந்தில் பயணிப்பதிலிருந்து விலக்கப்பட்டனர். இதனால் தலித்துகள் ஆதிக்கச் சாதியினரின் ஆதிக்கத்திலிருக்கின்ற பேருந்தில் பயணிப்பதைப் புறக்கணித்துவிட்டு தங்கள் கிராமத்திற்கெனக் கூடுதலாகப் பேருந்து ஒன்று இயக்கப்படுவதற்குப் பேருந்து உரிமையாளர்களை அணுகி வெற்றி பெற்றனர். திருநெல்வேலி மாவட்டம் சிவந்திப்பட்டி கிராமத்திற்கு அங்கு வசிக்கின்ற தலித்துகளின் முயற்சியினாலேயே 1970களில் பேருந்து வசதி கிடைத்தது. என்றபோதிலும் அதை ஆதிக்கச் சாதியினர் ஆக்கிரமிப்பு செய்துகொண்டதால் தலித்துகள் மீண்டும் முயன்று கூடுதலாக ஒரு பேருந்தை 1980களில் பெற்று அதில் அமர்ந்து பயணித்தனர். சிவந்திப்பட்டி தலித்துகளைப் போல் திருநெல்வேலி மாவட்டம் வல்லவன்கோட்டை தலித்துகள் வேறுவிதமான போராட்டத்தில் ஈடுபட்டனர். 2000 குடும்பங்கள் மட்டுமே வசிக்கும் தலித் கிராமமான வல்லவன்கோட்டைக்குப் பேருந்து வசதி இல்லாதிருந்தது. எனவே, 1980களின் தொடக்கத்தில்

வல்லவன்கோட்டைக்கு அருகிலுள்ள ஆதிக்கச் சாதியினர் வசிக்கின்ற வெள்ளாளன்குளம் வரை இயங்கிக்கொண்டிருந்த தனியார் பேருந்து ஒன்றைத் தங்கள் கிராமம் வரைக்கும் வருகின்ற வசதியைப் பெற்றனர். இவ்விரு கிராமங்களுக்கும் இடைவெளி சுமார் மூன்று கிலோ மீட்டர். வெள்ளாளன்குளத்துக்குப் பிறகு வல்லவன்கோட்டை இருப்பதால் அப்பேருந்து வல்லவன் கோட்டைக்குச் சென்று திரும்பி வரும்போது அப்பேருந்தின் இருக்கைகள் முழுவதிலும் தலித்துகள் அமர்ந்திருந்தனர். தலித்துகள் இருக்கையில் அமர்ந்து செல்ல நாம் நின்று பயணிக்க வேண்டுமா? ‘கீழ்சாதியினர்’ இருக்கையில் அமர்ந்து செல்ல ‘மேல்சாதியினர்’ நின்றுகொண்டு பயணிப்பதா? என எண்ணினர். சமத்துவ, அசமத்துவ அரசியலால் ஆதிக்கச் சாதியினர் அப்பேருந்தில் பயணிக்க மறுத்ததோடு அப்பேருந்து வல்லவன்கோட்டைக்குச் செல்வதையும் ஆதிக்கச் சாதியினர் தடுத்துவிட்டனர். இதனால் வல்லவன்கோட்டை தலித்துகள் தங்களுக்கெனத் தனியாக அரசுப் பேருந்து வசதியைப் பெற்றனர். இவ்வாறாக தாங்கள் அமர்ந்து பயணிப்பதற்காகத் தலித்துகள் பெற்ற கூடுதல் பேருந்துகளின் மீது ஆதிக்கச் சாதியினர் தீண்டாமை பாராட்டி அப்பேருந்துகளுக்குப் ‘பள்ளக்குடிபஸ்’ என்று பெயர் சூட்டினர். இதே போல் வடமாவட்டங்களில் பறக்குடிபஸ், மேற்கு மாவட்டங்களில் சக்கிலியக்குடி பஸ் இருந்திருக்கலாம்.

இரண்டாம் வகைப் போராட்டத்தில் தலித்துகள் தங்களுக் கெனத் தனிப்பேருந்து வசதியைப் பெற முயற்சி எடுக்காததற்கு இரண்டு காரணங்கள் இருக்கின்றன: 1) அவர்கள் கிராமத்திற்கும் பேருந்துகள் இயங்கிக் கொண்டிருக்கும் நகரத்திற்கும் இடையில் பெருத்த இடைவெளி இல்லாததால் அந் நகரம் வரைக்கும் நடந்து சென்று பேருந்தில் பயணம் செய்ய முடியும். 2) அவ்வாறு பயணம் செய்கிறபோது அப்பேருந்தில் தங்கள் கிராமத்தைச் சார்ந்த ஆதிக்கச் சாதியினர் இல்லாதிருப்பர். ஆதிக்கம் செய்வதும் கீழ்ப்படிதலும் சாதிய அடையாளம் தெரிந்தவர்களுக்கு இடையே மட்டும்தான். அதுவும் அவரவர் கிராமத்தைச் சேர்ந்தவர்களிடம் மட்டும்தான் செயல்படுத்த முடியும். ஒரு கிராமத்தைச் சேர்ந்த தலித் ஒருவரை வேறு கிராமத்தைச் சேர்ந்த ஆதிக்கச் சாதியினர் தலித் என்று அடையாளம் காண்பதும் அவர் மீது ஆதிக்கம் செலுத்துவதும் எளிதில் நடைபெறக்கூடியது அல்ல. இதனால் தலித்துகள் தங்கள் கிராமத்திலிருந்து அன்றாடம் காலையும் மாலையும் ஒருசில கிலோ மீட்டர் தூரம் நடந்து சென்று முக்கியச் சாலைகளில் இயங்கிக்கொண்டிருந்த நகர் மற்றும் புறநகர் பேருந்துகளில் பயணித்தனர். இத்தகைய நடைமுறையைத் திருநெல்வேலி மாவட்டம் திருப்பணிக்கரிசல்குளம் கிராமத்தைச்

சேர்ந்த தலித்துகள் பின்பற்றினர். மேலே விவரித்திருக்கிற இருவகைப் போராட்டங்களிலும், தங்களின் கிராமங்களுக்கு வந்து செல்கின்ற பேருந்துகள் மீது அதே கிராமத்தைச் சேர்ந்த ஆதிக்கச் சாதியினர் ஆதிக்கம் செலுத்திய காரணத்தால் அப் பேருந்துகளில் பயணம் செய்வதைத் தலித்துகள் புறக்கணித்தனர் ஆனால் பேருந்துகளையே முற்றிலுமாகப் புறக்கணிக்கும் போராட்டத்தை நடத்தவில்லை. அது மட்டுமின்றி ஆதிக்கச் சாதியினரின் ஆதிக்கத்தையும் எதிர்த்துப் பேருந்துகளில் தலித்துகள் போராடவில்லை. ஒருவிதத்தில் அவர்கள் பேருந்து வசதிக்காகத் தனியார் பேருந்துகளையும் அரசாங்கத்தையும் சார்ந்திருந்தனர். சார்புநிலை, ஆதிக்கச் சாதி எதிர்ப்பின்மை ஆகியவற்றிற்குச் சில காரணங்கள் இருக்கின்றன. 1970களிலும் 1980களிலும் தென்மாவட்டங்களில் தலித்துகள் கல்வி கற்றல், பொருளாதாரச் சுயசார்பு நிலையை அடைவதற்கான முயற்சியில் ஈடுபட்டிருந்தனர். மேலும், ஆதிக்கச் சாதியினரின் ஆதிக்கத்தை எதிர்க்கின்ற வலிமையைப் பெற்றிருக்கவில்லை. எனவே, கறுப்பின மக்களின் பேருந்துப் புறக்கணிப்பு இயக்கம் வருமான இழப்பை ஏற்படுத்தியது போல் தலித்துகளின் போராட்டம் அரசாங்கத்திற்கோ, தனியார் பேருந்து நிறுவனத்திற்கோ வருமான இழப்பை ஏற்படுத்தவில்லை. கறுப்பின மக்களின் பேருந்துப் புறக்கணிப்பு இயக்கம் வருமான இழப்பை ஏற்படுத்திய பின்னர் அவர்கள் வெள்ளையர்களுக்கு இணையாக இருக்கையில் அமர்ந்து சமத்துவமாகப் பயணிக்கின்ற சூழல் உருவானது. ஆனால் தலித்துகளின் போராட்டம் கறுப்பின மக்களின் போராட்டத்திலிருந்து சற்று வேறுபட்டிருக்கின்ற காரணத்தால் ஆதிக்கச் சாதியினரோடு அவர்களுக்கு இணையாக இருக்கையில் அமர்ந்து பயணித்திருக்க முடியவில்லை. இதனால் தங்களுக்கெனத் தனியாகப் பேருந்து வசதிகளைப் பெற்றுக் கொண்டும், தங்களை அடையாளம் காணமுடியாத, தங்கள் மீது ஆதிக்கம் செலுத்துவதற்கு வாய்ப்பு இல்லாத பேருந்துகளில் மட்டும் பயணித்தனர். இந்தப் பயணம் தலித்துகளை ஆதிக்கச் சாதியினரின் பொருளாதாரச் சார்பு நிலையிலிருந்து விடுவித்ததால் பேருந்துப் பயணத்தில் ஆதிக்கச் சாதியினரோடு சமமாகப் பயணிப்பதற்கான போராட்டத்தைத் தொடங்கினர்.

ஆதிக்கத்திற்கும் உரிமைக்குமான போராட்டக் களம்

1970கள், 1980கள் போல் அல்லாமல் 1990களில் தலித்துகளின் வாழ்க்கையில் பல்வேறு மாற்றங்கள் ஏற்பட்டிருந்தன. பொருளாதாரத்திற்காகத் தனது சொந்த கிராமத்து ஆதிக்கச் சாதியினரைச் சாராத நிலை, கல்வியறிவு, அரசியல் சாசன உரிமை குறித்த விழிப்புணர்வு, உள்ளூர் மற்றும் பேரியக்கங்களில்

பங்கேற்பு, சமூக மாற்றத்திற்கான அரசியல் மற்றும் சமூக இயக்கங் களுடனான உறவு போன்றவை தலித்துகளைச் சாதி ஆதிக்கத்திற்கு எதிராக நேரடியாகப் போராடும் சூழலை உருவாக்கியது.

ஆதிக்கச் சாதியினருக்கும் தலித்துகளுக்குமான சாதிய முரண் கூர்மை பெற்றதும் தீவிரப்பட்டதும், பின்னர் மோதலாக உருவெடுத்ததும் பேருந்து என்ற பொதுக் களத்தில்தான். இந்த நிலை பேருந்தில் நிகழ்வதற்கான காரணங்கள் இல்லாமல் இல்லை. கிராம அமைப்பு முறையில் வாழ்விடம், கோயில், பாலர் பள்ளி, குடிநீராதாரம், இடுகாடு/சுடுகாடு என அனைத்தும் ஒவ்வொரு சாதிக்கும் தனித்தனியாகவோ தலித்துகளுக்கும் தலித்தல்லா தோருக்கும் என இரண்டாகவோ இருக்கிறது. இவ்விரண்டிரண்டு நிலையை அம்பேத்கர், "ஒவ்வொரு கிராமத்திலும் தீண்டத்தக்கவர் களும் தீண்டத்தகாதவர்களும் தனித்தனிக் குழுக்களாகவே உள்ளனர். அவர்களிடையே பொதுவாக ஒன்றும் இல்லை"[26] என்று கூறினார். கிராம அமைப்புமுறையின் இப் பண்புக்கு நேர்மாறாக, பேருந்தானது முரணான இரு சாதியினர் – ('தீண்டத்தக்கோர் x தீண்டத்தகாதோர்') ஒன்றாகக் குழுமுவதற்கான பொது வெளியை உருவாக்கியதோடு அவ்விரு பிரிவினரும் நெருக்கமாகவும் சமமாகவும் பயணிக்கின்ற சூழலை உருவாக்க ஆதிக்கச் சாதியினர் விரும்பவில்லை. இது பேருந்து அறிமுகம் செய்யப்பட்ட காலத்தி லிருந்து 1980கள் வரையிலும் நடைபெற்று வந்தது. இன்றும் சில கிராமங்களில் அந்நிலை நீடித்துக்கொண்டிருக்கும் என்று நம்பலாம். ஆனால் 1990களில் ஏற்பட்ட சில மாற்றங்கள் பேருந்து களைப் பயன்படுத்துவதிலும் மாற்றத்தை விளைவித்தது.

தலித்துகளிடத்திலும் ஆதிக்கச் சாதியினரிடத்திலும் கல்வி கற்கின்ற போக்கும், விவசாயம் அல்லாத பிற தொழில்களில் ஈடுபடுவதும் 1990களில் அதிகரித்திருக்கிறது. மேலும், இரண்டு பிரிவைச் சேர்ந்த பெண்களும் கல்வி கற்றல், தொழில் செய்தல் குறிப்பாகக் கட்டடம் கட்டுதல், சித்தாள் பணி, பீடித் தொழில் போன்ற தேவைகளுக்காகக் கிராமங்களைவிட்டு அன்றாடம் நகரங்களுக்குச் சென்றுவரத் தொடங்கினர். இது தென் மாவட்டங்களைச் சேர்ந்த பெண்களிடத்தில் ஏற்பட்ட புதிய மாற்றம் ஆகும். விவசாயிகளிடத்திலும் புதிய மாற்றம் ஏற்பட்டிருந்தது. விவசாயத்தில் நவீன உற்பத்திக் கருவிகள் அறிமுகம் செய்யப்பட்டதனால் பாரம்பரிய மாட்டுவண்டி அப்புறப்படுத்தப்பட்டது. விவசாய உற்பத்திக்கான மூலப் பொருட்களான விதை, உரம், பூச்சிக் கொல்லி மருந்து போன்றவற்றில் சுயசார்புடன் இருந்த விவசாயிகள் பிறரைச்

---

26. அம்பேத்கர் பேச்சும் எழுத்தும் – தொகுதி 9, ப. 96.

சார்ந்திருக்க வேண்டிய நிலைக்குத் தள்ளப்பட்டதானது முந்தைய காலத்தைவிடவும் அதிகரித்தது. மேலும் இதுகாறும் உற்பத்தி செய்தவற்றை மரபுப் போக்குவரத்துச் சாதனமான மாட்டு வண்டியில் நகரங்களுக்குக் கொண்டு சென்றவர்கள் அவற்றை நவீனப் போக்குவரத்துச் சாதனமான பேருந்தில் கொண்டுசெல்லத் தொடங்கினர். பெருவாரியான கிராமப்புற மக்கள் தங்களின் வாழ்க்கைத் தேவைகளுக்காக நகரங்களைச் சார்ந்திருக்க வேண்டிய நிலை அதிகரித்துவிட்டதால் பேருந்துகளை அன்றாடம் பயன்படுத்துகின்ற போக்கு அதிகரிக்கவே பயணியர் எண்ணிக்கையும் அதிகரித்தது. இது தலித்துகள் ஆதிக்கச் சாதியினர் பயணிக்கின்ற பேருந்தையும், ஆதிக்கச் சாதியினர் தலித்துகள் பயணிக்கின்ற பேருந்தையும் பயன்படுத்திக் கொள்ள வேண்டிய சூழலை ஏற்படுத்தியது. மேலும் பொருளாதாரச் சுயசார்பு நிலையை ஓரளவு அடைந்துகொண்டிருந்த தலித்துகள் ஒவ்வொரு பொதுக் களத்திலும் சமத்துவம் பெறுவதற்காகப் போராடிக்கொண்டிருந்தது போல் பேருந்துப் பயணத்திலும் சமத்துவம் அடைய வேண்டும் என்ற வேட்கையினால் ஆதிக்கச் சாதியினர் மட்டுமே பயணித்துக்கொண்டிருந்த பேருந்தைப் பயன்படுத்துவதற்கு முற்பட்டனர்.

பரந்த இடைவெளியில் ஒருவருக்கொருவர் அருகருகே நின்றுகொண்டு, இருந்து கொண்டு பார்த்துக்கொள்வதற்கோ பேசுவதற்கோ வாய்ப்பே இல்லாத கிராமச் சூழலுக்கு நேர்மாறாக இடைவெளியற்று நெருக்கமாக நின்றுகொண்டு, உட்கார்ந்து கொண்டு பார்த்துக்கொள்வதற்கும் உரையாடுவதற்குமான சூழல் பேருந்தில் உருவாகியது. ஏற்றத்தாழ்வான எண்ணங்களோடும், விருப்பு வெறுப்புகளுடனும், விடுதலை பெறவேண்டும் என்ற வேட்கையுடனும் வாழ்ந்த தலித்துகள் பேருந்தில் நேருக்குநேர் அதுவும் மிக நெருக்கமாக ஆதிக்கச் சாதியினரை சந்தித்துக் கொள்ளும்போது என்ன நிகழும்? பொதுக்களத்தில் என்ன நிகழும்? என்று ஹேபர்மாஸ் கருதினாரோ அதற்கு நேர்மாறாக உரையாடலுக்குப் பதில் உரசல் நிகழ்ந்தது. இது இரண்டு வடிவங்களில் நிகழ்ந்தது. அவை: 1. உடல் உரசல் 2. உளவியல் உரசல் என்பன. உடல் உரசல் என்பது இதுவரையிலும் தீண்டாதிருந்த உடல்கள் தீண்டிக் கொள்வதாகும். இது ஆணுக்கும் ஆணுக்கும், பெண்ணுக்கும் பெண்ணுக்கும் இடையில் நடைபெற்றது. ஆதிக்கச் சாதியைச் சேர்ந்த ஆண்கள் அல்லது பெண்கள் அமர்ந்திருக்கின்ற இருக்கையில் மற்றொருவர் இருப்பதற்கான இடம் இருந்தால் அவ்விடத்தில் தலித் ஆண்கள் அல்லது பெண்கள் இருத்தல், பேருந்தினுள் ஒருவரை மற்றவர் கடந்து செல்லுதல் ஆகிய சூழலின்போது உடல்கள் உரசிக்கொள்ளுதல் தவிர்க்க இயலாது.

இதனால் ஆதிக்கச் சாதியினர் தலித்துகளைச் சாதிப் பெயர்களைக் கூறி இழிவாகத் திட்டினர். வன்முறையை ஏவினர். தொடக்கத்தில் ஆதிக்கச் சாதியினரின் ஏச்சுக்கும் வன்முறைக்கும் அடிபணிந்த தலித்துகள் அவை தொடரத் தொடர அதற்கு எதிராகப் போராடத் தொடங்கினர். இப்போராட்டத்தின் முதல் கட்டம் இருக்கையில் அமர்ந்து பயணித்தல் ஆகும். இந்தப் போராட்டத்தில் பேருந்து நிலையம் முக்கியப் பங்காற்றியது.

பொதுவாகப் பேருந்து நிலையம் ஆதிக்கச் சாதியினரின் வசிப்பிடத்தில் அமைக்கப்பட்டிருந்தது. சில பகுதிகளில் ஆதிக்கச் சாதியினரின் வசிப்பிடம் அருகே பேருந்து நிலையம் அமைக்கப்பட்டிருந்தாலும் இதற்கும் தலித்துகளின் வசிப்பிடத்திற்கும் பெருத்த இடைவெளி இருக்கவில்லை. சில பகுதிகளில் பேருந்து நிலையத்திற்கும் தலித்துகளின் வசிப்பிடத்திற்கும் பெருத்த இடைவெளி இருக்கும். சில கிராமங்களில் பேருந்து நிலையத்தைக் கடந்து தலித் குடியிருப்பு இருக்கிறது; சில கிராமங்களில் தலித் குடியிருப்பைக் கடந்து பேருந்து நிலையம் இருக்கிறது. சில கிராமங்களில் கிராமம் விரிவடைகின்ற காரணத்தால் விரிவடைந்த பகுதியில் வசிப்பவர்களுக்கும் பேருந்து நிலையத்திற்கும் பெருத்த இடைவெளி ஏற்பட்டிருக்கிறது. விரிவடைந்த பகுதியில் அனைத்துச் சாதியினரும் குடியிருப்பதில்லை. சில கிராமங்களில் ஆதிக்கச் சாதியினர் வசிக்கின்ற பகுதியும் சில கிராமங்களில் தலித்துகள் வசிக்கின்ற பகுதியும் விரிவடைந்திருக்கிறது. இப்பகுதிக்கும் பேருந்து நிலையத்திற்கும் பெருத்த இடைவெளி இருக்கிறது. பயணிகளில் முதலில் யார் பேருந்தில் இடம்பிடிக்கிறார்களோ அல்லது முன்பதிவு செய்கிறார்களோ அவர்களே அதில் அமர்ந்து செல்ல இயலும் என்பதால் இடம் பிடிப்பதற்குப் பல உத்திகள் கையாளப்படுகின்றன.

பொதுவாகக் கிராமங்களில் பேருந்து நிலையத்திலிருந்து புறப்படும் பேருந்தானது பேருந்து நிறுத்தத்தில் மட்டுமின்றி பேருந்தில் ஏறுவதற்காக மக்கள் வழிமறிக்கிற இடங்களில் எல்லாம் நின்று செல்லும். விரிவடைந்த பகுதியிலேயே நின்று கொண்டு பேருந்தில் ஏறிக்கொள்ள முடியும். ஆனால் அவர்கள் இருப்பதற்கு இருக்கைகள் கிடைப்பது அரிது. இத்தகைய சிக்கல் ஏற்பட்டபோது விரிவடைந்த பகுதியில் வசிக்கின்ற ஆதிக்கச் சாதியினர் பேருந்து தங்கள் பகுதியைக் கடந்து பேருந்து நிலையத்திற்குச் செல்லும்போதே அதில் ஏறி இருக்கையில் அமர்ந்துகொள்வர். ஆதிக்கச் சாதியினரின் இந்த நடவடிக்கையில் தாங்கள் உட்கார்ந்துகொண்டும் தலித்துகள் நின்றுகொண்டும் பயணிக்க வேண்டும் என்ற நோக்கம் இருந்தது. இதனால் பேருந்தில் ஏறிக்கொள்கின்ற ஆதிக்கச்

சாதியினர் இருக்கையில் அமர்ந்துகொள்வது மட்டுமின்றி கைக்குட்டை, பை போன்ற பொருட்களைக் காலியாக இருக்கின்ற இருக்கைகளில் வைத்து அவ்விருக்கைகளைத் தங்களின் உற்றார் உறவினர்களுக்காக இடம்பிடித்துக்கொள்வர். இவ்வாறு பேருந்தில் ஏறிச் சென்று நிலையம் வரை செல்கிறபோது அதற்கு ஆதிக்கச் சாதியினர் பயணச் சீட்டு பெற்றுக்கொள்வதில்லை. பேருந்து நடத்துநரும் அவர்களிடத்தில் பயணச்சீட்டு எடுக்க வேண்டும் என்று கூறுவதில்லை. மேலே விவரித்திருக்கின்ற செயல்பாட்டைத் திருநெல்வேலி மாவட்டம் சிவந்திப்பட்டி உட்பட பல கிராமங்களைச் சேர்ந்த ஆதிக்கச் சாதியினர் பின்பற்றுகின்றனர். ஆதிக்கச் சாதியினரின் இந்த நடவடிக்கை தலித்துகள் இருக்கையில் அமர்ந்து பயணிப்பதை முற்றிலுமாக தடுத்ததால், இருக்கையில் அமர்ந்து பயணிக்க வேண்டும் என்பதற்காக தலித்துகளும் ஆதிக்கச் சாதியினர் பின்பற்றிய அதே முறையைக் கைக்கொண்டனர். அதாவது, விரிவடைந்த பகுதியில் வசிக்கின்ற தலித்துகள் பேருந்து தங்களின் பகுதியைக் கடந்து முனையத்திற்குச் செல்லுகின்றபோதே அதில் ஏறி அமர்ந்திருக்கின்றனர். இத்தகைய நிகழ்வு, திருநெல்வேலியிலிருந்து தூத்துக்குடி மாவட்டம் ஆழ்வார்கற்குளம் வரை சென்றுவருகின்ற பேருந்துகளில் நடைபெற்றது. சிவந்திப்பட்டி ஆதிக்கச் சாதியினர், நடவடிக்கையையும், ஆழ்வார்கற்குளம் தலித்துகளின் நடவடிக்கையையும் ஒரே முறையையே பின்பற்றுகின்றனர் என்று தோன்றலாம். ஆனால் அந்த இரண்டு நடவடிக்கைகளுக்குள்ளும் இருக்கின்ற அரசியலை உற்றுநோக்கினால் அவற்றின் இலக்கு வேறுவேறாக இருப்பதைக் காணலாம்.

ஆதிக்கச் சாதியினரின் நடவடிக்கையில் இரண்டு நோக்கங்கள் இருக்கின்றன: ஒன்று, தங்களது ஆதிக்கத்தைத் தலித்துகளின் தாழ்த்தப்பட்ட நிலையைப் பேருந்திலும் நிலைநாட்டுதல். இரண்டாவது, தான் அனுபவிக்கின்ற அதே பொருளைத் தலித்துகள் அனுபவிக்கக்கூடாது என்பதாகும். பேருந்தில் குறிப்பிட்ட எல்லையை அடைவதற்காக ஆதிக்கச் சாதியினருக்கு என்றோ தலித்துகளுக்கு என்றோ அவர்கள் நின்றுகொண்டு பயணிப்பதற்கோ, அமர்ந்துகொண்டு பயணிப்பதற்கோ வெவ்வேறான கட்டணம் வசூலிக்கப்படுவதில்லை, ஒரே விதமான கட்டணம்தான் வசூலிக்கப்படுகிறது. ஆனால் தலித்துகள் நின்று கொண்டு பயணிக்க வேண்டும் என்று ஆதிக்கச் சாதியினர் விரும்புவதன் உள்நோக்கம் சாதியப் படிநிலையைப் பேருந்துப் பயணத்திலும் மறுஉற்பத்தி செய்வதாகும். ஆதிக்கச் சாதியினரின் இச்செயல்பாட்டை நிறப்பாகுபாட்டோடு ஒப்பீடு செய்வது இங்கு அவசியமெனப்படுகிறது. காலனியாட்சியினர் தொடர்வண்டியில் பயணிப்பதற்கு ஒரே கட்டணத்தை வசூலித்த போதிலும் தங்களின்

ஆதிக்கத்தைப் பயணத்திலும் மறுஉற்பத்தி செய்வதற்காகச் சொற்ப எண்ணிக்கையிலான ஆங்கிலேயர் பயணிக்கின்ற முதலாம், இரண்டாம் வகுப்புப் பெட்டிகளில் இடம்தர மறுத்துவிட்டு, கறுத்த இந்தியர்களுக்கு மூன்றாம் வகுப்புப் பெட்டியை ஒதுக்கினர். அன்று ஆங்கிலேயர்கள் நிறப்பாகுபாடு காரணமாக மூன்றாம் வகுப்புப் பெட்டியைக் கறுத்த இந்தியர்களுக்கு ஒதுக்கியதற்கும் இன்று ஆதிக்கச் சாதியினர் தீண்டாமை காரணமாகத் தலித்துகள் நின்றுகொண்டு பயணிக்க வேண்டும் என்று கூறுவதற்கும் இடையில் என்ன வேறுபாடு இருக்கிறது? இந்தியர்களுக்கு எதிரான ஆங்கிலேயரின் நிறப்பாகுபாட்டு நடவடிக்கையிலும், ஆதிக்கச் சாதியினரின் தலித்துகள் மீதான தீண்டாமை நடவடிக்கையிலும் தங்களின் ஆதிக்கத்தைச் சமூகப் பண்பாட்டுத் தளங்களிலும் மறுஉற்பத்தி செய்கின்ற அரசியல் உள்ளடங்கியிருக்கிறது. ஆங்கிலேயர்களை ஏகாதிபத்தியவாதிகள் என்று கூறும்போது ஆதிக்கச் சாதியினரையும் அவ்வாறு அழைக்கலாம்தானே? ஆதிக்கச் சாதியினரின் இந்த நடவடிக்கையில் ஆதிக்கம் செய்தல், தீண்டாமையைக் கடைப்பிடித்தல், பொருளை அனுபவிப்பதிலிருந்து விலக்குதல் ஆகிய செயல்பாடுகள் உள்ளடங்கியிருக்கின்றன. ஆனால் இவற்றுக்கு நேர்மாறாக சமத்துவம் அடைதல் என்ற நோக்கம் மட்டுமே தலித்துகளின் நடவடிக்கையில் இருக்கிறது.

சுமார் நூறுவருடங்களுக்கு முன்னர் காந்தி தென்னாப்பிரிக்காவிலும், அதைத் தொடர்ந்து 1920களில் ஆதிக்கச் சாதியினர் இந்தியாவிலும் நிறப்பாகுபாட்டிற்கு எதிராக நடத்திய போராட்டத்தைச் சுதந்திர இந்தியாவில் தீண்டாமைக்கு எதிராக 1980களில் ஒருசில கிராமங்களிலும் 1990களில் பல கிராமங்களிலும் தலித்துகள் நடத்தினர். இப்போராட்டம் இன்றும் பல கிராமங்களில் இருக்கும் என்று உறுதியாக நம்பலாம். பேருந்தில் ஆதிக்கச் சாதியினர் ஆதிக்கத்தை மறுஉற்பத்தி செய்வதற்கான போராட்டமும் தலித்துகளின் சமத்துவத்திற்கான போராட்டமும் அவர்களை அடுத்த கட்ட போராட்டத்திற்குத் தள்ளியது.

கிராமப்புறங்களில் நடைபெறும் கோயில் கொடைவிழா, திருமணம், காதணி விழா, பூப்பெய்தல் போன்ற சமூகப் பண்பாட்டுக் கொண்டாட்டங்களைப் பேருந்துகளிலும் கொண்டாடத் தொடங்கினர், இது தென்மாவட்டங்களில் 1990களில் பரவலாக நடைபெறத் தொடங்கியது. தேவர்கோட்டை, தேவேந்திரர்கோட்டை, யாதவர்கோட்டை எனத் தென்மாவட்டத்தில் பல சாதியினரும் பல கோட்டைகளைக் கட்டியுள்ளனர். கோட்டை என்ற வார்த்தையைக் கணக்கில் எடுத்துக்கொண்டு ஒவ்வொரு சாதியினரும் தாங்கள் வாழுகின்ற பகுதியைச்

சுற்றி சுற்றுச் சுவர் எழுப்பியுள்ளனரோ? என்று எண்ணிவிட வேண்டாம். இக்கோட்டை கோட்டைப்பிள்ளைமார் கட்டிய மண்கோட்டை போல் அல்ல;[27] மன்னராட்சிக் காலத்தில் கட்டப் பட்டது போன்ற கோட்டைகளும் அல்ல; வீட்டைச் சுற்றிக் கட்டப்பட்டிருக்கும் சுற்றுச் சுவரும் அல்ல; உத்தபுரத்து ஆதிக்கச் சாதியினர் கட்டியிருந்த தடுப்புச் சுவர் போன்றும் அல்ல! அப்படியானால் தேவர்கோட்டை, தேவேந்திரர் கோட்டை எவ்வாறு இருக்கும்? அவை ஒவ்வொரு சாதியினரும் தங்கள் மனங்களில் கட்டிவைத்திரும் வெறும் மனக்கோட்டைகள்தாம்!

இந்த மனக் கோட்டைகளுக்குள் சாதிய ஆதிக்கமும் போராட்டமும் இருப்பது ஆய்வுக்குரியது. இந்த சாதியக் கோட்டைகளில் இன்ப துன்ப நிகழ்வுகள் நடைபெறும்போது பேருந்துகள் அலங்கரிக்கப்படும். தேவர் / தேவேந்திரர் / யாதவர் கோட்டையில் திருவிழா, என்ற வாசகம், அவர்கள் சமூகத்தைச் சேர்ந்த தலைவர்கள், நடிகர்கள், இயக்குநர்கள் போன்றோரின் புகைப்படங்கள், வாழைமரங்கள் போன்றவை பேருந்தின் முன்புறக் கண்ணாடியில் கட்டப்பட்டிருக்கும். சாலையைப் பார்த்துப் பேருந்தை இயக்குவதற்கு வசதியாக சிறிய இடைவெளி மட்டுமே விடப்பட்டிருக்கும். அப்பேருந்து செல்லும் ஊரின் பெயரைப் பார்ப்பதற்கு முன்னர் கோட்டைகளில் நடைபெறும் நிகழ்ச்சியே முதலில் தெரியும். இவ்வாறு கிராமங்களிலிருந்து நகரங்களுக்குச் சென்றுவருகின்ற பேருந்துகள் அவ்வப்போது ஒவ்வொரு கோட்டையிலும் நடைபெறும் நிகழ்வுகளைச் சுமந்து வருகின்றன.

ஒரு சாதியினர் தங்களுக்கான விழா நடைபெறும்போது பேருந்தை எந்த அளவிற்கு அலங்கரிப்பார்களோ அதைவிடவும் பல மடங்கு கூடுதலாக அடுத்த சாதியினர் தங்கள் திருவிழாவின் போது அலங்கரிப்பர். பேருந்துகள், தனியார் பேருந்துகளாக இருந்தாலும் சரி, அல்லது அரசுப் பேருந்துகளாக இருந்தாலும் சரி அப்பேருந்துகள் அவ்வப்போது பல கோட்டைகளாக – தேவர்கோட்டை, தேவேந்திரர்கோட்டை, யாதவர்கோட்டை– என மாறிக்கொண்டிருக்கிறது. இவ்வாறாகக் கோட்டையின் பெருமையைப் பேருந்தில் கொண்டாடுவது ஏன்? இது வெறும் கொண்டாட்டம் மட்டும்தானா? இந்தக் கொண்டாட்டத்தின் மூலம் சாதிகளுக்கிடையேயான முரண்பாடு கூர்மைப்படுத்தப் படுகிற அதேசமயம் ஆதிக்கச் சாதியினருக்கும் ஒடுக்கப்படும் தலித்துகளுக்கும் இடையில் பண்பாட்டு வடிவிலான போராட்டம்

---

27. அன்றைய திருநெல்வேலி மாவட்டத்தில் இருந்த ஸ்ரீவைகுண்டத்தில் வசித்த வெள்ளாளர்களில் ஒருபிரிவினர் கோட்டைக் கட்டி (நான்கு பக்கமும் சுற்றுச் சுவர் கட்டுதல்) வசித்ததால் அவர்களைக் கோட்டைப்பிள்ளைமார் என்றழைத்தனர்.

நடைபெற்றுக்கொண்டிருக்கிறது என்பதைப் புரிந்துகொள்ள முடிகிறது.

ஆதிக்கச் சாதியினரைப் பொறுத்தமட்டிலும் தலித்துகள் மீது மட்டுமின்றி பொதுச் சொத்து, பொதுக் களத்தில் தங்களின் சாதி ஆதிக்கத்தை நிலைநாட்டுவதாகவும், தலித்துகளைப் பொறுத்த மட்டிலும் ஆதிக்கச் சாதியினரின் ஒடுக்குமுறையிலிருந்து விடுதலை பெற்று பொதுச் சொத்து, பொதுக் களத்தில் தங்களின் சமூக உரிமையை நிலைநாட்டுவதற்காகவும் நிகழ்த்தப்படும். சாதிய ஆதிக்கத்திற்கும் அதிலிருந்து விடுதலை பெறுவதற்கும் இடையே நடைபெறுகின்ற போராட்டத்தின் பண்பாட்டு வடிவங்கள் அவை. இந்தக் கருத்தை, திரைப்பட நடிகர்கள், பாடல்களை ஆதாரமாகக் கொண்டு வலுப்படுத்த முடியும். ஒருபுறத்தில் திரைப்படத் துறையில் சாதியச் சிக்கல் வலுவாக இருக்கிறது என்றால் மற்றொரு புறத்தில் திரைத் துறையினரைச் சாதியாகக் காணும் போக்கு ஒவ்வொரு சாதியினரிடத்திலும் இருக்கிறது. திரைப்படப் பாடல் ஏதாவது ஒரு சாதியைச் சேர்ந்த ஒருவரால் எழுதப்பட்டிருக்கலாம். ஆனால் அந்தப் பாட்டு ஒரு குறிப்பிட்ட சாதியைச் சேர்ந்த நடிகர் நாயகனாக நடித்திருக்கின்ற படத்தில் இடம்பெற்றிருந்தால் அப்பாடல் அச்சாதிக்கான பாடலாக உரிமை கோரப்படுகிறது. சில உதாரணங்களை முன்வைப்போம்.

தேவர் சாதியைச் சேர்ந்த கார்த்திக் நடித்திருக்கும் படத்திலும், தலித் சாதியைச் சேர்ந்தவர் என்று நம்பப்படுகின்ற விக்ரம், பிரசாந்த் ஆகியோர் நடித்திருக்கும் படங்களிலும் இடம்பெற்றிருக்கின்ற பாடல்களைத் தேவர், பள்ளர் சாதிகளுக்கான பாடல்களாக உரிமை கோருகின்றனர். அவ்வாறென்றால் தேவரும், பள்ளரும் அல்லாத மற்ற சாதியினர் அந்தப் பாடல்களைக் கேட்டு ரசிக்கலாமா? ஒருவேளை எதிர் வரும் காலங்களில் அப்பாடல்களை ரசிப்பதற்கும் கட்டணம் செலுத்த வேண்டிய நிலை ஏற்பட்டாலும் ஆச்சரியப்படுவதற்கு இல்லை! இது ஒருபுறம் இருக்கட்டும். தேவர்களும் பள்ளர்களும் பேருந்தில் பயணிக்கிறபோது தத்தம் சாதி நடிகர்கள் நடித்த படங்களில் இடம்பெற்ற பாடல்களை ஒலிபரப்ப வேண்டும் என்று பேருந்து நடத்துநரையும் ஓட்டுநரையும் வற்புறுத்துவது வழமையாக இன்றும் நடைபெறுகிறது. அதிலும் குறிப்பாக இரண்டு பாடல்களை ஒலிபரப்ப வேண்டுமென்று அவ்விரு பிரிவினரும் வலியுறுத்துவர். தேவர் சாதியினர் கார்த்திக் நடித்த ‘அமரன்’ என்ற படத்தில் இடம்பெற்றிருக்கும் பாடாலான ‘வெத்தல போட்ட சோக்குல நான் டப்புன்னு குத்துன்ன மூக்கல. . .’ என்ற பாடலையும், தலித்துகள் விஜயகாந்த் படத்தில் இடம்பெற்றிருக்கின்ற ‘போராடடா அட வாளேந்துடா. . . இங்கு பள்ளு, பறை. . .’

என்ற பாடலையும் ஒலிபரப்ப வேண்டுமென வலியுறுத்துவர். இப்பாடல்களை நோக்கினால் முன்னது ஆதிக்கத்தையும் பின்னது உரிமைக்கான போராட்டத்தையும் பாடுகிறது.

புரட்சியில் ஈடுபட்டிருக்கும் படை வீரர்களுக்குக் கலையுணர்ச்சி வேண்டும், கலையுணர்ச்சி இல்லாத படை சவத்திற்கு ஒப்பானது என்று கூறுவார் மாவோ. சாதியச் சமூகத்தில் ஆதிக்கம் செய்பவர்கள் தங்கள் ஆதிக்கத்தை நிலைநிறுத்துவதற்கும் ஒடுக்கப்பட்ட தலித்துகள் ஆதிக்கத்திலிருந்து விடுதலை பெறுவதற்கும் தங்களின் போராட்டத்தையே பண்பாட்டு வடிவில் நடத்துகின்றனர். இத்தகைய போராட்டமும் அதைத் தொடர்ந்து மோதலும் இன்றுவரை தொடர்ந்து நடைபெற்றுக்கொண்டிருக்கிறது. இதற்கான சமீபத்திய உதாரணம் ஒன்றைக் காண்போம். திருநெல்வேலி மாவட்டம் சங்கரன்கோவில் அருகே உள்ள பாட்டப்பத்தூர், ராமநாதபுரம் ஆகிய கிராமங்களில் தலித்துகளும் ஆதிக்கச் சாதியினரும் வசிக்கின்றனர். இக்கிராமங்களைச் சேர்ந்த மாணவர்கள் பேருந்தில் பள்ளிக்குச் சென்று வருவது வழமை. 2011 பிப்ரவரி 14 அன்று தலித் மாணவர் ஒருவர் தன்னுடைய அலைபேசியில் ‘போராடடா அட வாளேந்தடா. . .’ என்ற பாடலைச் சப்தமாக வைத்ததை ஆதிக்கச் சாதி மாணவர்கள் எதிர்த்தனர். இதனால் அவர்களுக்குள் தகராறு ஏற்பட்டு பின்னர் மோதல் நடைபெற்றது.[28] இத்தகைய மோதல் தூத்துக்குடி மாவட்டம் ஆழ்வார்கற்குளம் சென்று வருகின்ற பேருந்திலும் சமீபத்தில் நடைபெற்றது.[29] இம்மோதல் முற்றுப்பெறுவதற்கான சூழல் தற்போது இல்லை என்று கூறமுடியும்.

சாதிய அமைப்புமுறையில் ஆதிக்கச் சாதியினர் தலித் பெண்கள் மீது பல்வேறு வடிவங்களில் ஆதிக்கத்தைச் செயல் படுத்துகின்றனர். காலனியாட்சிக் காலத்தில், தலித் பெண்கள் மேலாடை அணியக்கூடாது என்ற ஆதிக்கச் சாதியினரின் கட்டளையைப் பெர்னார்ட் கோன் ஆதிக்கச் சாதியினரின் பாலியல் சுரண்டல் என்றும் அது ஆண்களின் காமவெறி என்றும் கருதுவது ஏற்புடையதுதான்.[30] தலித் பெண்கள் மீதான நிலவுடைமையாளர்களின் பாலியல் ஒடுக்குமுறையை கோ. வீரையன், “அந்தப் பெண் நல்ல உடற்கட்டுடன் இருந்தால் போதும் மிராசுதாரர்களின் இச்சைக்கும் இணங்கியாகி

---

28. *தினமலர்*, (18 பிப்ரவரி 2011), ப. 9, நெல்லைப் பதிப்பு.

29. *கள ஆய்வு*, ஆழ்வார்கற்குளம்.

30. Bernard Cohn, ‘Colh, Clohe, and Colonilim’, in Sarabh Dube (ed.), *Historical Anthropology*, (NewDelhi: OUP, 2007), pp. 91- 92.

வேண்டும்"[31] என்கிறார். நிலவுடைமையாளர் மட்டுமின்றி தங்களின் கட்டுப்பாட்டிற்குள் குடிநீரைக் கொண்டிருக்கின்ற ஆதிக்கச் சாதியினர் குடிநீர் கொடுப்பதற்காகக்கூட தலித் பெண்களை தங்களின் இச்சைக்குப் பயன்படுத்திக் கொள்வதும் நடைபெற்றுக் கொண்டிருக்கிறது என்பதும் கவனத்தில் கொள்ளவேண்டும்.[32] எனவே இதிலிருந்து தலித் பெண்கள் ஆதிக்கச் சாதி ஆண்களின் ஆணாதிக்கத்திற்கும் உட்பட்டிருந்தனர் என்பது தெளிவு. ஆனால் ஆதிக்கச் சாதி ஆண்களைப் போல் தலித் ஆண்கள் ஆதிக்கச் சாதி பெண்கள் மீது ஆதிக்கம் செலுத்தியிருக்கவில்லை. அவர்கள் ஆதிக்கச் சாதி பெண்களோடு உரையாடுவதற்கான சூழல்கள் இருந்திருக்கவில்லை. சில தேவையின் நிமித்தமாக சில தலித்துகள் ஆதிக்கச் சாதி பெண்களோடு உரையாடியிருக்கின்றனர். அப்போது "அம்மா", "நாச்சியார்" என்று மரியாதையோடு அழைத்திருக்கின்றனர். அதாவது அந்த உறவானது ஆதிக்கத்திற்கும் சார்புநிலைக்கும் இடையிலான உறவாகும். எனவே தலித்துகள் மரியாதைக்குரிய உடல்மொழியையும் வாய்மொழியையும் உபயோகித்தனர். இந்த உறவுநிலையில் மாற்றம் என்பது தலித்துகள் பொருளாதாரத்தில் ஆதிக்கச் சாதியினரைச் சார்ந்திருக்கின்ற சார்புநிலையிலிருந்து விடுபட்டதும் ஏற்படத் தொடங்கியது. மேலும் கல்வி நிலையங்களுக்குக் கல்வி கற்கச் சென்ற புதிய தலித் தலைமுறையினர் ஆதிக்கச் சாதியினரைச் சாராத காரணத்தால் அவர்கள் ஆதிக்கச் சாதியைச் சேர்ந்த யுவதிகளையும் மாணவி களையும் மரியாதையுடன் அழைக்க வேண்டிய, பணிவுடன் நடந்துகொள்ள வேண்டிய நிர்ப்பந்தம் இல்லை. இப்பின்னணியில், பேருந்துப் பயணத்தில் சாதிகளுக்கிடையேயான முரண் கூர்மை பெற்று சாதி மோதலாக வெடிப்பதில் உளவியல் உரசல் ஆற்றிய பங்கு குறித்துக் காண்போம்.

கிராமப்புறச் சமூக அமைப்பில் ஒரு சாதியைச் சேர்ந்த பெண்களை வேறு சாதி ஆண்கள் அடிக்கடி சந்தித்துக்கொள்வதற்கும் உரையாடிக் கொள்வதற்குமான வாய்ப்பு இல்லாத சூழல் நிலவுகிறது – கல்வி கற்றல் உட்பட பல்வேறு தேவைகளுக்காகப் பெண்கள் பேருந்தில் பயணம் செய்யத் தொடங்கியதும் அந்த வழமையின் மீது மாற்றங்கள் ஏற்படத் தொடங்கின. வெவ்வேறு சாதிப் பெண்களும் ஆண்களும் குறிப்பாக இளந்தலைமுறையினரும் அடிக்கடி நேரடியாகச் சந்தித்துக்கொள்வதற்கான வாய்ப்பு உருவானது; ஆனால் உரையாடிக்கொள்வதற்கான வாய்ப்பு ஏற்பட்டிருக்கவில்லை. பெண்களின் அச்சமும், கங்காணிகள்

31. கோ. வீரையன், *தமிழ்நாடு விவசாயிகள் இயக்கத்தின் வீரவரலாறு*, (சென்னை: சவுத் விஷன், 1998), ப. 12.

32. Anoh Malekar, 'Landlord Exploit the Drought-hit Dalit Women.'

மீதான பயமும் வேறு சாதி ஆண்களோடு பேசுவதைத் தடுத்து வந்தன. ஒரு சாதியைச் சேர்ந்த பெண்கள் வேறு சாதி ஆண்களோடு உரையாடும் போது அது தனது பெற்றோர், உடன் பிறப்புக்கள், உறவினர் போன்றோருக்குத் தெரிந்துவிட்டால் கண்டனத்திற்கும் தண்டனைக்கும் உள்ளாகக்கூடும் என்ற அச்சம் இருந்ததால் அவர்கள் பேசுவதற்கு அச்சப்பட்டனர். ஆனால் அன்றாடம் பயணிக்கின்ற பயணிகளிடம் குறிப்பாக மாணவர்கள், இளைஞர்களிடத்தில் அந்த அச்சம் நீண்ட நாட்கள் நீடிக்கவில்லை. அது குறையத் தொடங்கியது, உரையாடலுக்கு வழிவகுத்தது. அச்சம் குறைந்து உரையாடல் நிகழ்வதைச் சில காரணிகள் ஊக்குவித்தன. அம்பேத்கரும் பெரியாரும் வலியுறுத்திய சாதி மறுப்புத் திருமணம், சமூகத்தில் மேல்நிலைக்குச் செல்ல வேண்டும் என்ற உந்துதல் போன்ற காரணிகள் தலித் இளைஞர்களைத் தலித்தல்லாத பெண்களோடு பேசத் தூண்டின. நற்பண்பு, பள்ளி, கல்லூரிகளில் கல்வி கற்றல், நவீன உடுப்பு, ஆங்கில வார்த்தை உபயோகம் போன்ற தலித் இளைஞர்கள் மற்றும் மாணவர்களின் நடவடிக்கைகள் தலித்தல்லாத மாணவியர்க்கும் யுவதிகளுக்கும் ஈர்ப்பை ஏற்படுத்தின. தலித் மாணவர்கள், இளைஞர்கள், தலித்தல்லாத மாணவியர், யுவதிகள் ஆகியோரிடம் கொள்கை மற்றும் ஈர்ப்பு ஆகியன உளவியல் உரசல் நிகழ்வதற்கு வித்திட்டன. தலித் ஆண்களுக்கும் தலித்தல்லாத பெண்களுக்கும் இடையில் மென்மையான உளவியல் உரசல் நடைபெற்றுக்கொண்டிருந்த அதே காலக்கட்டத்தில் தலித் பெண்களுக்கும் ஆதிக்கச் சாதி ஆண்களுக்கும் இடையிலான உடல் உரசல் வன்மையாகத் தலித் பெண்களின் விருப்பம் இன்றி நடந்தேறியது. மென்மையான உளவியல் உரசலைத் தடுப்பதன் மூலம் தலித் ஆண்களுக்கும் தலித்தல்லாத பெண்களுக்கும் இடையிலான நட்பு, காதல் ஆகிய உறவுகளைத் துண்டிக்க ஆதிக்கச் சாதியினர் முற்பட்டனர். ஆதிக்கச் சாதியினர்களின் வன்மையான உடல் உரசலில் இருந்து தலித் பெண்களைப் பாதுகாப்பதற்குத் தலித் ஆண்கள் முற்பட்டனர். இதனால் ஆதிக்கச் சாதி மற்றும் தலித் ஆண்களுக்கு இடையில் வாய்த்தகராறு, மோதல் ஆகியன ஏற்பட்டு இறுதியில் அது படுகொலையில் நிறைவுற்றது. சிவந்திப்பட்டி கிராமத்தில் மோதல் உடனடியாக வெடிப்பதற்குக் காரணமானது பேருந்துப் பயணத்தின்போது தலித் இளைஞர்களோடு நட்பு (காதல் அல்ல) கொண்ட பெண்ணோடு உரையாடிய இளைஞர்கள் தாக்கப்பட்டனர். இதைத் தொடர்ந்து தலித் இளைஞர்கள் ஆதிக்கச் சாதி இளைஞர்களைத் தாக்கியதும் மோதல் வெடித்து, அது படுகொலையில் முடிந்தது. இதே போல், திருநெல்வேலி பேட்டை இந்துக் கல்லூரியில் படித்த தலித் மாணவர்கள் பேருந்துப் பயணத்தின்போது ஆதிக்கச் சாதியைச் சேர்ந்த

மாணவிகளோடு பேசுதல் தொடர்பாக ஏற்பட்ட சிக்கலில் 2000ஆம் ஆண்டு அம்மாணவர்கள் படுகொலை செய்யப்படுவதில் சென்று முடிந்தது. இவ்வாறு மோதல் உருவாகும் காலங்களில் ஆதிக்கச் சாதியினர் பேருந்துகளை ஓர் ஊடகமாகவே பயன்படுத்திக் கொண்டனர். அதன் வழி வன்முறைச் செய்தியை அறிவித்தனர். ஆதிக்கச் சாதியினர் அவர்களின் வன்முறையை இவ்வாறு அறிவித்திருக்கின்றனர்: "இந்த நாளில், இத் தேதியில், இந்த நேரத்தில் உன் கிராமத்தைத் தாக்கப் போகிறோம், பள்ளப்பயல முடிந்தால் தடுத்துப்பார்." அறிவித்தது போல் ஆதிக்கச் சாதியினர் படையெடுத்துச் சென்றிருக்கின்றனர். சில குறிப்பிட்ட ஊர்கள் மீது தாக்குதல் தொடுத்திருக்கின்றனர். பக்கத்துக் கிராமக் கடைகளில் கொள்ளையடித்துச் சென்றிருக்கின்றனர். இதிலிருந்து ஆதிக்கச் சாதியினர் பேருந்துகளைத் தங்களுக்கான விளம்பரக் கட்டணம் செலுத்தாத ஊடகமாகவும் மாற்றியிருக்கின்றனர் என்பது தெளிவாகிறது. மேலே முன்வைக்கப்பட்டிருக்கின்ற விவரணையிலிருந்தும் விவாதத்திலிருந்தும் பேருந்து என்ற பொதுச் சொத்து மீது ஆதிக்கச் சாதியினர் தங்களின் ஏகபோகத்தைத் தொடர்ச்சியாக நிறுவிக்கொண்டிருக்கின்றனர் என்பதும் தலித்துகளுக்கு அதன் மீதான உரிமையை மறுக்கின்றனர் என்பதும் மிகத் தெளிவு. பேருந்துக்கு வீரன் சுந்தரலிங்கம் பெயர் சூட்டிய போது ஆதிக்கச் சாதியினரின் இந்த ஆதிக்கப் போக்கு மிகவும் வெளிப்படையாக நிகழ்ந்தது.

பொதுச் சொத்து தலித் பெயரில் கூடாது

பேருந்து என்பது பொதுக் களம் மட்டுமல்ல அது பொதுச் சொத்தும்கூட. பொதுவாக பொதுச் சொத்துக்கள் யாருடைய கட்டுப்பாட்டில் இருக்கின்றன? ஊர்க்குளம், குடிநீராதாரம், கோயில் எனப் பொதுச்சொத்துக்கள் அனைத்துமே ஆதிக்கச் சாதியினரின் ஏகபோகக் கட்டுப்பாட்டில் இருக்கின்ற போது பேருந்தை அவர்கள் எவ்வாறு விட்டுவைப்பர்? பொதுச் சொத்தான பேருந்துகளை அரசாங்கம் அறிமுகம் செய்த காலத்திலிருந்தே அப் பொதுச்சொத்து மீது தங்களின் ஆதிக்கத்தை நிலைநாட்டிக்கொள்வதற்கும் அதில் தலித்துகளின் உரிமையை மறுப்பதற்கும் தீண்டாமை உட்பட பல்வேறு செயல்பாடுகள் மூலம் ஆதிக்கச் சாதியினர் தொடர்ச்சியாகச் செயல்பட்டு வருவதைக் காணமுடிகிறது. திருநெல்வேலி மாவட்டம் திருப்பணிக்கரிசல்குளத்திற்கு அரசுப் பேருந்து இயக்கப்பட்ட போது அப்பொதுச் சொத்து தங்களுக்குரியது என்பதை நிலைநாட்டுவதற்கு ஆதிக்கச் சாதியினர் எவ்வாறு செயல்பட்டனர் என்பதை பாலசுப்பிரமணியம் தனது கட்டுரையில் இவ்வாறு குறிப்பிட்டுள்ளார்: 'எங்க பஸ்சு' என்ற ஒட்டுதலோடும் 'எங்க

சிங்கம்' 'எங்க ரதம்' என்றெல்லாம் பெருமைபொங்க பேசுவதுண்டு. பொதுச் சொத்துகள் ஆதிக்கச் சாதியினரின் கட்டுப்பாட்டில் இருப்பதை ஒவ்வொரு நடவடிக்கையிலும் உறுதி செய்வர், பிறருக்கு உணர்த்துவர்.[33] இது திருப்பணிக்கரிசல்குளம் கிராமத்திற்கு மட்டுமின்றி அனைத்துக் கிராமங்களுக்கும் பொருந்தும் என்பதில் மாற்றுக் கருத்து இருக்கமுடியாது. தென்மாவட்டங்களில் ஒன்றான விருதுநகரைத் தலைமையிடமாகக் கொண்டு தலித் சமூகத்தைச் சேர்ந்த சுதந்திரப் போராட்ட வீரர் சுந்தரலிங்கம் பெயரில் போக்குவரத்துக் கழகம் 01 மே 1997 அன்று தொடங்கப்பட்டபோது அதற்கு எதிராக ஆதிக்கச் சாதியினரின் வெறுப்பு குரூரமாக வெளிப்பட்டதிலிருந்து ஆதிக்கச் சாதியினர் எவ்வாறு பொதுச் சொத்து தலித்துகளின் பெயரில் இருப்பதை வெறுக்கின்றனர் என்பதைப் புரிந்துகொள்ள முடியும். மதுரையைத் தலைமை யிடமாகக் கொண்டு இயங்கிக்கொண்டிருந்த பாண்டியன் போக்கு வரத்துக் கழகம் இரண்டாகப் பிரிக்கப்பட்டு இப்போக்குவரத்துக் கழகம் உருவாக்கப்பட்டது. இதனால் ஆதிக்கச் சாதியினர் அனைவரும் வீரன் சுந்தரலிங்கம் என்ற பெயரில் இயங்கிய பேருந்துகளில் பயணம் செய்வதைப் புறக்கணித்தனர். பின்னர் அப்பேருந்துகளை எரித்தல், நொறுக்குதல், பேருந்துகளைச் சிறைபிடித்தல் என பெரும் கலவரத்தில் ஈடுபடத் தொடங்கினர்.[34] அரசாங்கம், வன்முறையாளர்களைத் தனது இரும்புக் கரங்களால் கட்டுப்படுத்துவதற்குப் பதிலாக அவர்களை அமைதிப்படுத்தும் முயற்சியில் ஈடுபட்டது. வீரன் சுந்தரலிங்கத்தின் பெயரையும் பல ஆண்டுகளுக்கு முன்னர் போக்குவரத்துக் கழகங்களுக்குச் சூட்டப்பட்டிருந்த பெயர்களையும் அரசாங்கம் நீக்கியதனைத் தொடர்ந்து ஆதிக்கச் சாதியினர் தங்களின் வன்முறையைக் கைவிட்டனர். இந்த நிகழ்வு, அனைத்துச் சாதியினரின் வரிப் பணத்திலிருந்து உருவாக்கப்படுகின்ற பொதுச் சொத்திற்கு எந்தச் சாதியினரின் பெயரையும் சூட்டலாம். ஆனால், இந்த நாட்டு விடுதலைக்காக தங்கள் இன்னுயிரைத் தலித்துகள் தியாகம் செய்த போதிலும் அவர்களின் பெயர்களைச் சூட்டக்கூடாது என்ற சாதிய ஆதிக்கத்தினரின் உளவியலை வெளிப்படுத்துகிறது.

மகளிர் மட்டும் போல் தலித் மட்டும்!

தங்களின் தேவையையொட்டி ஆதிக்கச் சாதியினரின் ஏகபோகக் கட்டுப்பாட்டில் இருக்கின்ற பொதுச் சொத்துகள் மீது பயன்பாட்டு உரிமை வேண்டுமெனக் கோருகிறபோது

33. பாலசுப்பிரமணியம், 'தலித்துகளின் எதிர் அரசியலும் அரசின் 'பொது' நிலைப்பாடும்', ப. 35.

34. *தென்மாவட்டங்களில் சாதிய மோதல்கள் – 1997*, (மதுரை: மக்கள் கண்காணிப்பகம், 1998), ப. 65 – 66.

எப்பொருள் மீது உரிமை கோருகின்றனரோ அப்பொருளைத் தலித்துகளுக்கெனத் தனியாக வழங்குவது அரசாங்கம் கையாளும் உத்தியாகும். இதற்கான உதாரணங்களாகத் தனிக் குடிநீராதாரம், தனிக் குடியிருப்பு, தனிப் பள்ளிக்கூடம், தனிப் பாலர் பள்ளி, தனிக் கோயில் போன்றவற்றைக் கூற இயலும். சில சமயங்களில் ஆதிக்கச் சாதியினரின் ஆதிக்கத்திலிருந்து விடுபடுவதற்கு அப்பொருட்கள் தங்களுக்கெனத் தனியாக இருப்பது மன அமைதியுடன் வாழ்வதற்கு வழிவகுக்கும் என்று தலித்துகளும் கருதுகின்றனர்.

பொதுச் சொத்தான பேருந்துகளை அன்றாடம் பயன்படுத்துவது அத்தியாவசியமாக இருக்கிறபோது எத்தனை நாட்கள்தாம் பேருந்தில் பயணிக்கக் கூடாது, இருக்கையில் உட்காரக் கூடாது போன்ற கொடுமையை அனுபவித்துக்கொண்டிருக்க முடியும்? பேருந்தில் பயணிக்கிறபோது தலித்துகள் மீது நடத்தப்படுகின்ற ஒடுக்குமுறை அதற்குத் தலித்துகளின் எதிர்வினை என அச்சிக்கல் பேருந்துப் பயணத்தோடு முடிந்துவிடுவதில்லை. ஒடுக்குமுறை குறித்த அச்சம், பதற்றம் அதற்கு எதிரான கோபம் ஒவ்வொரு மணித்துளியும் தலித்துகளின் மனங்களில் செயல்பட்டுக்கொண்டே இருந்தது/இருக்கிறது. காலையில் பேருந்து நிலையத்தில் காத்துக்கிடந்து பேருந்து வந்ததும் அதில் ஏறி அமர்வதற்குப் போராட வேண்டும். ஆதிக்கச் சாதியினர் இடம் தர மறுப்பர். இதனால் ஆதிக்கச் சாதியினரோடு போராட வேண்டும். இத்தகைய நிகழ்வுகள் பேருந்துப் பயண நேரத்தோடு முடிந்துவிடுவதில்லை. காலைப் பயண வேதனை வீடு திரும்புவதற்காக மாலையில் பேருந்தில் ஏறும் வரை பேசப்படும். காலையில் நடைபெற்ற அதே ஒடுக்குமுறையும் அதற்கெதிரான கோபமும் மாலையில் ஏற்படும். இரவு மக்கள் கூடும்போது இது பேசப்படும். ஒடுக்குமுறை அச்சமும் அதற்கெதிரான சினமும் ஒரு மக்கள் கூட்டத்தின் சிந்தனையில் பல பத்தாண்டுகளாக இருக்கும்போது அந்த மனநிலை எவ்வாறு இருக்கும்? இவ்விடத்தில் பேருந்துப் பயணத்தில் பெண்கள் மீதான ஆண்களின் சீண்டலை ஒப்பிடுவது அவசியம். தனக்குப் பின்னால் ஒரு ஆண் நின்று கொண்டிருந்தாலோ இருக்கையில் அமர்ந்திருந்தாலோ ஒருவித அச்ச உணர்விற்கு அவர்கள் ஆட்படுகிறார்கள். இது ஆண்களின் பாலியல் தொந்தரவினால் விளைந்ததாகும். தலித்துகள் சாதி ஆதிக்கம் குறித்துத் தங்களுக்குள் பேசிக் கொள்வது போலவே பெண்களும் ஆண்களின் பாலியல் இன்னல்கள் குறித்து அவர்களுக்குள் பேசிக்கொள்வதுண்டு. ஆண்களின் பாலியல் தொந்தரவுகளிலிருந்து பெண்களை விடுவிப்பதற்காக மகளிர் மட்டும் என்ற தனிப் பேருந்து, தனித்

தொடர்வண்டி, தொடர்வண்டியில் தனிப்பெட்டி போன்ற முறையைச் செயல்படுத்துவதால் பெண்கள் ஆண்களின் சீண்டலி லிருந்து சற்று விடுபட்டிருக்கின்றனர் என்று கூறலாம்.

பேருந்துப் பயணத்தின்போது ஆதிக்கச் சாதி ஒடுக்குமுறையி லிருந்தும் அதைத் தொடர்ந்து ஏற்படும் மனஉளைச்சலிலிருந்தும் தலித்துகளை விடுவிக்க வேண்டுமென்றால் 'தலித் மட்டும்' என்ற பேருந்து அவசியம்தான். 'தலித் மட்டும்' என்ற பேருந்து முறையை அரசாங்கம் ஏற்படுத்தியிருக்கவில்லை என்றபோதிலும்கூட தலித் மக்கள் அதை ஏற்படுத்திக்கொள்வதற்கு நிர்ப்பந்திக்கப் பட்டிருக்கின்றனர். சிவந்திப்பட்டி தலித்துகள் பேருந்துப் பயணத் தில் ஆதிக்கச் சாதியினரின் ஒடுக்குமுறையிலிருந்து விடுதலை பெறுவதற்காகத் தங்களுக்கென்று தனிப்பேருந்து வசதியைப் பெற்றிருக்கின்றனர். இதில் தலித்துகள் மட்டுமே பயணித்தனர். ஆதிக்கச் சாதியினர் அப்பேருந்தில் பயணித்திருக்கவில்லை எனவே அது 'பள்ளக்குடி பஸ்' என்று அடையாளப்படுத்தப்பட்டது. தேனி மாவட்டத்தில் சாதி மோதல் வெடித்தபோது தேனிப் பேருந்து நிலையத்திலிருந்து எண்ணிக்கையில் மிகுதியாக தலித்துகள் வசிக்கின்ற அமச்சியாபுரம் என்ற பகுதிக்குச் சென்று வந்த பேருந்தில் தலித்துகள் மட்டுமே பயணித்திருக்கின்றனர். இதிலிருந்து 'தலித்துகள் மட்டும்' எனப் பேருந்து இருந்திருப்பது தெளிவாகிறது. எனவே, தலித்துகளுக்காக 'தலித் மட்டும்' என்ற பேருந்துகளை இயக்கியிருந்தால் சாதியக் கலவரங்கள் ஏற்படுவதை ஒத்திப்போட்டிருக்க முடியும். ஆனால் முற்றிலுமாகத் தடுத்துவிடுவது இயலாத காரியம். அனைத்துச் சாதியினரும் பயன்படுத்தும் பொதுச் சொத்துக்களில் தலித்துகளுக்கான பயன்பாட்டு உரிமையை வழங்குவதற்குப் பதிலாகத் தனி விடுதி, தனிக் குடிநீராதாரம் என 'தனி' என்ற முறையைச் செயல்படுத்துகின்ற அரசாங்கம் ஏன், தலித் மட்டும் என்ற தனிப் பேருந்து முறையை, செயல்படுத்தியிருக்கவில்லை என்ற கேள்வி எழுகிறது. மேலே குறிப்பிட்ட தனி என்ற ஏற்பாட்டு முறை ஒரே இடத்தில் அசைவற்று இருக்கக்கூடியவை. ஆனால் பேருந்தோ அதற்கு நேர்மாறாக ஊர்ஊராகச் சுற்றி இயங்கிக் கொண்டிருப்பவை. இது சாதிய அமைப்பும் தீண்டாமையும் எவ்வாறு பாதுகாக்கப்படுகிறது என்பதை ஊர்ஊராக தமிழகம் முழுவதும் பறைசாற்றிக்கொண்டிருக்கும். இதை அரசாங்கம் விரும்பாததால் 'தலித் மட்டும்' பேருந்துகளை உருவாக்காமல் இருந்திருக்கலாம். ஆனால் தற்போதைய சூழலில் தனிப்பேருந்து முறை அவசியமற்றது. காரணம், முந்தைய காலத்தோடு இன்றைய சூழலை ஒப்பிடுகையில் தலித்துகள் நடத்திய போராட்டத்தால் ஓரளவு சமத்துவத்தைப் பேருந்துப் பயணத்தில்

அடைந்திருக்கின்றனர். ஆனால் பேருந்து இருக்கையில் அமர்ந்து செல்வதற்காக தலித்துகள் பெரும் இன்னல்களை இன்றளவும் சந்தித்து வருகின்றனர். இதற்கு அடிப்படைக் காரணமாக இருப்பது பேருந்து முனையம் ஆகும். இது பொதுவாக ஆதிக்கச் சாதியினரின் வசிப்பிடத்திற்கு மிக அருகிலும் தலித் வசிப்பிடத்திற்குத் தொலைவிலும் இருக்கின்றவாறு அமைக்கப்பட்டிருக்கிறது. சிவந்திப்பட்டிக் கிராமத்தில் தலித்துகளின் வசிப்பிடத்திற்கும் அதே கிராமத்தில் ஆதிக்கச் சாதியினர்களின் வசிப்பிடத்திற்கு அருகில் அமைக்கப்பட்டிருக்கும் பேருந்து நிலையத்திற்கும் இடையிலான தூரம் சுமார் 1.5 கி.மீ. ஆகும். இது ஆழ்வார்கற்குளம் மற்றும் திருப்பணிக்கரிசல்குளத்தில் சுமார் 1 கி. மீ. தூரம் ஆகும். இந்த நிலைதான் பொதுவாக அனைத்துக் கிராமங்களிலும் இருக்கிறது. பேருந்து நிலையம் தலித்துகளின் வசிப்பிடத்திலிருந்து தொலைவிலும் ஆதிக்கச் சாதியினரின் வசிப்பிடத்திற்கு மிக அருகிலும் இருக்கின்ற காரணத்தாலும் பின்னவர்கள் பேருந்து வருகின்ற சரியான நேரத்திற்கு வீட்டிலிருந்து வெளியேறி பேருந்தின் இருக்கையில் அமர்ந்துவிடலாம். ஆனால் தலித்துகள் பேருந்து நிலையத்தை அடைவதற்காக முன்கூட்டியே புறப்பட்டு மேற்கூறிப்பிட்ட தூரம் நடக்க வேண்டும். இதே போல் திரும்பி தங்களின் வீடுகளுக்குச் செல்வதற்காக மேற்குறிப்பிட்ட தூரம் நடக்க வேண்டும். இந்த இன்னல்களைத் தலித்துகள் அன்றாடம் அனுபவித்துக் கொண்டிருக்கின்றனர். இதிலிருந்து விடுதலை பெற வேண்டுமென்றால் பேருந்து நிலையத்தை மாற்றியாக வேண்டும். இதற்கான போராட்டத்தைச் சிவந்திபட்டித் தலித்துகள் சட்ட ரீதியாக நடத்திக்கொண்டிருக்கின்றனர். ‘சட்டம் ஒழுங்கு’ சிக்கல் ஏற்படும் என்ற காரணத்தை முன்வைத்து போக்குவரத்துக் கழகம் பேருந்து நிலையத்தை மாற்றுவதற்கு மறுத்துவிட்டது.[35] இதை எதிர்த்து தலித்துகளுக்கு ஆதரவாக இந்திய பொதுவுடைமைக் கட்சி (மார்க்சிஸ்ட்) ஆர்ப்பாட்டம் நடத்தியது. மேலும் 1999ஆம் ஆண்டு வழக்குத் தொடர்ந்தது.[36] சமீபத்தில் சிவந்திப்பட்டிக் கிராமத்தில் பேருந்து நிலையம் பழைய இடத்திலேயே அமைக்கப்பட வேண்டும் என்று நீதிமன்றம் தீர்ப்புக் கூறியது. இவ்விடத்திற்கும் அனைத்துச் சாதியினரும் வசிக்கின்ற இடத்திற்கும் சம அளவிலான இடைவெளியே உள்ளது. நீதிமன்றத் தீர்ப்பைத் தொடர்ந்து அரசு நிர்வாகம் பேருந்து நிலையத்தைப் பழைய இடத்திற்கு மாற்றுவதற்கு முயன்றபோது எதிர்ப்பு உருவானது. இருப்பினும் அரசு

---

35. திருநெல்வேலி வட்டாரப் போக்குவரத்துக்கழக அலுவலா் கடிதம் எண். 5291/ உ1/99.

36. வழக்குரைஞர் ஆர். கிருஷ்ணன் தொடர்ந்த வழக்கு எண்: 20298/99.

நிர்வாகத்தின் சார்பில் சிவந்திப்பட்டிக் கிராம மக்களிடையே நடத்தப்பட்ட பேச்சுவார்த்தைகளுக்குப் பின்னர் பேருந்து நிலையம் மாற்றப்பட்டுவிட்டது. இப்போது சிவந்திப்பட்டிக் கிராமத்தைச் சேர்ந்த ஆதிக்கச் சாதியினர் பேருந்து தங்கள் வசிப்பிடத்தைக் கடந்து பேருந்து நிலையத்திற்குச் செல்லும்போதே பேருந்தில் ஏறி இருக்கையில் அமர்ந்து கொள்வர். இது தொடரும் சாதிய ஆதிக்கத்தின் வெளிப்படையான எச்சங்கள். ஆனால் அனைவரும் அவ்வாறு செய்வதில்லை ஆதலால் தலித்துகள் அமர்ந்து வருவதற்கு இடம் கிடைக்கிறது. அமருவதற்கான இடம் கிடைத்தல் என்பது சிவந்திப்பட்டி கிராமத்தில் தலித்துகள் சட்ட வளையத்திற்குள்ளும் அதற்கு அப்பாற்பட்டும் பல பத்தாண்டுகளாகப் போராடியதன் விளைவு ஆகும். எனவே, சிவந்திப்பட்டிக் கிராமத்தைப் போல் பேருந்து நிலையம் அனைத்துச் சாதியினருக்கும் சமஅளவிலான தூரத்தில் ஒரு பொது இடத்தில் அமைக்கப்பட வேண்டும் என்பது இன்றைய தேவையாகும்.

போக்குவரத்துச் சாதனம், மாற்றத்தை விளைவிக்கும் என்ற காரல் மார்க்ஸின் கூற்று பொய்த்துவிடவில்லை என்ற போதிலும் புறநிலையில் மாற்றத்தை விளைவித்த போக்குவரத்துச் சாதனம் அகநிலையில் மாற்றத்திற்கு உட்பட்டிருக்கவில்லை. போக்குவரத்துச் சாதனம் பாரம்பரிய ஏற்றத்தாழ்வுகளைச் சுமந்துகொண்டே நவீனத் தொழில்களைப் பரவலாக்கியது. எனவே, போக்குவரத்துச் சாதனத்தை சுயமுரண்பாட்டின் ஒரு வடிவம் எனலாம். இந்தச் சுயமுரண்பாடு போக்குவரத்துச் சாதனம் தானாகவே உருவாக்கிக் கொண்டதல்ல. மாறாக, போக்குவரத்துச் சாதனம் நவீனப் பொருளைத் தங்களது கட்டுப்பாட்டிற்குள் கொண்டிருந்த ஆதிக்கப் பிரிவினர் பாரம்பரிய சமூக அமைப்பின் அசமத்துவ ஒழுங்குமுறையை – தீண்டாமையைக் கட்டமைத்ததால் விளைந்ததாகும். இதனால் தலித்துகள் போக்குவரத்துச் சாதனத்திலும் உரிமையைப் பெறுவதற்குப் போராட வேண்டிய நிலை உருவானது. இன்றும் போக்குவரத்துச் சாதனங்களில் தீண்டாமையும் வர்க்கப் பாகுபாடும் செயல்படுத்தப்படுகின்றன. கோயம்புத்தூர் தொண்டாமுத்தூர் தொகுதியில் ஆதிக்கச் சாதியினர் வசிக்கும் கெம்பனூர் என்ற கிராமமும் அதைக் கடந்து அண்ணாநகர் என்ற தலித்துகள் (அருந்ததியர்) வசிக்கும் பகுதியும் உள்ளது. அண்ணாநகர் வரை ஒரு பேருந்து சென்று வந்தது, அப்பேருந்து திரும்பி வரும்போது தலித்துகள் அமர்ந்து வருவதை அந்தப் பகுதிகளில் வசிக்கும் ஆதிக்கச் சாதியினர் வெறுத்தனர். எனவே, இதற்கு எதிராக ஆதிக்கச் சாதியினர் மறியல் நடத்தியதால் அண்ணாநகர் வரை செல்லும் பேருந்து

நிறுத்தப்பட்டது. தலித்துகள் போராடியதன் விளைவாகப் பேருந்து அண்ணாநகர் வரை செல்வதற்கு ஒப்புக்கொள்ளப்பட்டது ஆனால் பேருந்தை அங்கு செல்லவிடாமல் ஆதிக்கச் சாதியினர் தடுத்தனர். இச்சம்பவம் என்றோ நடந்துது அல்ல 2011ஆம் ஆண்டுதான் நடைபெற்றது. இறுதியாக ஆதிக்கச் சாதிகள் வசிக்கும் கெம்பனூர் வரை ஒரு பேருந்தும் தலித்துகள் வசிக்கும் அண்ணாநகர் வரை மற்றொரு தனிப் பேருந்தும் இயக்கப்படுகிறது. இதனால் சாதி ஆதிக்கமும் தீண்டாமையும் பேருந்துப் பயணத்தில் இன்றும் நீடிக்கிறது.[37] எனவே போக்குவரத்துச் சாதனத்தில் பின்பற்றப்பட்டு வருகின்ற தீண்டாமைக்கு எதிரான போராட்டத்தை போக்குவரத்துச் சாதனம் அறிமுகம் செய்யப்பட்ட காலந்தொட்டு இன்று வரையிலும் தலித்துகள் நடத்தி வருகின்றனர் என்பது தெளிவு. ஆனால் போக்குவரத்துச் சாதனத்தில் பின்பற்றப்பட்டு வருகின்ற வர்க்கப் பாகுபாட்டிற்கு எதிரான போராட்டம் நடைபெறவில்லை அது ஏன் என்பது விவாதத்திற்குரியது.

குறிப்பு: உரை மொழிவு (தொகுப்பு: 1, எண். 2, நவம்பர்: 2003, பக். 15 – 16) இதழில், 'காந்தியின் தென்னாப்பிரிக்கப் பயணமும் தலித்துகளின் உள்ளூர்ப் பயணமும்' என்ற தலைப்பில் வெளியான கட்டுரை செழுமைப்படுத்தப்பட்டு புதுவிசை (ஜூன் 2011) இதழில் வெளியானது.

---

37. *நக்கீரன்*, (16 – 19 ஜூலை 2011), பக். 16 – 1.

கல்வியிலிருந்து விலக்கப்படும் தலித்துகள்

"வெறும் பட்டப் படிப்பு அல்லது சட்டப் படிப்பைப் படிப்பது தாழ்த்தப்பட்ட சாதியினருக்கு அதிகப் பயன் அளிக்காது. சாதி இந்துக்களுக்குக்கூட அது அதிக பலனை அளிக்கவில்லை. விஞ்ஞானத்திலும் தொழில் நுட்பத்திலும் உயர்தர கல்வி கற்பதுதான் தாழ்த்தப்பட்ட சாதியினருக்கு உதவும்"
– அம்பேத்கர்.

"...கணிதம், கணிப்பொறி அறிவியல் போன்ற முதன்மைப் பாடப் பிரிவுகளில் தலித் மாணவர்கள் மிகமிக சொற்ப அளவில் பெயரளவிற்கே சேர்க்கப்படுகின்றனர். உயர் சாதி மாணவர்கள் ஒதுக்கித்தள்ளும் வரலாறு, விவசாயம் மற்றும் கடைநிலைப் பாடப் பிரிவுகளையே தலித் மாணவர்களுக்குப் பள்ளி நிர்வாகம் சூழ்ச்சியோடு அளிக்கிறது. மருத்துவம், பொறியியல் போன்ற உயர் கல்வி பயில்வதற்குத் தலித் மாணவர்கள் தகுதி பெற்றவர்களாகிவிடக்கூடாது என்கிற மனுதர்ம மனோபாவத்துடன் பள்ளி நிர்வாகம் இத்தகைய சமூக அநீதியை சமீப காலங்களில் திட்டமிட்டு இழைத்து வருகிறது" – ஆதிதிராவிடன் புரட்சிக் கழகம்.

இந்தியச் சமூகத்தில் ஒடுக்குமுறைக்கு ஆளான மக்கள் தங்களின் சமூக நிலையை முன்னேற்றிக்

கோ. ரகுபதி

கொள்வதற்கு (மேற்கத்திய) கல்வியைக் கற்க வேண்டும்; அதன் மூலம் வேலையையும் பொருளாதார மேம்பாட்டையும் பெறுவதால் சமூக சமத்துவத்தை அடையமுடியும் என்கிற வாதம் இருந்து வருகிறது. இதனால் தலித்துகள் கல்வி கற்பதற்கென அரசாங்கம் கொள்கை அளவில் சில சலுகைகளைக் கொடுத்து வருகிறது. (தலித்தல்லாத மாணவர்களுக்கும் சலுகைகள் வழங்கப் பட்டு வருகின்றன. ஆனால் தலித் மாணவர்களுக்கு மட்டும்தான் சலுகைகள் வழங்கப்படுவது போன்ற பொய்ப் பிரச்சாரம் இருந்து வருகிறது என்பதையும் கவனத்தில் கொள்ளவும்). சலுகை குறித்த விவாதத்தில் அதை எதிர்ப்பவர்களும்[1], உண்டு. ஆதரிப்பவர்களும்[2] உண்டு.

தலித் மற்றும் பழங்குடியினரைக் கல்வி முன்னேற்றியிருக்கிறது. அதே சமயம் அது சொந்த பந்தங்களிடமிருந்து அவர்களை அந்நியப்படுத்துகிறது என்ற வாதமும் இருக்கிறது[3]. ஆனால் இங்கு எழுப்பப்பட வேண்டிய அடிப்படையான கேள்வி: கல்வி கற்றல் என்பது வேலை வாய்ப்பைப் பெறுவதற்கு என்றால் வேலை வாய்ப்பைத் தருகின்ற கல்வியைக் கடந்த காலங்களில் தலித்துகளால் எளிதாகப் பெறமுடிந்திருக்கிறதா? இன்று பெறமுடிகிறதா? வேலை வாய்ப்பிற்கான கல்வியிலிருந்து தலித்துகள் தொடர்ந்து விலக்கப்பட்டே வருகின்றனர்; அதைப் பெற தலித்துகள் பெரும் போராட்டத்தை நடத்த வேண்டிய சூழல் நிலவி வருகிறது என்பதை கட்டுரை விவாதிக்கிறது. கல்வியிலிருந்து விலக்கப்படுவது குறித்த விவாதம் புற உலகில் இல்லாத காரணத்தினால் சமூக விலக்கம் செய்யப்படுவது குறித்து விவாதிப்பது அவசியம். தமிழ்நாடு அரசு ஆவணக் காப்பகம், கள ஆய்வில் பெறப்பட்ட தரவுகள், சுய அனுபவம் ஆகியவை கட்டுரையில் ஆதாரங்களாகப் பயன்படுத்தப்பட்டுள்ளன.

கல்வி: பொருளாதார முன்னேற்றத்தின் ஆயுதம்

இந்துச் சமூக அமைப்பின் ஒடுக்குமுறையிலிருந்து விடுபடுவதற்கான ஆயுதமாக காலனிய ஆட்சியாளர்களால் இந்தியாவில் நிறுவப்பட்ட மேற்கத்திய கல்வி முறை இருந்து வருகிறது. கல்வி கற்றல் பண்டைய சாதி சார்ந்த குலத் தொழிலி லிருந்து தலித்துகளை விடுவிக்கிறது. பண்பாட்டுத் தளத்தில்

---

1. Suma Chitnis, 'Education for Equality:Case of Scheduled Castes in Higher Education', *Economic and Political Weekly*, Vol. VII, (August: 1972), pp. 1675-1681.
2. Kusum K Premi, 'Educational for the Scheduled Castes: Role of Protective Discrimination in Equalisation', *Economic and Political Weekly*, Vol. IX, (November: 1974), pp. 1902-1910.
3. A. R. Kamat, Education and Social Change amongst the Scheduled Castes and Scheduled Tribes, *Economic and Political Weekly*, (August: 1981), pp. 1279-1284.

அவர்களிடத்தில் பெரும் மாற்றத்தை ஏற்படுத்துகிறது. அதேசமயம் பொருளாதார முன்னேற்றத்திற்கும் உதவுகிறது. கல்வி கற்ற, முன்னேறிய பிரிவினரே தலித் விடுதலையில் முக்கியப் பங்காற்றி வருகின்றனர். கல்வியின் முக்கியத்துவத்தை உணர்ந்த தலித் இயக்கத் தலைவர்கள் தலித் மக்கள் கல்வி கற்க வேண்டும் என்று வலியுறுத்தியதோடு தலித்துகள் கல்வி கற்பதற்கு அரசாங்கத்தின் உதவியை நாடினர். தலித்துகளுக்குக் கல்வி அளிப்பதே அவர்களை முன்னேற்றுவதற்கான முறை என்று காலனிய ஆட்சியினர் உணர்ந்திருந்தனர், அவர்களுக்குக் கல்வி அளிப்பதில் ஆர்வம் காட்டினர்.

தியாசபிகல் சொசைட்டி, டிப்ரஸ்டு கிளாஸ் மிஷன், பிரம்ம சமாஜம், சோசியல் சர்வீஸ் லீக் மற்றும் கிறிஸ்துவ மிஷனரி இயக்கங்கள் தலித்துகளுக்குத் தனிப் பள்ளிகள் மூலம் கல்வி கொடுத்திருப்பதை அறியமுடிகிறது. தலித்துகளும் கல்வி கற்பதில் மிகுந்த ஆர்வம் காட்டியிருப்பதைச் சில புள்ளி விவரங்களிலிருந்து அறிந்துகொள்ள முடிகிறது. பத்தொன்பதாம் நூற்றாண்டில் கடைசி கால் நூற்றாண்டில் சென்னை மாகாணத்தில் பொதுக் கல்வி நிலையங்களில் தலித் மாணவர்களின் எண்ணிக்கை 30,000இலிருந்து 1,50,000ஆக உயர்ந்திருக்கிறது. 1892ஆம் ஆண்டு தலித் மாணவிகளுக்கென இருந்த 11 பள்ளிகளின் எண்ணிக்கை பின்னர் 100ஆக உயர்ந்திருப்பதன் மூலம் தலித்துகள் கல்வி கற்பதில் காட்டிய ஆர்வத்தை அறிந்துகொள்ள முடியும்.[4]

தலித்துகள் அன்று கல்வி கற்பதற்கு மூன்று வழிமுறைகள் இருந்தன. அவை: 1. அரசாங்கப் பள்ளி, 2. கிறிஸ்துவ மிஷினரி பள்ளி 3. சொந்தமாகப் பள்ளிக்கூடம் நிறுவுதல். கிறிஸ்துவ மிஷினரிகள் தலித்துகளுக்கெனத் தனிப் பள்ளிகளை நடத்தினர். சில சமயங்களில் கிறிஸ்துவ மிஷினரிகள் நடத்திய கல்வி நிலையங்களில் தலித்துகள் சேர்வது கடினமாக இருந்தது. திருநெல்வேலியில் ஜான்ஸ் கல்லூரி தொடங்கப்பட்ட ஆரம்ப காலங்களில் பள்ளர், பறையர் சாதியைச் சேர்ந்த மாணவர்கள் சேர்ந்து பயில்வதை நாடார் சாதியினர் எதிர்த்திருப்பதே இதற்கான உதாரணம். தலித்துகள் சொந்தமாகப் பள்ளிக்கூடம் நிறுவியிருப்பினும் இது அரிதாக நடைபெற்றிருக்கிறது. தீண்டாமைக் கொடுமைக்குள்ளான மக்களை விடுவிப்பதற்கென கிறிஸ்துவ மிஷினரிகள் நிறுவிய கல்வி நிறுவனங்களிலேயே இதுதான் நிலையென்றால் அரசாங்கம் நடத்திய 'பொது'க் கல்வி நிலையங்களில் முன்னதைவிடவும் கூடுதலான ஒடுக்குமுறையைத் தலித்துகள் சந்தித்தனர்.

---

4. L. F. Rush brook Williams, *India in 1920,* (Calcutta: Superintendent Government Printing, 1921), p. 158.

கல்வி நிலையம் நிறுவுதல், அடிப்படைக் கட்டமைப்பை உருவாக்குதல், ஆசிரியர் இதர ஊழியர்களுக்கு ஊதியம் வழங்குதல் போன்றவை அரசாங்கத்தின் 'பொது'ப் பணம் மூலம் நிர்வகிக்கப்படுவதே 'பொது'க் கல்வி நிலையம் என்று பொருள் படும். பொதுக் கல்வி நிலையத்தில் தலித் மாணவர்கள் சேர்ந்து பயில்வதிலிருந்து அவர்கள் விலக்கப்பட்டனர். தலித்துகளுக்குப் புழங்குஉரிமையற்ற பகுதியில் பள்ளியை நிறுவுதல், நேரடியாக அனுமதி மறுத்தல், தலித் மாணவர்களுக்கு அனுமதி வழங்கும் பள்ளியைத் தலித்தல்லாதோர் புறக்கணித்தல், பள்ளிக்குள்ளேயே தலித் மாணவர்களுக்கென தனி வகுப்பறை உருவாக்குதல், அனைத்துச் சாதி மாணவர்கள் இருக்கும் ஒரே வகுப்பறைக்குள் தலித் மாணவர்களுக்கென தனி இருக்கைகளை ஒதுக்குதல் போன்ற வடிவங்களில் தலித் மாணவர்கள் சமூக விலக்கம் செய்யப்பட்டனர்.

புழங்குரிமையற்ற வெளி

அவரவர் விருப்பத்திற்கு அன்றி சாதி வாரியாக குடியிருப்பு கட்டமைக்கப்பட்டிருக்கும் இந்துச் சமூக அமைப்பில் பிராமணர், மற்றும் இதர சாதி இந்துக்களின் வசிப்பிடத்தில் தலித்துகளுக்கான புழங்கு உரிமை மறுக்கப்பட்டிருந்தது. பிராமணர் மற்றும் இதர சாதி இந்துக்களின் வசிப்பிடத்தின் அருகிலேயே அஞ்சல் அலுவலகம், நீதி மன்றம், கல்வி நிலையம் போன்ற நவீன நிறுவனங்கள் அமைக்கப்பட்டிருந்தன. இதனால் அந்த நிறுவனங்களை அணுகுவதிலிருந்து தலித்துகள் விலக்கப்பட்டிருந்தனர். பள்ளிகள் அனைத்துச் சாதி மற்றும் சமூகத்தினர் புழங்குவதற்கு ஏற்ற இடத்திலேயே அமைக்கப்பட்டிருக்க வேண்டும் என்று மெட்ராஸ் தொடக்கக் கல்விச் சட்டம் 1920 பிரிவு 40 (2) விதி 8, அறிவிக்கிறது.[5] இருந்த போதிலும், பொதுக் கல்வி நிலையங்கள் தலித்துகளுக்குப் புழங்குரிமையற்ற பகுதியிலேயே அமைக்கப்பட்டிருந்ததால் தலித் மாணவர்கள் கல்வி நிலையங்களை அணுகுவதிலிருந்தும் கற்பதிலிருந்தும் விலக்கப்பட்டிருந்தனர்.

1928–29ஆம் ஆண்டு புள்ளி விவரத்தின்படி 1, 875 'பொது'ப் பள்ளிகள் தலித்துகளுக்கு அனுமதி மறுக்கப்படும் புவிப்பரப்பில் அமைக்கப்பட்டிருந்தன.[6] சுமார் பத்தாண்டுகளுக்குப் பின்னர், 1935–36ஆம் ஆண்டு புள்ளி விவரத்தின்படி 891 பள்ளிகளும், 1935–36ஆம் ஆண்டு புள்ளி விவரப்படி 440 பள்ளிகளும் தலித்துகளுக்கு

---

5. *MLCD*, (27 January 1932), Vol. LIX, p. 145.
6. *MLCD*, (24 February 1930), Vol. LII, p. 31.

அனுமதி மறுக்கப்படும் புவிப்பரப்பில் அமைக்கப்பட்டிருந்தன[7]. இந்தப் புள்ளி விவரங்களிலிருந்து தலித்துகள் எந்த அளவிற்குக் கல்வி கற்பதிலிருந்து விலக்கப்பட்டிருக்கின்றனர் என்பதைப் புரிந்துகொள்ள இயலும். இதனால் தலித்துகள் கல்வி நிலையங்களை அணுகுவதற்கான புழங்குரிமைப் போராட்டத்தை நடத்த வேண்டிய நிர்ப்பந்தம் உருவானது. கோயம்புத்தூர் சிங்காநல்லூரில் பொதுப் பள்ளியை அணுகுவதற்குத் தலித்துகள் அக்ரஹாரத்தில் புழங்குவதற்கான போராட்டம் நடத்தியதைக் கூறலாம். இதில் தலித் மாணவர்களை அவர்களின் பெற்றோர்கள் அக்ரஹாரம் வழியாக அழைத்துச் சென்றபோது பிராமணர், சாதி இந்துக்கள் ஆகியோர் இணைந்து வன்முறையை ஏவினர்.[8]

அனுமதி மறுப்பு

கற்கும் செயல்பாட்டிலிருந்து தலித் மாணவர்களை விலக்குவதற்கு சாதி இந்துக்கள் கடைப்பிடித்த ஒரு வடிவம் பொதுக் கல்வி நிலையங்களில் தலித் மாணவர்களின் சேர்க்கையை வெளிப்படையாக மறுத்தல் ஆகும். தலித் மாணவர்கள் பொதுப் பள்ளிகளுக்கு விண்ணப்பிக்கிறபோது, சேர்த்துக்கொள்ள முடியாது என்று அவர்களுக்குப் பள்ளிகளில் சேர்க்கை மறுக்கப்பட்டிருக்கிறது. உதாரணமாக, சேலம் வட்டாட்சி ராக்கிபட்டி மற்றும் எட்டிமாணிக்கம்பட்டி, சங்ககிரி வட்டாட்சி வாரியப் பள்ளிகளில் தலித் மாணவர்களுக்கு அனுமதி மறுக்கப்பட்டது.[9] பள்ளிக் கல்வியை முடித்துவிட்டு கல்லூரிப் படிப்பிற்கு அரிதாக சென்ற தலித் சாதியினருக்குக் கல்லூரியில் இடம் மறுக்கப்பட்டிருக்கிறது. உதாரணமாக, வெள்ளிங்கிரி என்ற தலித் ஒருவர் கோயம்புத்தூர் அரசு கல்லூரிக்கு விண்ணப்பித்தபோது அவருக்கு இடம் மறுக்கப்பட்டது. அனுமதி மறுத்தல் என்பது பொதுவான செயலாக நடைபெற்றிருக்கிறது. இதனால் அனுமதி மறுக்கப்படும் இடங்களில் சேர்க்கைக்கான போராட்டத்தைத் தலித்துகள் நடத்தியிருப்பதைக் காண முடிகிறது. வெள்ளிங்கிரிக்கு அனுமதி மறுக்கப்பட்டதால் கல்லூரி முதல்வர், உயர் கல்வி அதிகாரிகளுக்கு முறையிடல் எனப் பல போராட்டங்களுக்குப் பின்னரே அக் கல்லூரியில் அவருக்கு இடம் வழங்கப்பட்டிருக்கிறது.[10]

---

7. *MLCD*, (28 November, 1938), Vol. VIII, p. 85.

8. K. Ragupathi, The History of Devendrakula Vellalar Movement in Tamil Nadu, 1920-2000, an unpublished Ph.D. Thesis submitted to Manonmaniam Sundaranar University, Tirunelveli, (December: 2007), p. 96-97.

9. *MLCD*, (04 March 1926), Vol. XXVIII, p. 95, 27 November 1928, Vol. XLV, p. 183.

10. *MLCD*, Vol. XXIV, (26 August 1925), pp. 788-789.

அனுமதி, புறக்கணிப்பு, தீண்டாமை

தலித்துகளின் போராட்டங்களுக்குப் பின்னர் தலித் மாணவர்கள் பொதுப் பள்ளிகளில் அனுமதிக்கப்பட்டிருக்கின்றனர். அவ்வாறு அனுமதிக்கிறபோது ஏற்கனவே அங்குப் படித்துவரும் சாதி இந்து மாணவர்கள் அப்பள்ளிகளைப் புறக்கணித்திருக் கின்றனர். திருவண்ணாமலை கீழத்தூர் நகராட்சி தொடக்கப்[11] பள்ளியில் சேர்வதற்கு சுமார் 50 தலித் மாணவர்கள் வருவதை அறிந்த தலித்தல்லாத மாணவர்கள் அப்பள்ளியைப் புறக்கணித் தனர்.[12] சிதம்பரம், முஷ்ணம் மேல்நிலை தொடக்கப் பள்ளியில் தலித் மாணவர்கள் அனுமதிக்கப்பட்ட காரணத்தால் அப்பள்ளி யில் 20 ஏப்ரல் 1933இல் 183ஆக இருந்த மாணவர் எண்ணிக்கை 24 ஏப்ரல் 1933 அன்று 21 பேராகக் குறைந்துவிட்டது. இந்த எண்ணிக்கை பின்னரே கூடியிருக்கிறது.[13] தலித்துகள் அனுமதிக்கப் படும் பள்ளிகளில் நாங்கள் பயில மாட்டோம் என்ற சாதி இந்துக்களின் நிலைப்பாட்டில் தலித்துகளை விலக்கம் செய்கின்ற நடவடிக்கையைக் காணமுடிகிறது.

சில பள்ளிகளில் தலித்துகளுக்கு அனுமதி வழங்கப்பட் டிருப்பினும் அவர்கள் பாகுபாட்டுடன் நடத்தப்பட்டிருக்கின்றனர். அதாவது, ஒரே பள்ளிக்குள் தலித்துகளுக்கெனத் 'தனி' வகுப்பறைகள், "தனி" இருக்கைகள் என்று 'பொது' மாணவர்களிடத்திலிருந்து தலித் மாணவர்கள் விலக்கப்பட்டிருக்கின்றனர். சிதம்பரம் ஸ்ரீமுஷ்னம் மேல்நிலை தொடக்கப் பள்ளியில் தலித் மாணவர்கள் அனுமதிக்கப்பட்டாலும் பள்ளிக் கட்டடத்திற்குப் பின் பகுதியில் தனிக் கூடாரம் அமைத்து தலித் மாணவர்களுக்கென வகுப்புகள் நடத்தப்பட்டன. பள்ளி ஆய்வு அதிகாரிகள் இதைக் கண்டித்த பின்னர் தனிக் கூடார முறை கைவிடப்பட்டிருக்கிறது.[14] இரண்டாம் வகுப்பு படிக்கும் தலித் மாணவர்களை அதே வகுப்பு படிக்கின்ற தலித்தல்லாத மாணவர்களோடு உட்கார வைப்பதற்குப் பதிலாக முதலாம் வகுப்பு படிக்கும் தலித் மாணவர்களோடு உட்கார வைக்கின்ற நடைமுறையும் இருந்திருக்கிறது.[15] மற்ற மாணவர்களிட மிருந்து விலக்கம் செய்து தலித் மாணவர்களைத் 'தனி'யாக

---

11. காலனிய ஆட்சிக்காலத்தில் பகல் மற்றும் இரவுநேரங்களில் இயங்கும் பள்ளிகள் இருந்தன.

12. *MLCD*, Vol. XXXII, (06 September 1926,) pp. 292-293.

13. *MLCD*, Vol. LXVIII, (01 November 1933), p. 286.

14. *MLCD*, Vol. LXVIII, (01 November 1933), p. 286.

15. *MLCD*, Vol. XXXII, (04 September 1926), pp. 219-220.

உட்கார வைக்கின்ற வழமைக்குத் தீண்டாமையே காரணமாக இருந்திருக்கிறது.[16]

தனிப் பள்ளி முறைக்கு வித்திட்ட சமூக விலக்கம்

மேற்கத்திய கல்வி நிறுவனங்கள் ஆரம்பிக்கப்பட்ட காலந் தொட்டு மேற்குறிப்பிட்ட வடிவங்களில் தலித்துகளைக் கல்வி கற்பதிலிருந்து விலக்கி வைக்கின்ற செயல் நடைபெற்றிருப்பதை விவரித்திருக்கிறோம். இந்தச் சமூக விலக்கலுக்கு எதிரான நடவடிக்கையை காலனிய அரசாங்கம் மேற்கொண்டிருக்கிறது. மேலும், தலித்துகளுக்குச் சாதகமான நிலைப்பாட்டை கோட்பாட்டளவில் எடுத்திருக்கிறது. சாதி அல்லது மதம் அடிப்படையில் மாணவர்களைச் சேர்த்துக்கொள்ள மறுக்கின்ற பள்ளியின் அங்கீகாரம் திரும்பப் பெறப்படும் என்று மெட்ராஸ் ஆரம்பக் கல்வி சட்டம் 1920 அறிவித்திருக்கிறது.[17] பொதுப் பள்ளியில் தலித் மாணவர்கள் இலவசமாகச் சேர்த்துக்கொள்ளப்பட வேண்டும் என்ற கொள்கையைக் கடைப்பிடித்தது. உள்ளாட்சி நிறுவனங்கள் நடத்துகின்ற பள்ளிகள், அரசு மானியம் பெறும் கல்வி நிறுவனங்கள் அரசின் கல்விக் கொள்கையைப் பின்பற்ற மறுத்தால் அப்பள்ளிகளுக்கு அரசாங்கம் வழங்குகின்ற மானியம் குறைக்கப்படும் அல்லது மானியத் தொகை ரத்து செய்யப்படும் என்று நிலைப்பாட்டையும் அரசாங்கம் எடுத்திருந்தது.[18] மேலும் தலித்துகளை முன்னேற்றுவதற்கென தொழிலாளர் ஆணையர் 1920களில் நியமிக்கப்பட்டிருந்தார்.

தலித்துகள் முன்னேறுவதற்குச் செய்யப்படுகின்ற பல்வேறு பணிகளில் அவர்களுக்குக் கல்வி அளிக்கின்ற பொறுப்பும் தொழிலாளர் ஆணையருடையதே.[19] தனிப் பள்ளி நடத்துதல், கல்வி நிதி உதவி வழங்குதல், விடுதியைப் பராமரித்தல் போன்ற பணிகளைச் செய்வதும் ஆணையருடையதே.[20] கொள்கை அளவில் காலனிய அரசாங்கம் தலித்துகளுக்கு ஆதரவான நிலைப்பாட்டை எடுத்தது. ஆனால், தலித்துகளைக் கல்வி நிலையங்களில் அனுமதிக்க மறுத்தல், பாகுபாட்டுடன் நடத்துதல், அனுமதி மறுப்பு ஆகியவற்றை எதிர்க்கும் கொள்கைகளைக்

---

16. L. F. Rush brook Williams, *India in 1921-22,* (Calcutta: Superintendent Government Printing, 1922), p. 218.

17. *MLCD*, Vol. VIII, (28 November, 1938), p. 85.

18. *MLCD*, (25 March 1924), p. 1089, Vol. LII, (24 February 1930), p. 31.

19. L. F. Rushbrook Williams, *India in 1920,* (Calcutta: Superintendent of Government Printing, 1921), p. 159.

20. *Madras Government and Uplift of Harijans*, (October: 1934), Vol. II, No. 37, p. 294.

காலனிய அரசாங்கம் நடைமுறைப்படுத்தியிருக்கவில்லை. விளைவு, தலித்துகள் தங்களுக்கெனத் தனியாகக் கல்வி நிலையம் வேண்டும் என்ற கோரிக்கையை முன்வைக்கத் தூண்டியது.[21] சென்னை மாகாண அவையில் தலித் பிரதிநிதி சகஜானந்தாவின் உரையிலிருந்து தலித் மாணவர்களுக்கான தனிக் கல்வி நிலைய கோரிக்கையும் அதற்கான காரணத்தையும் புரிந்துகொள்ள முடிகிறது.

அவர், “ஒவ்வொரு தாலுகாவிலும் ஒரு செகண்டரி பாடசாலையை ஏற்படுத்த வேண்டும். அதில் படிப்பவர்கட்கு உணவு முதலியன இலவசமாகக் கொடுக்க வேண்டும். இது மிகவும் அவசியம். ஒவ்வொரு ஜில்லாவிலும் அவசியமாக ஆதிதிராவிடர்களுக்கு உயர்நிலைப்பள்ளிகள் ஏற்படுத்த வேண்டும். தென்னாற்காடு ஜில்லாவில் ஆறு லட்சம் ஆதி திராவிடர்களிருக்கிறார்கள். ஆறு லட்சம் ஜனங்களிலும் ஸ்கூல் பைனல் படித்தவர் ஒருவருமில்லை. இதைவிட எங்கள் துர்ப்பாக்கியத்தைச் சொல்லிக் காட்ட வேண்டாம். இவ்விஷயமாக அரசாங்கத்தாரைக் கேட்டால் எல்லாக் கல்லூரிகளிலும் ஆதிதிராவிட மாணவர்கள் சேர்ந்து படிக்கலாம். சட்டம் இயற்றப்பட்டிருக்கிறது. உங்களுக்கெனத் தனிக் கல்லூரிகள் வேண்டாமெனக் கூற முயல்கின்றார்கள். அதற்காக நாங்கள் நன்றி பாராட்டுகிறோம். அந்தச் சட்டத்தைச் செய்கையில் காண்பது அரிதாகவிருக்கிறது. வைதீகம் பாராட்டுமிடங்களிலுள்ள கல்வி சாலைகளுக்குச் சென்று எங்கள் பிள்ளைகளைச் சேர்த்துக் கொள்ள வேண்டுமெனக் கேட்டால் சட்டத்திற்குப் பயந்து சேர்த்துக்கொள்வார்கள். சாக்குப்போக்கு சொல்வார்கள். அது விஷயத்தில் அழுத்தமாக நடவடிக்கை எடுத்துக்கொண்டால் பகைமையும் மாணவன் முன்னுக்கு வர முடியாத கஷ்டங்களும் ஏற்படுகின்றன. பலவித சிக்கல்களிருக்கின்றன.

உயர்ந்த வகுப்பினராகிய வலிவுள்ளவர்களிடத்தில் சென்று சண்டையிட்டுக்கொண்டு உள்ளதையுங் கெடுத்துக்கொள்வதை விட தனியே விரும்புவது நலமாகும். ஆதிதிராவிட மாணவர் களைச் சேர்ப்பதால் கஷ்டமுண்டாகுமென்று தோன்றும் இடங்களிலெல்லாம் ஆதிதிராவிடர்கட்குத் தனிப்பாடசாலைகள் அமைத்துக் கொடுத்தால் அது எங்கள் சமூகத்திற்குப் பெரிதும் பயன்படும். எங்கள் சமூகத்திற்கென ஏற்படும் கல்லூரிகளில் கூடுமானால் மற்றைய வகுப்புப் பிள்ளைகளும் சேர்ந்து படிக்கச் சொற்ப உதவி புரிந்தால் உயர் வகுப்பு மாணவர்களும் வந்து சேர்வார்கள். அதன் மூலம் சுலபமாக சமரசம் ஏற்படக்கூடும்.

21. *MLCD*, Vol. XXXIV, (04 March 1927), pp. 256-257.

தற்போது முகமதிய மாணவர்கட்குத் தனிக் கல்லூரிகள் ஏற்படுத்தி நடத்தி வருவதைப் போல் எங்களுக்கும் நடத்திவரக் கேட்டுக்கொள்கிறேன்" என்றார். சட்ட ரீதியான அங்கீகாரம் இருந்தபோதிலும் தலித் மாணவர்கள் பொதுப் பள்ளியில் பயில்வதற்கு அனுமதிக்கப்பட்டிருக்கவில்லை என்பதைச் சகஜானந்தாவின் உரையிலிருந்து அறிந்துகொள்ள முடிகிறது. இதுவே தலித்துகளைத் தங்களுக்கெனத் தனிக் கல்வி நிலையம் வேண்டும் என்ற கோரிக்கையை முன்வைக்கத் தூண்டியது.

பொதுப் பள்ளியில் தலித்துகள் அனுமதிக்கப்படாதபோது அரசாங்கம் தலித்துகளுக்கெனத் தனிப் பள்ளிகளை உருவாக்கி யிருக்கிறது. திருவண்ணாமலை நகராட்சிப் பள்ளியில் தலித் மாணவர்கள் அனுமதிக்கப்படாத காரணத்தால் திருவண்ணா மலை நகராட்சி அவை தலித் மாணவர்களுக்கெனத் தனிப் பள்ளிக்கூடத்தை நிறுவியிருப்பதை இதற்கான உதாரணமாகக் கூறலாம்.[22] தலித்துகளும் சுயமுயற்சியினால் தனிப் பள்ளிக்கூடங்கள் நிறுவியிருக்கின்றனர். விருத்தாச்சலம் வட்டாட்சியைச் சேர்ந்த சத்தியவாடி கிராமம்[23], திருநெல்வேலி மாவட்டம் திருப்பணிக்கரிசல்குளம்[24] போன்ற பகுதிகளில் தலித்துகள் நிறுவிய பள்ளிகளை இதற்கு உதாரணமாகக் கூறலாம். எனவே, 'பொதுப் பள்ளிக்கூடங்களில் தலித்துகளுக்கு சேர்க்கை அனுமதி மறுக்கப்படுவதால் தலித்துகளுக்கெனத் 'தனி'ப்பள்ளிக்கூடம் உருவாகியிருக்கிறது என்பது தெளிவு.

'தனி'ப் பள்ளிக்கூடம் என்ற கோரிக்கையை அனைத்துத் தலித்துகளும் முன்வைக்கவில்லை. 'பொதுப் பள்ளிக்கூடங்களில் தலித்துகள் அனுமதிக்கப்பட வேண்டும். தனிப் பள்ளிக்கூடங்கள் வேண்டாம் என்று போராடிய தலித்துகளும் உண்டு. அவர்களில் குறிப்பிடத்தக்கவர் ஆர். வீரையன். இவர் தலித்துகளுக்கெனத் தனிப் பள்ளிக்கூடம் தொடங்குவதைத் தொடர்ச்சியாக எதிர்த் திருக்கிறார். அனைவரும் ஒன்றாக இருக்க வேண்டும் என்று பேசப்படுகிற இந்த ஜனநாயகச் சூழலில் ஆதிதிராவிடர்களுக் கெனத் தனிப் பள்ளிக்கூடம் என்ற கொள்கையை அரசாங்கம் அனுமதிக்கிறதா? என்ற கேள்வியை சென்னை மாகாண அவையில் எழுப்பினார் வீரையன். இக்கேள்விக்குக் கல்வி அமைச்சர், "தனிப் பள்ளிக்கூடம் சேரி மக்களின் கோரிக்கை யால் தொடங்கப்பட்டிருக்கிறது. தொழிலாளர் ஆணையரின் கட்டுப் பாட்டிற்குக் கீழ்வரும் பல சேரிகளில் தனிப் பள்ளிக்கூடங்கள்

---

22. *MLCD*, Vol. XXXII, (06 September 1926), pp. 292-293.

23. *MLCD*, (14 December 1925), p. 26.

24. தகவல்: பாலசுப்பிரமணியன், திருப்பணிக்கரிசல்குளம்.

தொடங்கப்பட்டிருக்கின்றன. அவர்களுக்குத் தொடக்கக் கல்வி கொடுக்க வேண்டும் என்ற அரசாங்கத்தின் கொள்கையின் அடிப்படையில் அதற்குத் தேவையான வசதிகள் செய்து கொடுக்கப்படுகின்றன" என்று பதிலளித்தார்.

வீரையன் பின்வரும் கேள்வியை மீண்டும் எழுப்பினார்: தனிப் பள்ளி என்பது எப்போதும் ஆதிதிராவிடர்களைத் தனியாக வைத்திருப்பதாகப் பொருள் கொள்கிறதா? ஆதிதிராவிட மாணவர்கள் நகராட்சிப் பள்ளிகளில் அனுமதி கோரும் போது மட்டும் தனிப் பள்ளி என்ற கருத்து நகராட்சி அவையிடமிருந்து தோன்றுகிறது? இதற்கு முன்னர் தோன்றவில்லையே ஏன்? இதற்குக் கல்வி அமைச்சர் பின்வருமாறு பதிலளித்தார்: "தனிப் பள்ளி இல்லாதிருப்பதே அரசாங்கத்தின் கொள்கை. ஆனால் அனைத்துப் பொதுப் பள்ளிகளும் அனைத்து மாணவர்களுக்கும் திறக்கப்பட வேண்டும். ஆனால் ஆதிதிராவிடர்களிடமிருந்து தங்களுக்கெனத் தனிப் பள்ளி வேண்டும் என்ற சிறப்புக் கோரிக்கையை முன்வைத்தால் நாங்கள் அவர்களின் கோரிக்கையை நிறைவேற்றுவோம்."

இதனால் வீரையன் பின்வரும் மற்றொரு கேள்வியை இவ்வாறு எழுப்பியுள்ளார்: 300 பேர் வசிக்கின்ற சேரியில் 10 பேர் தனிப் பள்ளி கேட்கிறபோது 290 பேரின் உணர்வுகளைப் புறக்கணிக்க முடியும் என்று நீங்கள் எண்ணுகிறீர்களா? நீங்கள் யாருடைய உணர்விற்கு மதிப்பு கொடுக்க இருக்கிறீர்கள்? 290 பேரின் கோரிக்கையையா? அல்லது 10 பேரின் கோரிக்கையையா?[25] வீரையனின் கேள்விகளிலிருந்து அவர் 'தனி'ப் பள்ளி முறையைக் கடுமையாக எதிர்த்திருக்கிறார் என்று புரிந்துகொள்ள முடிகிறது. தலித்துகள் முன்வைத்த கோரிக்கையில் தலித் மாணவர்கள் பொதுப் பள்ளிக்கூடங்களில் அனுமதிக்கப்பட வேண்டும் என்ற கோரிக்கையை விடவும் தனிப் பள்ளிகளில் அனுமதிக்கப்பட வேண்டும் என்ற கோரிக்கைக்கு அதிக முக்கியத்துவம் கொடுக்கப் பட்டிருக்கிறது. மேலும், கொள்கை அளவில் அரசாங்கம் தனிப் பள்ளி முறையை விரும்பியிருக்கவில்லை எனினும் நடைமுறையில் அது தனிப் பள்ளி முறையையே ஏற்படுத்தியிருக்கிறது. 'தனி'ப் பள்ளி முறை 'பொது'விலிருந்து தலித்துகளை விலக்குவதைத் தவிர வேறொன்றும் இல்லை.

கல்வியிலிருந்து விலக்கம்: இன்றைய நிலை

இன்றைய காலத்தில் தலித்துகள் கல்வி பெற வேண்டும் என்பதற்காக நிதி உதவி வழங்குதல் உட்பட பல்வேறு திட்டங்கள்

25. *MLCD*, Vol. XXXII, (06 September 1926), pp. 292-293.

இருக்கின்றன.[26] ஆனால் நடைமுறையில் அவற்றை கல்வி நிலைய நிர்வாகம் முறையாக அமல்படுத்துவதில்லை. இங்கு இருக்கின்ற திட்டங்கள் அமல்படுத்தப்படுகின்றனவா? இல்லையா? என்ற ஆராய்ச்சிக்குள் செல்லவில்லை. எவ்வாறு தலித் மாணவர்கள் உயர் கல்வியில் அறிவியல் பாடப் பிரிவில் படிப்பதிலிருந்து விலக்கம் செய்யப்படுகிறார்கள்? என்பதை விவாதிப்போம். காரணம் அறிவியல் கல்வி பயில்வது என்பது அத்துறைகளில் படிப்பவர்களை வல்லுநர் தரத்திற்கு உயர்த்துகிறது மேலும் வேலை வாய்ப்பும் எளிதில் கிடைத்துவிடுகிறது. அம்பேத்கர் இதை மிகத் தெளிவாக, "பொருளாதார நிலையை உயர்த்தும் விஷயத்திலிருந்து நோக்கும்போது, தாழ்த்தப்பட்ட சாதியினருக்குப் பொதுக் கல்வியைவிட தொழில்நுட்பக் கல்வி அதிக முக்கியத்துவம் வாய்ந்தது என்பது தெளிவு"[27] என்று கூறியுள்ளார்.

இந்தியாவில் சில அரசாங்கங்கள் வரலாறு, பொருளாதாரம் போன்ற படிப்புகள் பயனற்றவை என்று அறிவித்ததிலிருந்து, அத்துறையில் பட்டம் பெற்றவர்கள் வேலை வாய்ப்பைப் பெறுவது மிகக் கடினமான செயலாக இருந்துவருகிறது. இன்றைய சூழலில் சமூக அறிவியல் பட்டம் தலித்துகளைப் பொருளாதாரத்தில் முன்னேற்றுவதற்கு உதவாது. ஆனால் இத்துறைகளை முற்றிலும் புறக்கணிப்பது தலித் விடுதலைக்கு ஊறு விளைவிக்கும் என்பதையும் கவனத்தில் கொள்ள வேண்டும். பொருளாதார முன்னேற்றம் என்ற நோக்கில் தலித்துகள் அறிவியல் படிப்பதும், சமூக விடுதலைக்கான நோக்கில் சமூக அறிவியல் துறையில் கவனம் செலுத்துவதும் தவிர்க்க இயலாத தேவை என்பதைப் புரிந்துகொள்ள வேண்டும். அம்பேத்கர், அறிவியல் தொழில்நுட்பத்தைப் பயில்வதற்கு தலித் மாணவர்களுக்கு நிதி உதவி வழங்க வேண்டும் என்பதை வலியுறுத்தியுள்ளார். ஆனால் அத்துறையில் தலித் மாணவர்கள் சேர்வது இன்று சிக்கலாக இருந்துவருகிறது. பதினொன்றாம் வகுப்பு, இளநிலை, முதுநிலை இளம் முனைவர், முனைவர், முதுமுனைவர் ஆகிய நிலைகளில் தலித் மாணவர்கள் அறிவியல் பாடப் பிரிவிலிருந்து விலக்கம் செய்யப்படுகிறார்கள். இது குறித்து விவாதிப்பதற்கு முன்னர் பள்ளி நிலையில் தலித் மாணவர்களின் சேர்க்கை எந்தப் பள்ளிகளில் இருக்கிறது, அங்கு இருக்கும் பாகுபாடு என்ன என்பதைக் காண்போம்.

கிராமப் புறங்களில் இருக்கின்ற தலித்துகள் அவர்கள் வசிக்கின்ற கிராமத்தில் அல்லது பக்கத்து கிராமத்தில் இருக்கின்ற

26. *Grant of Concession to Harijans,* (Madras: Government of Madras, 1959), p. 2.

27. *அம்பேத்கர் பேச்சும் எழுத்தும்* – தொகுதி 19 பக். 35 40.

பள்ளியில் படிக்கச் செல்கின்றனர். ஒரு கிராமத்தில் அரசுப் பள்ளி, அரசு உதவி பெறும் பள்ளி, தனியார் பள்ளிகள் இருந்தால் தலித் குழந்தைகள் பெரும்பாலும் அரசுப் பள்ளியில் இணைந்து படிக்கின்றனர். சில கிராமங்களில் தலித்துகளுக்கென இருக்கின்ற ஹரிஜன தொடக்கப் பள்ளி, ஆதிதிராவிடர் நலப்பள்ளிகளில் தலித் குழந்தைகள் படிக்கின்றனர். அரசு உதவிபெறும் பள்ளி, தனியார் பள்ளிகளில் கூடுதலான கட்டமைப்பு வசதிகள் இருந்தபோதிலும் அப்பள்ளிகளில் படிக்க இயலாத சூழலே நிலவுகிறது. திருநெல்வேலி மாவட்டம் செந்தட்டியாபுரம், பந்தப்புளி, ரெட்டியப்பட்டி, பூவன்குறிச்சி ஆகிய கிராமங்களில் கள ஆய்வு நடத்திய போது தலித் குழந்தைகள் படிக்கின்ற அரசுப் பள்ளிகளில் கட்டமைப்பு வசதியின்மையைக் காணமுடிந்தது.

குழந்தைகளுக்குப் பாடம் கற்றுக்கொடுப்பதற்கெனத் தொலைக்காட்சிப் பெட்டி மற்றும் குறுந்தகடு இயக்குவதற்கான பெட்டி வழங்கப்பட்டிருக்கிறது. ஆனால் அப்பள்ளிகளில் மின்சாரம் இல்லாததால் இப்பொருட்கள் பயன்படுத்த இயலாத நிலையில் இருப்பதை ரெட்டியப்பட்டி அரசு தொடக்கப் பள்ளி யில் காணமுடிந்தது.[28] பூவன்குறிச்சி ஹரிஜன் தொடக்கப் பள்ளியில் ஆசிரியர்களின் எண்ணிக்கை மூன்றில் இருந்து இரண்டாகக் குறைக்கப்பட்டுவிட்டது. மேலும், குழந்தைகள் அமர்ந்து படிப்பதற்கென இருக்கைகள் இல்லை. ஒவ்வொரு வகுப்பிற்கும் தனித்தனி வகுப்பறைகள் இல்லை என்பது உட்பட அடிப்படைக் கட்டமைப்பு வசதிகள் இல்லாதிருப்பதைக் கூறலாம். கற்பதற்குத் தேவையான வசதியின்மை தலித் குழந்தைகளின் கற்றல் தரத்தில் பாதகமான விளைவை ஏற்படுத்தும். இதன் பொருள் என்னவென்றால் தலித் குழந்தைகள் தரமான கல்வி கற்பதிலிருந்து விலக்கப்படுவது தொடக்கக் கல்வி நிலையிலேயே தொடங்கிவிடுகிறது என்பதாகும்.

தொடக்கக் கல்வி நிலைக்கு முந்தைய பாலர் பள்ளியில் தலித்தல்லாத குழந்தைகளிடமிருந்து தலித் குழந்தைகளைப் பிரித்து வைக்கின்ற பாகுபாட்டு நடைமுறையைக் குறிப்பிட்டுக் கூறவேண்டும். பாலர் பள்ளியில் குழந்தைகள் அ மற்றும் ஆ என இரண்டு பிரிவுகளாகப் பிரிக்கப்பட்டுள்ளனர். தலித்தல்லாத குழந்தைகள் அதிகம் இருக்கின்ற பிரிவில் சொற்ப எண்ணிக்கையில் தலித் குழந்தைகளும், தலித் குழந்தைகள் அதிகம் இருக்கின்ற பிரிவில் சொற்ப அளவில் தலித்தல்லாத குழந்தைகளும் பிரிக்கப் பட்டிருக்கின்றனர். இதை ரெட்டியப்பட்டி, பந்தப்புளி ஆகிய ஊர்களில் களஆய்வின்போது காணமுடிந்தது. இவ்வாறு பிரித்தல்

---

28. *கள ஆய்வு,* (21 ஜனவரி 2009).

மிகச் சமீபத்தில் நடந்ததாக அங்குப் பணிபுரியும் பணியாளர்கள் கூறினர். இந்தப் பிரிவு காலனிய ஆட்சிக் காலத்தில் பள்ளிகளில் தலித் மாணவர்கள் தலித்தல்லாத மாணவர்களிடத்தில் இருந்து தனியாகப் பிரித்து வைக்கப்பட்ட சம்பவங்களிலிருந்து வேறுபட்டிருக்கவில்லை. சமூக விலக்கம், பாகுபாடு ஆகியவற்றை அனுபவித்தல் தலித் குழந்தைகளுக்குப் பாலர் பள்ளியிலிருந்தே தொடங்கிவிடுகிறது. இந்தப் பின்னணியில் பயின்று வரும் தலித் குழந்தைகளே பின்னர் நகரங்களுக்கு உயர்நிலை மற்றும் மேல்நிலைப் பள்ளிகளுக்குச் செல்கின்றனர். இவர்கள் பத்தாம் வகுப்புப் பொதுத் தேர்வுக்குப் பின்னர் சந்திக்கின்ற சிக்கலைக் காண்போம்.

மாணவர்களின் வாழ்க்கையில் திருப்பத்தை ஏற்படுத்தக்கூடிய புள்ளி பத்தாம் வகுப்புப் பொதுத் தேர்வில் பெறுகின்ற மதிப்பெண். பின்னர் அடுத்த திருப்பத்தை ஏற்படுத்தும் புள்ளி பதினொன்றாம் வகுப்பில் சேர்கின்ற பாடப் பிரிவு. தலித் மாணவர்கள் பொதுவாகக் கணிதம், கணினி, அறிவியல் அல்லாப் பாடப் பிரிவுகளான வரலாறு, விவசாயம் ஆகியவற்றைப் பயில்கின்றனர். தலித் மாணவர்களுக்கு வரலாறு, விவசாயம் ஆகியவற்றின் மீது மட்டுமே ஆர்வம் இருந்து வருகிறதா? அல்லது கணிதம், கணினி, அறிவியல் ஆகியவற்றைத் தங்களால் படிக்க இயலாது என்ற அச்சமா? ஆர்வமும் அச்சமும் தலித் மாணவர்களின் அக உணர்வில் சுயமாக ஏற்படுவதில்லை. அது புற உலகினால் திணிக்கப்படுகிறது. தலித் மாணவர்களை அதிக எண்ணிக்கையில் வரலாறு மற்றும் விவசாயம் ஆகிய பிரிவுகளிலும் சொற்ப அளவில் கணிதம், கணினி, அறிவியல் ஆகிய பாடப் பிரிவுகளிலும் சேர்த்துக் கொள்கிறது பள்ளி நிர்வாகம். இது எவ்வாறு நிகழ்கிறது என்றால் பள்ளியில் விண்ணப்பிக்க வரும் தலித் மாணவர்களிடத்தில், 'நீ பெற்றிருக்கும் மதிப்பெண்ணுக்குக் கணிதம், கணினி, அறிவியல் ஆகிய பிரிவுகளில் இடம் கிடைப்பது அரிது. வரலாறு மற்றும் விவசாயம் ஆகிய பிரிவுகளில் இடம் கிடைக்கும் அதற்கு விண்ணப்பிக்கவும்' என்று பள்ளி நிர்வாகத்தினர் கூறிவிடுவர்.

சொற்ப அளவிலான மாணவர்களைக் கணிதம், கணினி, அறிவியல் ஆகிய பாடப் பிரிவுகளுக்கு விண்ணப்பிப்பதற்கு அனுமதிப்பர். மேலும், தலித் மாணவர்களிடத்தில் கணிதம் அறிவியல் போன்ற பாடங்களை உன்னால் படிக்க இயலாது, அவை மிகக் கடினமானவை. வரலாறு எளிதானது எனவே அதைப் படி என்று அறிவுரை கூறுவர். அனைத்துத் தலித் மாணவர்களையும் ஒருங்கிணைத்துக் கூறுவதில்லை, தனித் தனியாகவே கூறுவர். மாணவர்கள் விண்ணப்பிக்கிறபோது தனித் தனியாக வருவதும் பள்ளி நிர்வாகத்திற்கு வசதியாக

அமைந்து விடுகிறது. கணிதம் – உயிரியல் பிரிவில் சேர்த்து என்னை மருத்துவராக்க வேண்டும் என்பது என் தந்தையின் ஆசை. அதற்குத் தூய அறிவியல் படித்தால் மருத்துவராகலாம் என்று என்னை அறிவியல் பிரிவிற்கு விண்ணப்பிக்க வைத்தது நாசரேத் மர்காஷியஸ் மேனிலைப் பள்ளி நிர்வாகம். தூய அறிவியல் படித்தால் மருத்துவப் படிப்பில் சேர்வது கனவாகவே இருக்கும் என்பது அங்குச் சென்ற பின்னரே தெரிய வந்தது. நான் அனுபவித்த அதே நிலை இன்றும் நீடிப்பதை அறியமுடிகிறது.

திருநெல்வேலி மாவட்டம் களக்காடு அரசு மேல்நிலைப் பள்ளி உட்பட மதச் சிறுபான்மையினர் நடத்தும் பல்வேறு பள்ளிகளிலும் தலித்துகள் கணிதம், அறிவியல் போன்ற பாடப் பிரிவுகளிலிருந்து திட்டமிட்டு விலக்கப்படுவது இன்றும் நிகழ்ந்து கொண்டிருக்கிறது.[29] இந்த ஆண்டு கணினிப் பிரிவிற்கு விண்ணப்பிக்கச் சென்ற தலித் மாணவரிடம் உன்னுடைய மதிப்பெண் அப்பிரிவிற்குத் தகுதியற்றது என்றும், கணிதம் மிகக் கடுமையானது. உன்னால் அதைப் படிக்க முடியாது என்றும் கூறி அத் தலித் மாணவருக்குக் கணினிப் பிரிவில் இடம் தர மறுத்திருக்கிறது திருநெல்வேலியில் உள்ள கிறிஸ்துவப் பள்ளி.[30] எனவே, தலித் மாணவர்களின் ஆர்வமும் அச்சமும் பள்ளி நிர்வாகம் என்ற புற உலகால் ஏற்படுத்தப்படுவதே என்பது தெளிவு. இதனால் சொற்ப எண்ணிக்கையிலான தலித் மாணவர் களே கணிதம், கணினி, அறிவியல் ஆகிய பாடப் பிரிவுகளில் தேர்ச்சி பெறுகின்றனர்.

பனிரெண்டாம் வகுப்பில் தேர்ச்சி பெற்று கல்லூரியில் பட்டப் படிப்புக்குச் செல்வது என்பது வாழ்க்கையின் அடுத்தக் கட்ட திருப்பத்தின் புள்ளி. பள்ளி நிலையில் கணிதம், கணினி, அறிவியல் ஆகிய பிரிவுகளில் தேர்ச்சி பெற்றவர்களில் சிலருக்கு மருத்துவம், பொறியியல் போன்ற துறையில் இடம் கிடைக்கிறது. இடம் கிடைக்காதவர்கள் இளநிலையில் அறிவியல் பட்டப் படிப்பிற்கு விண்ணப்பிக்கின்றனர். அங்கும் அவர்கள் விரும்பும் பாடம் கிடைப்பதில்லை. என்னை மருத்துவராக்கும் என் தந்தை யின் கனவு தகர்க்கப்பட்ட போதிலும் விலங்கியில் துறையில் டாக்டர் பட்டம் பெற்றுவிட வேண்டும் என்று எனக்குள் ஆசை இருந்தது. தூய அறிவியல் பாடப் பிரிவில் விலங்கியலை மிக ஆர்வமாக படித்து வந்த நான் பள்ளி அளவில் இரண்டாம் இடத்தைப் பெற்றிருந்தேன். நாசரேத் மர்காஷியஸ் கல்லூரியில் விலங்கியல் பிரிவில் இடம் கிடைத்துவிடும் என்ற நம்பிக்கையில்

---

29. துண்டறிக்கை, ஆதிதிராவிடன் புரட்சிக்கழகம், திருநெல்வேலி மாவட்டம்.

30. தகவல்: எட்வின், திருநெல்வேலி, (01 ஜூலை 2009).

சென்றேன். கல்லூரி முதல்வர் உன்னுடைய மதிப்பெண்ணுக்கு வரலாறு, பொருளாதாரம் போன்ற பாடப் பிரிவுகளில் இடம் கிடைக்கும். இதில் சேர்வதற்குத் தாமதப்படுத்தினால் அதுவும் கிடைக்காது என்று பயமுறுத்தினார். வேறு வழியின்றி நான் வரலாற்றுத் துறையில் சேர்ந்தேன். விலங்கியல் பாடத்தில் டாக்டர் பட்டம் பெற்றுவிட வேண்டும் ஆசையும் தகர்க்கப்பட்டது.

என்னுடன் தூய அறிவியல் வகுப்பில் படித்து என்னைவிடக் குறைந்த மதிப்பெண் பெற்றிருந்த தலித்தல்லாத மாணவருக்கு விலங்கியல் பாடப்பிரிவில் இடம் கொடுக்கப்பட்டிருந்தது. என்னைவிடக் குறைந்த மதிப்பெண் பெற்றிருந்த மாணவனுக்கு விலங்கியல் பிரிவில் இடம் வழங்கப்பட்டிருக்கிறது. அதிக மதிப்பெண் பெற்றிருந்த எனக்கு மறுக்கப்பட்டிருக்கிறது. ஏன் என்று எனக்குள் இருந்துகொண்டிருந்த கேள்விக்கு கிடைத்த விடை அவர் கிறிஸ்துவ நாடார். சமூகத்தில் உயர்ந்தவர்! நான் தலித், தாழ்த்தப்பட்டவன்! சாதிய அரசியல் பெரிய அளவிற்குப் புரியாதிருந்த எனக்கு அக்கல்லூரியில் தலித் மாணவர்களுக்கு அறிவியல் பாடப்பிரிவுகளில் இடம் வழங்கப்படமாட்டாது என்பது பின்னர் தெரிய வந்தது.[31] மற்றொரு உதாரணத்தையும் இங்குக் காண்போம். வணிகவியல் படித்தால் வங்கி வேலைக்குச் செல்வது எளிது என்ற நம்பிக்கை இன்றும் இருந்து வருகிறது. பல கல்லூரிகளில் வணிகவியல் மாணவர்கள் தங்கள் பிரிவை 'ராயல் டிப்பார்ட்மெண்ட்' என்று அழைத்துக்கொள்வார்கள். இன்றும் முக்கியத்துவம் இருக்கின்ற வணிகவியல் பிரிவில் சேர்ப்பதில் இருந்தும் தலித் மாணவர்கள் விலக்கப்படுகிறார்கள். ஓரிரு வருடங்களுக்கு முன்னர் (2003) மார்த்தாண்டம் நேசமணி கல்லூரியில் வணிகவியல் துறையில் சேர்வதற்குப் பன்னிரெண்டாம் வகுப்பில் 890 மதிப்பெண் பெற்றிருந்த தலித் மலையாளி மாணவர் விண்ணப்பித்த போது அவருக்கு இடம் மறுக்கப்பட்டது.[32] அவரைவிடக் குறைந்த மதிப்பெண் பெற்றிருந்த கிறிஸ்துவ நாடார் மாணவருக்கு அதே துறையில் இடம் வழங்கப்பட்டது.

தலித் மலையாளி மாணவருக்கு வணிகவியல் மறுக்கப்பட்டது மட்டுமல்ல. மாறாக, அவருக்குத் தமிழ்த் துறையில் இடம் கொடுத்ததும் ஒருவகையான ஒடுக்குமுறைதான். தலித் மலையாளி மாணவரால் எவ்வாறு தமிழ் மொழியில் இளங்கலைப் பட்டத்தைப் படிக்க இயலும்? தமிழகத்தின் தென் மாவட்டங்களுக்கென

---

31. கோ. ரகுபதி, அந்தப் பாவிகளைத் தண்டிப்பாராக, 2006இல் எழுதி முடிக்கப்பட்ட ஆனால் வெளியிடப்பட்டிராத சுய வரலாறு.

32. தகவல்: பால்ஸி, அருமனை, கன்னியாகுமரி மாவட்டம், (29 ஜூன் 2009).

இருக்கின்ற ஒரே அரசு கல்லூரி திருநெல்வேலியிருக்கும் ராணி அண்ணா கல்லூரி. இது பெண்கள் கல்லூரி. இதனால் தலித் மாணவர்கள் சிறுபான்மையினர், அரசு உதவி பெறுகின்ற கல்லூரியை மட்டுமே நம்பி இருக்க வேண்டியிருக்கிறது. இக்கல்லூரிகளிலிருந்து தலித் மாணவர்கள் பொருளாதார முன்னேற்றத்திற்கு உதவியாயிருக்கும் கல்வியிலிருந்து விலக்கப் படுவதன் விளைவால் தலித் மாணவர்கள் பெரும்பாலானோர் சமூக அறிவியல் துறைகளிலும் சொற்ப எண்ணிக்கையில் அறிவியல் துறைகளிலும் இளநிலை மற்றும் முதுநிலையில் பட்டம் பெறுகின்றனர். இத்தகைய கல்லூரிகளில் தலித் மாணவர்களின் முன்னேற்றத்திற்கென பல திட்டங்கள் வகுத்து, அதற்கென நிதியைப் பல்கலைக்கழக மானியக் குழு வழங்கினாலும் கல்லூரி நிர்வாகம் தலித் மாணவர்களின் திறனை வளர்ப்பதற்குச் செலவிடாமல் போலிப் பற்றுச் சீட்டு வைத்து அப்பணத்தைத் தவறாக செலவு செய்கிறது. மேலும் உயர் கல்வியில் தலித்துகளின் பல்வேறு உரிமைகளைப் பறித்துவிடுவது குறித்து அய். இளங்கோவன் விவரித்திருப்பதைக் கவனத்தில் கொள்ள வேண்டும். ஏனென்றால் இச்செயல் தலித் மாணவர்கள் கல்வியில் திறமையானவர்களாக வளர்வதை நேரடியாகத் தடுத்துவிடுகிறது.[33]

தலித் மாணவர்கள் ஆராய்ச்சிப் படிப்பிற்கு அரிதாக வருகின்றனர். அவர்களின் பொருளாதாரச் சூழல், நெறியாளர் கிடைப்பதில் சிக்கல், தலித் மாணவர்களை ஆராய்ச்சியில் ஈடுபடுவதிலிருந்து விலக்குகிறது. அறிவியல் புலத்தில் ஆராய்ச்சி முடித்து டாக்டர் பட்டம் பெற்ற தலித்துகளை விரல்விட்டு எண்ணும் அளவிற்கே நிலைமை இருக்கிறது. சமூக அறிவியல் புலத்தில் தலித்துகளில் பலரும் டாக்டர் பட்டம் பெறுகின்றனர். இப்புலத்தில் பட்டம் பெற்றிருந்த போதிலும் வேலை கிடைப்பது கடினமானதாக இருந்து வருகிறது. சமீபத்தில் நிரப்பப்பட்ட பின்னடைவுப் பணியிடங்களில் தலித்துகளுக்குக் கல்லூரி விரிவுரையாளர் பணி கிடைத்திருக்கிறது. வேலை கிடைக்காதவர்களும் இருக்கின்றனர். இங்குச் சுட்டிக்காட்டப்பட வேண்டிய முக்கியமான சிக்கல் இருக்கிறது. அதாவது, அறிவியல் புலத்திலிருந்து விலக்கப்படுவதால் சமூக அறிவியலில் பட்டம் பெறுகின்ற தலித்துகளின் எண்ணிக்கை அதிகரித்திருக்கிறது. இவர்களில் இளம் முனைவர், முனைவர் பட்டம் பெற்ற தலித்துகள் அவர்களின் கல்வித் தகுதிக்குரிய பணி கிடைக்காத காரணத்தினால் அரசாங்கம் நடத்துகின்ற மதுபானக் கடையில்

---

33. அய். இளங்கோவன் 'வருத்தப்பட்டு பாரம் சுமக்கின்றவர்களே! எங்களிடம் வராதீர்கள்', *தலித் முரசு*, (பிப்ரவரி 2009), பக். 18–20.

பணி செய்கின்றனர். இதில் சட்டம் படித்த தலித்துகளும் உள்ளனர். வெறும் பட்டம் அல்லது சட்டம் படிப்பது தலித்துகளுக்கு அதிகம் பயனளிக்காது என்ற அம்பேத்கரின் அன்றைய கணிப்பு மிகச் சரி என்பதற்கு முனைவர் மற்றும் சட்டம் படித்த இன்றைய தலித்துகள் மதுக் கடைகளில் வேலை செய்து வருவது சாட்சியாய் இருக்கிறது.

ஒரு கல்வி நிலையத்தில் இணைந்து படிப்பது என்பதன் இறுதிக் கட்டம் முதுமுனைவருக்கான ஆராய்ச்சிப் படிப்பாகும். இதில் நிதி உதவியோடு மட்டுமே ஆராய்ச்சியில் ஈடுபடுவர். பல்கலைக் கழக மானியக் குழுவில் முதுமுனைவர் ஆராய்ச்சிக்கு இரண்டு வகையில் நிதி உதவி வழங்கப்படுகிறது. தலித் மாணவர்கள் சமூக அறிவியல், அறிவியல், தொழில்நுட்பத் துறையில் ஆராய்ச்சி மேற்கொள்வதற்கென முதுமுனைவர் ஆராய்ச்சி நிதி வழங்கும் திட்டம் இருக்கிறது. அறிவியல் புலத்தில் மட்டும் முதுமுனைவர் ஆராய்ச்சி மேற்கொள்வதற்கென டாக்டர் கோத்தாரி முதுமுனைவர் ஆராய்ச்சித் திட்டம் இருக்கிறது. இதில் அனைத்துச் சாதியினரும் விண்ணப்பித்து நிதி உதவியைப் பெற்றுக் கொள்ளலாம். தலித் ஒருவர் முதுமுனைவர் ஆராய்ச்சியில் ஈடுபடுவதற்குத் தலித்துகளுக்கென இருக்கின்ற திட்டத்தில் விண்ணப்பிக்க விரும்பினால் முனைவர் பட்டம் பெற்றிருத்தல், ஆராய்ச்சிக் கட்டுரைகள் வெளியிட்டிருத்தல் ஆகியன தகுதிகளாக நிர்ணயிக்கப்பட்டுள்ளன. ஆனால் கோத்தாரி திட்டத்தின் கீழ் விண்ணப்பித்தால் முனைவர் பட்டம் பெற்றிருக்க வேண்டும் என்பது அவசியமில்லை அவர் முனைவர் பட்ட ஆய்வேட்டைச் சமர்ப்பித்திருப்பதே போதுமானது. மேலும், ஆய்வுக் கட்டுரைகளும் வெளியிட்டிருக்க வேண்டாம்.

அதாவது அனைத்து சாதியினரும் விண்ணப்பிக்கக் கூடிய கோத்தாரி முதுமுனைவர் ஆராய்ச்சி நிதிக்கு குறைந்த தகுதிகளும், தலித்துகளுக்கான திட்டத்தில் கூடுதலான தகுதிகளும் இருக்க வேண்டும் என்று விதியை ஏற்படுத்தியுள்ளது பல்கலைக்கழக மானியக் குழு. அறிவியல் புலத்தில் முதுமுனைவர் ஆராய்ச்சியில் ஈடுபடுவதற்குத் தலித்துகள் விரும்பினால் கோத்தாரி திட்டத்தின் கீழ் அவர்கள் விண்ணப்பிக்க இயலும். ஆனால் எத்தனை தலித் மாணவர்கள் அறிவியலில் முனைவர் பட்டத்தில் ஈடுபட்டு அதற்கான ஆய்வேட்டைச் சமர்ப்பித்திருக்கின்றனர் என்றால், அத்தகைய நபர்களைக் காண்பது அரிது. சமூக அறிவியல் புலத்தில் முதுமுனைவர் ஆராய்ச்சியில் ஈடுபட தலித்துகள் விரும்பினால் அவர்களால் ஆய்வுப் பட்டம் சமர்ப்பித்ததும் அதில் சேர்வது இயலாது. முனைவர் பட்ட ஆய்வேட்டைச் சமர்ப்பித்த பின்னர் அது மதிப்பீடு செய்யப்பட்டு பட்டம்

பெறுவதற்கு ஒன்று அல்லது இரண்டு அல்லது அதற்கு மேலான வருடங்கள் ஆகலாம். அதுவரை முதுமுனைவர் ஆராய்ச்சி நிதிக்கு விண்ணப்பிக்காமல் காத்திருப்பது ஆராய்ச்சியில் ஈடுபடுவதில் தொய்வை ஏற்படுத்தக்கூடும். இதன் விளைவு தலித்துகள் முதுமுனைவர் ஆராய்ச்சியில் ஈடுபடும் வாய்ப்பு அவர்களுக்குக் கிடைக்காமல் போகும் அபாயம் இருக்கிறது.

காலனிய ஆட்சிக் காலத்தில் கல்வி பயில்வது வேலை வாய்ப்பிற்கான உத்தரவாதத்தைக் கொடுத்தது. அப்போது சமூக அறிவியல் படித்தால் வேலை கிடைப்பது அரிது என்ற நிலையோ அறிவியல் படித்தால் வேலை கிடைத்துவிடும் என்ற நிலையோ இல்லை. இன்றைய காலங்களில் சமூக அறிவியல் புலத்திற்கான மதிப்பு குறைந்துவிட்டது, அறிவியல் புலத்தில் பட்டம் பெற்றால் வேலை வாய்ப்பு கிடைப்பது மிக எளிதாக இருந்து வருகிறது. ஆனால் அறிவியல் புலத்தில் கல்வி கற்பதிலிருந்து தலித்துகளைத் திட்டமிட்டு விலக்கினர். காலனிய ஆட்சிக் காலத்திலும் இன்றும் கல்விப் புலத்திலிருந்து தலித்துகள் விலக்கப்படுவதற்கு இடையில் வேற்றுமை இல்லை. இந்த விலக்குதல் தலித்துகளைப் பொருளாதாரத்தில் முன்னேறுவதிலிருந்து தடுத்து விடுகிறது. இதனால் தலித்துகள் மேலும் மேலும் சமூகப் பண்பாடு, அரசியல் வெளியிலிருந்து விலக்கப்படுவதற்கு வித்திடும். கோடை விடுமுறைக்குப் பின்னர் கல்வி நிலையங்கள் திறக்கின்ற போது பள்ளிகள் மற்றும் கல்லூரிகளில் கட்டாய நன்கொடை என்ற பெயரில் நடைபெறும் கல்வி வணிகத்திற்கு எதிராகக் கல்வி அமைச்சர், சமூக ஆர்வலர்கள் குரல் கொடுக்கின்றனர். மாணவர் இயக்கங்கள் போராட்டத்தில் ஈடுபடுகின்றன. தலித்துகளுக்கு முதலில் அவர்கள் விரும்பிய பாடப்பிரிவில் இடம் கிடைத்தல், கட்டாய நன்கொடை என இரண்டு சிக்கல்களை எதிர்கொள்ள வேண்டிய கட்டாயம் இருந்து வருகிறது.

புது விசை, ஜூலை – செப்டம்பர் 2009

மேலுடுப்பு அணிதல்:
சாதிய ஒழுங்கிற்குக் கீழ்ப்படியாத தலித் பண்பாட்டு இயக்கம்

ஹரிஜனங்கள் தாங்கள் விரும்பும் உடையை அணிந்துகொள்வதற்குச் சுதந்திரம் இல்லை. காலங்காலமாக இருந்து வரும் வழக்கப்படிதான் உடை அணிய வேண்டும். ஒருவரின் தனிப்பட்ட விருப்பப்படி உடைகளைத் தெரிந்தெடுக்க வழியே இல்லை – அம்பேத்கர்[1].

இந்திய இந்துச் சாதிய சமூகத்தில் தலித் மக்கள் மீதான ஒடுக்குமுறை சமூகம், பொருளாதாரம், பண்பாடு மற்றும் அரசியல் என அனைத்துத் தளங்களிலும் நிலவியதால் தலித்துக்களின் இயக்கமும் அனைத்துத் தளங்களிலும் செயல்பட்டது. சமூக அமைப்பின் அடிக்கட்டுமானமான பொருளாதாரத் தளத்தில் மாற்றம் ஏற்பட்டால் மேல் கட்டுமானமான பண்பாட்டுத் தளத்திலிருந்து விடுதலை பெறுவதற்கான வாய்ப்புகள் தலித்துகளுக்கு என்றும் இருந்திருக்கவில்லை. எந்தெந்தத் தளங்களி லிருந்து விடுதலை பெறுவதற்குத் தலித்துகள் விரும்புகிறார்களோ அந்தந்தத் தளங்களில் போராட்டத்தைக் கட்டி எழுப்ப வேண்டிய நிர்ப்பந்தம் தலித்துகளுக்கு இருந்து வருகிறது. தலித் இயக்கங்களின் கடந்த கால போராட்டம் பல தளங்களில் நடைபெற்றிருப்பினும்

---

1. அம்பேத்கர் பேச்சும் எழுத்தும் – தொகுதி 9, (புதுடெல்லி: அம்பேத்கர் பவுண்டேஷன்), ப. 90.

எந்தெந்தத் தளங்களில் என்னென்ன போராட்டங்கள் நடைபெற்றிருக்கின்றன என்பது குறித்த ஆய்வுகள் அரிதாக நிகழ்ந்திருக்கின்றன. குறிப்பிட்டுக் கூறும்படி இல்லை. எனவே, சமூகப் பொருளாதாரப் பண்பாட்டு அரசியல் தளங்களில் தலித்துகள் நடத்திய பல்வேறு போராட்டங்கள் குறித்துத் தனித்த ஆழமான ஆய்வு அவசியமானது. உலக அளவில் மட்டுமின்றி இந்தியாவிலும் 1930கள் வரலாற்றில் முக்கியத்துவம் கொண்ட ஒரு பத்தாண்டு. பொருளாதாரப் பெருமந்தம், காங்கிரஸ் பேரியக்கத்தின் இந்திய விடுதலைக்கான அரசியல் இயக்கம், இந்து சாதி ஒடுக்குமுறையிலிருந்து விடுதலை பெறுவதற்கான அம்பேத்கரின் தலைமையிலான தலித்துகளின் இயக்கம் அதன் ஒரு கோரிக்கையான இரட்டை வாக்குரிமை மற்றும் அதை அபகரிப்பதற்கான காந்தியின் உண்ணாவிரதம் என இந்தப் பத்தாண்டில் நடைபெற்ற இந்தியச் சுதந்திர இயக்கம் குறித்து எண்ணற்ற ஆராய்ச்சிகள் நிகழ்ந்திருக்கின்றன. இந்திய அளவிலான காங்கிரஸ் பேரியக்கத்திலிருந்து அதனோடு பங்கேற்ற உள்ளூர் அளவில் நடைபெற்ற போராட்டங்கள் வரை ஆய்வுகள் செய்யப்பட்டிருக்கின்றன.[2] 1930களின் தலித் இயக்கம் அரசியல் போராட்டமான இரட்டை வாக்குரிமையும் அதையொட்டி நடைபெற்ற நிகழ்வுகளுமே ஆய்வாளர்களின் கவனத்தைப் பெற்றிருக்கின்றன. இதே காலகட்டத்தில் நடைபெற்ற தலித்துகளின் சமூகப் பண்பாட்டுப் போராட்டம் குறித்த ஆய்வுகள் இல்லாதிருப்பது தலித் ஆய்வில் சமூகப் பண்பாட்டு தளத்தில் ஓர் இடைவெளி இருப்பதைக் காட்டுகிறது. இருப்பினும் தமிழகத்தை ஆய்வுக் களமாகக் கொண்டு தமிழ் மறுமலர்ச்சி குறித்து இர்ஸிக்[3] மற்றும் பொருளாதார பெருமந்தம் குறித்து கா.அ. மணிக்குமார்[4] – ஆகியோர் 1930களின் தலித் பண்பாட்டு எழுச்சியைத் தங்களின் ஆராய்ச்சியினூடே கண்டுள்ளனர். மேலும், இளங்குமரன்[5] என்பவர் தலித்துகளின் மேலுடுப்பு இயக்கம் குறித்துத் தன்னுடைய நூலில் பதிவு செய்திருக்கிறார்.

மனிதன் மாண்புடன் வாழ்வதற்குத் தேவைப்படும் அடிப்படையான பொருட்களில் ஒன்று உடுப்பு. ஆனால்,

---

2. see, K.N. Panikkar, Vaikkam Satyagraha: Struggle against Untouchability', in Ravi Dayal (ed.), *We Fought Together for Freedom: Chapters From the Indian National Movement,* (Delhi: OUP, 1998)

3. Eugence F Irshick, *Tamil Revivalism in the 1930s*, (Madras: Cre-A, 1986).

4. கா.அ. மணிக்குமார், *1930களில் தமிழகம்,* (சென்னை: அலைகள் வெளியீட்டகம், 2006).

5. இளங்குமாரன், *கிளர்ந்தெழுகிறது கிழக்கு முகவை,* (சென்னை: தமிழமுதம், 1996).

தலித் ஆண்களும் பெண்களும் மேலுடுப்பு அணிவதற்கான உரிமையிலிருந்து சாதி இந்துக்களால் விலக்கப்பட்டனர். இதனால் மேலுடுப்பு அணிவதற்கான போராட்டத்தைத் தலித்துகள் பல இடங்களில் நடத்தினர். மேலுடுப்பு அணிவதை இலக்காகக் கொண்டு 1930களில் இராமநாதபுரம் மாவட்ட அளவில் இயக்கத்தைக் கட்டியெழுப்பிப் போராடியதால் தலித்துகள் நாட்டார்களின் கொடூர வன்முறைக்குள்ளானார்கள். நாட்டார் களைச் சமாதானப்படுத்துவதற்குக் காந்தி முயற்சித்தார். தலித்துகள் மீதான நாட்டார்களின் பண்பாட்டு ஒடுக்குமுறை குறித்து அம்பேத்கர் பதிவு செய்திருக்கிறார். இத்தகைய முக்கியத்துவம் வாய்ந்த தலித்துகளின் பண்பாட்டுப் போராட்டம் குறித்த ஆய்வு தலித் ஆய்வில் சமூகப் பண்பாட்டுத் தளத்தில் இருந்துவரும் இடைவெளியைச் சிறிதளவு நிரப்பும். இப்போராட்டம் குறித்து ஆராய்வதற்கு முன்பு உடைப் பண்பாடு மூலம் சாதிகளின் படிநிலை எவ்வாறு அடையாளப்படுத்தப்பட்டது? அதில் தலித்துகள் என்ன விதமான உடுப்பு அணிந்துகொள்வதற்கு அனுமதிக்கப்பட்டனர்? என்பது குறித்துத் தெளிவுபடுத்திக் கொள்ள வேண்டியது அவசியம். பின்னர் மேலுடுப்பு அணியும் போராட்டத்தின் தோற்றக்காரணி குறித்தும் அதைத் தொடர்ந்து மேலுடுப்பு அணியும் போராட்டம் குறித்தும் விவாதிக்கப்படுகிறது.

உடுப்பு: சாதிப்படிநிலையின் குறியீடு

சமூகப் படிநிலை ஏற்றத்தாழ்வு உடுப்பு அணிவதில் தரம் மற்றும் வடிவம் மூலம் அடையாளப்படுத்துதல் உலக அளவில் இருந்து வருகின்ற ஒரு செயல்பாடு ஆகும். கருப்பினமக்கள் வெள்ளையர்களிடமிருந்து நிற அடிப்படையில் வேறுபட்டிருந்த போதிலும் அவர்கள் வெள்ளையர்களிடமிருந்து உடுப்பு மூலமும் வேறுபடுத்தப்பட்டனர்.[6] இந்தியாவின் ஏற்றத்தாழ்வான சாதியச் சமூக அமைப்பில் சாதிகளின் படிநிலை பல்வேறு குறியீடுகளால் செறிவாகச் சுட்டப்படுவது ஒழுங்காக இருந்தது. இருந்து வருகிறது. குறியீடுகளாகச் செயல்படுத்தப்படுகின்ற பொருட்களுக்கும் சாதி உண்டு; ஒரு பொருள் எந்தச் சாதியினரால் பயன்படுத்தப்படுகிறதோ அந்தச் சாதிக்குரிய படிநிலை அப்பொருளுக்கு உண்டு. இதனால், ஒரு பொருளை ஒவ்வொரு சாதியும் அல்லது அச்சாதியின் உறுப்பினரும் விருப்பத்திற்கேற்ப நுகர்வது இயலாத காரியம். அவர்களுக்கு அப்பொருளை வாங்கும் திறன் இருந்தபோதிலும், சாதியப் படிநிலையை எடுத்துக்கூறும் தன்மை பொருட்களுக்குக் கற்பிக்கப்பட்டிருந்த காரணத்தால் அப்பொருளை வாங்குவதும்

---

6. Shane White, Graham White, 'Slave Clothing and African-American Culture in the Eighteenth and Nineteenth Centuries', *Past and Presence*, No. 148, (August: 1995).

உபயோகிப்பதும் சாதியப் பண்பாட்டு ஒழுங்கிற்கு உட்பட்டிருந்தது. உதாரணத்திற்கு உடுப்பை எடுத்துக்கொள்வோம். இந்தியச் சாதியச் சமூகத்தில் ஒரு பொருளாக மட்டும் இல்லை, அது சாதிகளின் அடையாளத்தைச் சுட்டுவதாக இருந்து வருகிறது. பல்வேறு தரத்திலும் வடிவத்திலும் இருக்கின்ற உடையை ஒவ்வொரு சாதியினரும் உடுத்துக்கொள்கிறபோது அது அணிபவரின் சாதியப் படிநிலையைப் பிறருக்குச் செறிவாகக் கூறுகிறது. அம்பேத்கார் இதை இவ்வாறு கூறியுள்ளார்: "ஒவ்வொரு சாதியினரும் உடுத்த வேண்டிய உடை என்பதைக்கூட அந்தந்த சாதியினர் தெளிவாக வரையறுத்துக் கொண்டுள்ளனர்."[7] இன வேறுபாட்டின் முக்கியக் குறியீடான உடுப்பு இந்தியச் சமூக அமைப்பில் படிநிலை மற்றும் வேறுபாட்டின் முக்கியக் குறியீட்டுப் பொருள் என்கிறார் நிகோலஸ் டர்க்ஸ்.[8] உடலோடு உறவாடும் உடுப்புக்குச் சாதி உண்டு. மேலும், ஆதிக்கம் மற்றும் சார்புத் தன்மையை வெளிப்படுத்தும் தன்மை உடுப்புக்கு உண்டு என்கிறார் சனல் மோகன்.[9] உடையணிவதில் பிராமணர் மற்றும் பிராமணரல்லதோருக்கு இடையே வேறுபாடு இருப்பதைக் கூறியுள்ளார் லூயி தூமோ.[10] மேலும், சமூக ஒழுங்கின் படிநிலையை, படிநிலையின் மாற்றத்தைப் பதிவுசெய்வதாகவும் உடுப்பு இருக்கிறது என்கிறார் அவர்.[11] லூயி தூமோவின் கூற்றில் உண்மை இருக்கிறது எனினும், அவர் பிராமணர்களின் உட்சாதிகளுக்குள்ளேயும், பிராமணரல்லதோரில் இருக்கின்ற பல்வேறு சாதிகளுக்கு இடையே இருந்த உடை வேறுபாட்டினைக் கூறவில்லை. பிராமணச் சாதியில் ஆண்கள் மற்றும் பெண்கள் முறையே வேட்டி, சேலை கட்டுகின்ற வடிவத்திற்குத் 'தார்', 'மடிதார்' என்று பெயர். "மாத்துவ ஸ்திரிகளின் மேல் மடிசார் கட்டைவிட என் புடவைக் கட்டு எவ்வளவோ மேலில்லையா?" என்று கர்நாடகப் பிராமண சாதியைச் சேர்ந்த மரகதம் என்பவர் கட்டுரை ஒன்றில் வினவுகிறார். இது உடைப் பண்பாட்டில் பிராமண உட்சாதிக்குள் ஏற்றத்தாழ்வு இருப்பதை எடுத்துரைக்கிறது.[12] பிராமணரல்லாத

---

7. *அம்பேத்கர் பேச்சும் எழுத்தும்* – தொகுதி 1, (புதுடெல்லி: அம்பேத்கர் பவுண்டேஷன், 1993) ப. 72.
8. Nicholas N. Dirks, 'Caste of Mind', *Representations*, No. 37, (1992), pp. 56-75.
9. Sanal Mohan, 'Dalit Discourse and the Evolving New Self: Contest and Strategies', *Review of Development and Change*, Vol. IV, No.1, (1999), p. 17.
10. Louis Dumount, *A South Indian Sub Caste: Social Organisation and Religion of Pramalai Kallar*,(New Delhi: OUP, 2000), pp. 80-82.
11. C.A. Bayly, *Origins of Nationality In South Asia: Patriotism and Ethical Government in the Making of Modern India,* (New Delhi: OUP, 1998), p. 174.
12. மரகதம், 'மாதரின் நவநாகரிக உடை', *ஆனந்த விகடன்,* (20 மே: 1933), பக். 827–823.

சாதி இந்துகளில் விவசாய வேலைகளில் ஈடுபடாத பெண்கள் முன் கொசுவம் என்ற வடிவிலும் விவசாய வேலை செய்யும் பெண்கள் பின்கொசுவம் என்ற வடிவிலும் உடை உடுத்தினர். இத்தகைய முக்கியத்துவமுடைய உடுப்பு பல சமயங்களில் புறக்கணிக்கப்பட்டிருப்பதாகக் கூறும் ராபர்ட் டெலீஜ், ஒருவர் அணிந்திருக்கும் உடுப்பிலிருந்து அவருடைய சாதியை அடையாளம் காண்பதரிது என்பது உண்மை என்கிறார். இருந்தபோதிலும், உடையணிவதில் சிலருக்கு இருக்கின்ற உரிமைகளும் தடைகளும் படிநிலை அமைப்பின் விளைவு என்கிறார் ராபர்ட் டெலீஜ். மேலும், தலித்துகள் அவர்கள் விருப்பத்திற்கேற்ப உடையணிந்து கொள்ள முடியாத சூழல் இருந்தது என்கிறார் அவர்.[13] ஆனால் இங்கு எழுகின்ற அடிப்படையான கேள்வி உடுப்பு என்ற பண்பாட்டுக்குப் பொருள் ஏன் சாதியப் படிநிலையைப் பிரதிபலிக்கும் பொருளானது? தீண்டத்தகாதோர் தனிச்சிறப்பான உடலியல்பைக் கொண்டிருக்கவில்லை, ஆதலால் கண்டதும் அவர்களை அடையாளம் காண்பதற்குப் பயன்பாட்டுக் குறியீடுகளாக உடை இருக்கிறதென்றார் இனவரைவியலாளர் ராபர்ட் டெலீஜ்.[14] கிட்டத்தட்ட இதையொத்தக் கருத்தை மைக்கேல் மகார் கொண்டிருக்கிறார்.[15] இந்தியச் சாதியச் சமூகத்தில் உடை அணியும் பண்பாட்டிலிருந்து சில முடிவுகளை முன்வைக்கலாம்; சாதியச் சமூகத்தின் படிநிலையைப் பிரதிபலித்தல், தலித்துகளைத் தலித்தல்லாதோரிடமிருந்து பிரித்து தனியே இனம் காட்டுதல், உழைக்கும் பிரிவினரை உழைப்பில் ஈடுபடாதோரிடமிருந்து வேறுபடுத்துதல் போன்ற பணிகளைச் செய்கிற பொருளே உடை. மேலும், வெவ்வேறு சாதியைச் சேர்ந்தவர்கள் ஒருவரை ஒருவர் யார்? என்று அறிந்திராதபோது, 'பொது' இடத்தில் ஒருவர் மற்றவரைக் காணுகிறபோது அவர்களுக்குள் 'நீ யார்' என்ற கேள்விக்கோ 'நான் இவர்' என்ற பதில் கூறுவதற்கோ இடம் தராமல் உயிரற்ற பொருளான உடுப்பே, தான் எந்தச் சாதியின் பிரதிநிதி என்று கூறிவிடுகிறது. இது அஃறிணைப் பொருட்களும் சாதியச் சமூகத்தில் செயலாற்றும் தன்மையைக் கொண்டிருக்கிறது என்பதைக் காட்டுகிறது. எனவே, குறியீட்டுப் பொருட்கள் மூலம் சாதியை அடையாளப்படுத்துதல் இந்திய இந்துச் சமூகத்தில் ஓர் ஒழுங்குமுறை. ஆனால் இங்கு அடிப்படையில்

---

13. Robert Deliege, *The World of Untouchables: Paraiyars of Tamil Nadu*, (Delhi: OUP, 1997), p. 29.

14. Robert Deliege, *The Untouchables of India*, (UK:Berg, 1999), p. 109.

15. J. Michael Mahar, 'Agents of Dharma in a North Indain Village' in J. Michael Mahar (ed.), *The Untouchables in Contemporary India*, (New Delhi: Rawat Publication, 1998), p. 23.

ஒரு பொருள் குறித்து நம்மைத் தெளிவுபடுத்திக்கொள்ள வேண்டியது இருக்கிறது. அதாவது உடை என்றால் என்ன? அது உடலை முழுவதும் மறைத்துக்கொள்ளும் கீழுடையையும் மேலுடையையும் உள்ளடக்கியதா? இதை உடுப்பு, ஆடை, உடை என்ற வகைப்பாட்டிற்குள் அடக்கிவிட முடியுமா? தலித்துகளைத் தலித்தல்லாதோரிடமிருந்தும் பிரித்து இனம் காணக்கூடிய உடுப்பு எவ்வாறிருந்தது?

அரைநிர்வாணம்: தீண்டத்தகாதோரின் குறியீடு

மேலுடுப்பு இல்லாதிருப்பதே தேசிய அளவில் விவசாயிகளின் உடைப்பண்பாடு என்கிறார் சுகிப்தா கவிராஜ்.[16] மேலுடுப்பு இல்லாதிருப்பது தேசிய அளவில் விவசாயிகளின் உடைப் பண்பாடாக இருந்திருக்கலாம். விரும்பினால் மேலுடுப்பு அணிந்து கொள்கின்ற உரிமை அவர்களுக்கு இருந்தது. ஆனால் படிநிலை விளைவால் தலித்துகள் அவர்கள் விருப்பத்திற்கேற்ப உடையணிந்து கொள்ள முடியாத சூழல் இருந்தது என்பதை ராபர்ட் டெலீஜ் குறிப்பிடுகிறார்.[17] மேலும், அவர்களுக்குரிய உடைப் பண்பாட்டுக் குறியீட்டு ஒழுங்கை மீறினால் அவர்கள் வன்முறைக்காளாக்கப்படுவர் என்கிறார் ராபர்ட் டெலீஜ்.[18] எனவே, கல்கத்தாவின் உடைப் பண்பாட்டை இந்திய அளவிற்கு எளிதாகப் பொதுமைப்படுத்த இயலும் என்ற சுதிப்தா கவிராஜின் கூற்று உண்மையிலே உடைப் பண்பாட்டில் ஆதிக்கம் மற்றும் சார்புத் தன்மையைச் சுட்டுகின்ற குறியீட்டுப் பண்பாடு ஒழுங்கு பற்றிய அவரின் தெளிவின்மையைக் காட்டுகிறது. எனவே, தமிழ் தலித்துகளின் உடைப் பண்பாட்டை அம்மக்களின் சமூகப் பண்பாட்டு நிலை குறித்த ஆய்வுகளிலிருந்து புரிந்துகொள்வோம். கோ. வீரையன் தஞ்சாவூர்ப் பகுதியில் பண்ணையடிமைகளாக இருந்த தலித்துகளின் உடைப் பண்பாட்டை இவ்வாறு குறிப்பிட்டுள்ளார்: "இடுப்பில் வேட்டி கட்டக் கூடாது. கோவணத்துடன் இருக்க வேண்டும். ஆண்டிற்கு ஒருமுறை தீபாவளியன்று எடுத்துக்கொடுக்கும் ஒரு வேட்டியுடன்தான் அடுத்த ஆண்டு வரை இருக்க வேண்டும். அதையும் தலையில் கட்டிக்கொள்ள வேண்டும். மேலே சட்டை போட்டுக்கொள்ளக் கூடாது. அதேபோல் பண்ணையாள் மனைவியும் இரவிக்கை போடக்கூடாது. முழங்கால் அளவிற்குத்

16. 'Sudipta Kaviraj, 'The Culture of Representative Democracy', in Partha Chatterji (ed.), *Wages of Freedom: Fifty Years of the Indian Nation* - State, (New Delhi: OUP, 1998), p. 167.

17. Robert Delege, *The World of Untouchcables Paraiyars of Tamil Nadu*, p. 29.

18. Robert Deliege, *The Untouchables of Indian*, p. 109.

தான் சேலை கட்ட வேண்டும். முழங்காலுக்குக் கீழே வரும்படி சேலை கட்டக்கூடாது."[19] கோவணத்துடன்தான் இருக்க வேண்டும் என்ற நிலை தஞ்சாவூரில் மட்டுமல்ல தமிழகத்தில் பல பகுதியிலும் இருந்திருக்கிறது. அம்பேத்கார் குறிப்பிட்டிருக்கும் மதுரைக்கு அருகே நிகழ்ந்த பின்வரும் சம்பவம் அதை நிரூபிக்கிறது. "மேலூரிலிருந்து இரண்டு மைல் தொலைவில் உள்ள நாவினிப்பட்டியில், ஹரிஜனங்கள் பொங்கல் பண்டிகையின்போது நல்ல ஆடை அணிந்ததைக் கிராம முன்சீபே ஆட்சேபித்திருக்கிறார். அவர் ஹரிஜன இளைஞர்கள் இருவரின் சட்டையையும் மேல் துண்டையும் அகற்றிவிடச் செய்தார். மேலும் அவர்களைக் கீழே விழுந்து கும்பிடச் செய்து கோவணத்துடன் மட்டும் போகச் செய்தார்.[20]

பிராமணர் மற்றும் பிராமணரல்லாத மேல்சாதி இந்துக்களின் கட்டுப்பாட்டிற்குள் இருந்த நன்செய்ப் பகுதியில் தலித்துகளின் நிலை இதுவென்றால், தேவர் போன்ற பிற்படுத்தப்பட்ட சாதிகளின் கட்டுப்பாட்டிற்குள் இருந்த புன்செய் நிலங்களில் தலித்துகளின் நிலை முன்னதைவிடவும் மிகமோசமாக இருந்தது. காலனிய ஆட்சிக் காலத்திலிருந்த ராமநாதபுரம் மாவட்டத்தில் தலித் ஆண்கள் இடுப்புக்கு மேலேயும் முழங்காலுக்கு கீழேயும் துணி, சட்டை, மேலங்கி, பனியன் ஆகியன அணிந்து கொள்வதற்கும் ரவிக்கை, தாவணி ஆகியவற்றால் தலித் பெண்கள் தங்களின் உடலின் மேல் பகுதியை மறைத்துக்கொள்வதற்கும் தடை இருந்தது.[21] இவ்விதிகள் திருச்சிராப்பள்ளிப் பகுதியிலும் தலித்துகள் மீது கடைபிடிக்கப்பட்டிருக்கின்றன. ஏன் தலித்துகள் மேலாடை அணிவதிலிருந்து திட்டமிட்டுத் தடுக்கப்பட்டனர் என்ற கேள்விக்கான பதிலைத் தருவது அவசியமாகிறது. இத்தகைய விதிகள் பிறப்பிக்கப்பட்ட காலத்தில் வாழ்ந்தவர்கள் அது குறித்து வெளிப்படுத்தியிருந்த கருத்திலிருந்து இதற்கான பதிலைக் காண்போம். டாக்டர் ராஜன் என்பவர் தன் கருத்தை இவ்வாறு வெளிப்படுத்தியுள்ளார்: தீண்டாமைப் பேய் பல வேஷங்களோடு நமது நாட்டில் உலாவுகிறது. மலையாள நாட்டில் காணாத தீண்டாமை, தமிழ்நாட்டில் தொடாத தீண்டாமை, இந்தியா முழுவதும் ஆலயப்பிரவேசத் தீண்டாமை, நாட்டார் நாடாகிய இராமநாதபுரம் ஜில்லாவில் ஆடை அணியாத் தீண்டாமை. அங்கே நாட்டார் உயர்ந்த ஜாதி: ஹரிஜனங்கள் தாழ்ந்த ஜாதி.

---

19. கோ. வீரையன், *தமிழ்நாடு விவசாயிகள் இயக்கத்தின் வீர வரலாறு*, (சென்னை: சௌத் விஷன், 1998), பக். 11-12.

20. *அம்பேத்கர் பேச்சும் எழுத்தும்*, தொகுதி 9, ப. 181.

21. J.H. Hutton, *Caste in India: Its Nature, Function and Origins,* (Delhi: OUP, 1951), pp. 205-206.

அறிவீனம், வறுமை முதலிய கெட்ட பழக்கவழக்கங்கள் அல்ல. தாழ்மைக்கு அடையாளம், ஆண் மக்கள் இடுப்பில் முழத்துண்டுக்கு மேல் கட்டக்கூடாது; மேலே துணிச் சட்டை போடக்கூடாது. குடை பிடிக்கக்கூடாது: செருப்பு அணியக்கூடாது; பெண் மக்கள் மார்பில் துணி போடக்கூடாது; இவையெல்லாம் அந்த ஊரில் தீண்டாமைக்கு அறிகுறி.[22] "சதுர்வர்ண அமைப்புக்குள் இருப்பவர்களையும் அதற்கு வெளியே இருப்பவர்களையும் பிரித்துக் காட்டுவதற்கு மனு வரைந்த கோடு இன்றும் அழிக்கப்படாமல் அப்படியே தெளிவாகவும், துல்லியமாகவும் இருந்து வருகிறது. அந்தக் கோடுதான் இப்போது இந்துக்களை தீண்டப்படாதவர்களிடமிருந்து பிரிக்கிறது"[23] என்ற வாதத்தை முன்வைத்த அம்பேத்கர் அதை நிலைநாட்டுவதற்கு இராமநாதபுர நாட்டார்கள் தலித்துகள் மீது விதித்த தடையை ஆதாரமாகக் கொண்டிருக்கிறார். நாட்டார்கள் ஏன் தலித்துகளை மேலாடை அணிவதிலிருந்து திட்டமிட்டு தடுத்தனர் என்ற கேள்விக்கான பதிலுக்கு டாக்டர் ராஜன், அம்பேத்கர் ஆகிய இருவரின் கருத்துக்களே போதுமானவை. அரை நிர்வாணம் என்ற பண்பாட்டுக் குறியீட்டு ஒழுங்கைத் தலித்துகள் மீது நாட்டார்கள் சுமத்தி வந்திருக்கின்றனர் என்பதை அறியமுடிகிறது. தலித்துகள் மீது சாதி இந்துக்கள் கடைப்பிடித்து வந்த அரைநிர்வாணப் பண்பாட்டு ஒழுங்கை உடைப்பண்பாடு என்ற வகைப்பாட்டிற்குள் முழுமையாகப் பொருத்திவிட முடியாது என்பது தெளிவு. ஆனால், மேற்குறிப்பிட்ட ஆய்வாளர்கள் இந்த வரலாற்றுண்மைகளைக் கணக்கில் எடுத்துக்கொள்ளாமல் சாதிகளுக்கு இடையேயான வேறுபாட்டை உடைப்பண்பாடு கண்ணுக்குப் புலப்படும் படியாக எடுத்துரைக்கிறது என்று வாதிட்டுள்ளனர். இவ்வாதத்தை ஏற்றுக்கொள்கிற அதே வேளையில் சாதியச் சமூகத்தில் தலித்துகள் மீது திணிக்கப்பட்டிருந்த பண்பாட்டு ஒழுங்கின் மீது ஆய்வாளர்கள் கவனம் செலுத்தியிருக்கவில்லை என்பதைச் சுட்டிக்காட்ட வேண்டியிருக்கிறது. இவ்விடத்தில் கூர்ந்து கவனிக்க வேண்டியது, பொருளியல் புலத்தில் இருந்துவருகின்ற, குறிப்பாக வறுமைக்கும் பொருளாதாரத்திற்கும் இருந்துவரும் உறவை விவாதிக்கும் கோட்பாட்டிற்கும் இந்தியச் சமூகத்திற்குமான பொருத்தமின்மையையே. இந்தக் கோட்பாடு வாங்கும் திறனின்மையே ஏழ்மைக்குக் காரணம் என்று வாதிடுகிறது. இதற்கு மாறாக, இந்தியச் சமூக அமைப்பில் சாதிய ஏற்றத்தாழ்விற்கும்

---

22. டாக்டர் ராஜன், 'மகாத்மா சுற்று பிரயாணம்', *ஆனந்த விகடன்,* (15 ஏப்ரல் 1934), ப. 70.

23. *அம்பேத்கர் பேச்சும்* – தொகுதி 10, (தமிழ்), (புது டில்லி: டாக்டர் அம்பேத்கர் பவுண்டேஷன், 1997).

பொருளாதாரத்திற்கும் இடையே தொடர்பற்ற தன்மை நிலவிக் கொண்டிருப்பதைக் காண முடிகிறது. தலித்துகள் இந்தியச் சமூகத்தில் அரைநிர்வாணமாக இருந்ததற்குக் காரணம் அவர்கள் மேலுடுப்பு வாங்குவதற்குக் கூட சக்தியற்றவர்களாக இருந்தனர் என்பதல்ல. அவர்களிடத்தில் உடுப்பு வாங்கும் அளவிற்கு சக்தி இருந்தபோதிலும் அவர்களின் நுகர்வுப் பண்பாட்டைக் கட்டுப்படுத்தும் சக்தியாக இருந்தவர்கள் சாதி இந்துக்களே. எனவே, தலித்துகளின் பண்பாட்டுக் கீழ்மை நிலைக்குக் காரணம் அவர்களின் பொருளாதார வறுமை அல்ல. மாறாக, சமூகப் பண்பாட்டு ஒழுங்கும் அதன் காரணகர்த்தாக்களான சாதி இந்துக்களுமே ஆவர். சமூக சமயப் பண்பாட்டு நிகழ்வுகளில் ஒரு குறிப்பிட்ட எல்லைக்கு மேல் தீண்டாமையின் காரணமாகத் தலித்துகளை, பங்கேற்பதிலிருந்து விலக்கி வைத்தலே பண்பாட்டு ஒழுங்கின் அடிப்படை நோக்கமாகும். இதற்கான சிறந்த உதாரணம் இராமநாதபுர மாவட்டத்தின் நிகழ்வாகும். இறுதியாக, மேலே முன்வைக்கப்பட்ட விவாதத்திலிருந்து சில முடிவுகளை இங்கு முன்வைப்போம்: 1. அரைநிர்வாணம் என்பது தலித்துகளைப் பிற சாதியினரிடமிருந்து தனிமைப்படுத்திக் காட்டுவதற்கு அவர்கள் மீது சாதி இந்துக்களால் திணிக்கப்பட்டிருந்த ஒரு குறியீடு. 2. தலித்துகளின் பண்பாட்டுக் கீழ்மை நிலைக்குக் காரணம் இந்துச் சமூகப் பண்பாட்டு ஒழுங்கும் அதன் காரண கர்த்தாக்களான சாதி இந்துக்களுமே; தலித்துகளின் வறுமை நிலையல்ல. 3. இப்பண்பாட்டு விதியை மீறுதல் குற்றமாகவும் கருதப்பட்டது. இனி, நாம் தலித்துகள் மீது கடைபிடிக்கப்பட்டு வந்த அரைநிர்வாணப் பண்பாட்டுக் குறியீட்டை மீறி உடைப் பண்பாட்டிற்குள் அவர்கள் செல்லுகிறபோது எதிர்கொண்ட வன்முறை குறித்த விவாதத்திற்குள் செல்வோம்.

சிக்கலும் இயக்கத்தின் தோற்றக் காரணியும்

இந்தியாவில் பல்வேறு மொழி பேசுகின்ற அனைத்து மாநிலங்களிலும் அரை நிர்வாணமே தீண்டாமையின் பண்பாட்டுக் குறியீடாக இருந்திருக்கிறது. அன்றைய திருவிதாங்கூர் சமஸ்தானத்தில் தீண்டாமைக்குட்பட்ட சாணார் என்றழைக்கப் பட்ட நாடார் சாதிப் பெண்கள், சாதி இந்துக்களின் அரை நிர்வாணப் பண்பாட்டு ஒழுங்கிற்கு உட்பட்டிருந்தனர். மேலுடுப்பு அணிவதையே சமூக முன்னேற்றப்படிக்கட்டின் முதல் இயக்கமாக நாடார்கள் கொண்டிருந்ததாக ராபர்ட் ஹார்ட் கிரேவ் அடையாளப்படுத்துகிறார்.[24] பனையேறும் தொழிலில் ஈடுபட்டு

---

24. Robert Hardgrave, 'The Breast-Cloth Controversy: Caste Consciousness and Social Change in Southern Travancore', *Indian Economic and Social History Review*, Vol. V, (1968).

வந்த நாடார் சாதியினர் தொழில் நிமித்தமாகப் பருவகால இடப்பெயர்வால் சமூகத்தில் முன்னேறிய காலனியாட்சிக்குட்பட்ட இந்தியாவின் பிற பகுதிகளுக்குச் சென்று வந்தனர். தங்கள் மீதான ஒடுக்குமுறையை உணரத் தொடங்குதல், மிஷினரிகள் தங்களிடத்தில் பணியாற்றுவதற்கு இடமளித்தல் ஆகியவற்றின் விளைவால் பொருளாதாரத்தில் முன்னேற்றமடைந்தனர். அதே சமயம் அவர்களுக்குள் ஒற்றுமையும் உருவானது. நாடார் சாதிப் பெண்கள் மேலுடுப்பு அணியாதிருப்பதைக் கண்ட மன்றோ என்ற ஆங்கிலேயர், பிறநாடுகளில் கிறிஸ்தவம் தழுவிய பெண்கள் மேலுடுப்பு அணிவதைப்போல் இங்கும் கிறிஸ்தவம் தழுவிய பெண்கள் தங்களின் மார்புகளை மறைத்துக்கொள்வதற்கு உரிமை வழங்கப்பட வேண்டும் என்ற கோரிக்கையை 1812ஆம் ஆண்டு திருவிதாங்கூர் அரசிடம் முன் வைத்தார். அதன் அடிப்படையில் திருவிதாங்கூர் அரசாங்கம், கிறிஸ்தவம் தழுவிய கீழ்த்தட்டு மக்கள், சிரியக் கிறிஸ்தவப் பெண்கள், இசுலாமியப் பெண்களைப் போல் குட்டையான மேலுடுப்பை அணிந்துகொள்ளலாம். ஆனால், "சாணார் பெண்கள் நாயர் பெண்களைப்போல் மேலுடுப்பு அணியக்கூடாது" என்று அறிவித்தது. மிஷினரிகளின் மனைவிகள் புதிதாய்க் கண்டுபிடித்து வழங்கிய மேலுடுப்பை அணிவதில் திருப்தியடையாத நாடார் பெண்கள் மேல்சாதி இந்துப்பெண்களின் வடிவத்தைப் பின்பற்றியதால் அவர்கள் வன்முறைக்கு ஆளாயினர். ராபர்ட் ஹார்ட் கிரேவின் கட்டுரையிலிருந்து நாடார் பெண்களின் மேலுடுப்பு அணிவதற்கான போராட்டம். நான்கு படிநிலையைக் கொண்டிருந்ததை அறிய முடிகிறது; அவை: 1. பருவகால இடப்பெயர்வு மூலம் தன்னுடைய தாழ்நிலையை உணர்தல், 2. கிறிஸ்துவ மிஷினரிகள் பணியாற்றுவதற்கு இடமளித்தல், 3. இந்து மதத் தீண்டாமையின் கீழ் மறுக்கப்பட்ட மேலுடுப்பு அணிகின்ற உரிமையைக் கிறிஸ்தவ மத அடிப்படையில் பெறுவதற்கான கோரிக்கையை மிஷினரிகளே முன்வைத்து அவ்வுரிமையைப் பெறுதல். 4. மிஷினரிப் பெண்கள் புதிதாய்க் கண்டுபிடித்து வழங்கிய உடையின் மீது திருப்தியடையாமல் மேல் சாதிப் பெண்களைப் போல உடையணிதல் என்பனவாகும்.

அன்றைய திருவிதாங்கூர் சாணார் சாதியினரைப் போல காலனி ஆட்சிக்கால ராமநாதபுர மாவட்டத்தில் தீண்டாமைக் குள்ளான பறையர் மற்றும் பள்ளர் சாதியினர் மீது அரை நிர்வாணப் பண்பாட்டு ஒழுங்கு, சாதி இந்துக்களால் கடைபிடிக்கப்பட்டு வந்ததே தலித்துகளுக்கும் நாட்டார்களுக்குமான சிக்கலுக்கு அடிப்படை ஆகும். ராமநாதபுரம் மாவட்ட நீதிபதி நரசிம்கம் பந்தலு, தலித்துகளுக்கும் நாட்டார்களுக்கும் இடையேயான

சிக்கலை இவ்வாறு பதிவு செய்துள்ளார்: தொடக்கம் தெரியாத காலத்திலிருந்து இரு சமூகத்தினருக்கும் (நாட்டார் மற்றும் தலித்) இடையேயான வேறுபாட்டை நிலைகொள்ளச் செய்வதற்கு ஆதிதிராவிடர்கள் உடை அணிவது தொடர்பான சமய சமூக வழமைகளை நாட்டார்கள் கடைப்பிடித்து வருகின்றனர். இவ்வழமையில் முக்கியமானவை, இன்று சிக்கலுக்குள் இருந்துவரும் தலித் ஆண்களும் பெண்களும் சட்டை மற்றும் முலைக்கச்சு அணியக்கூடாது, கோயில் திருவிழாவின்போது பெண்கள் இடுப்பின் மேல் பகுதியைத் திறந்து வைத்திருத்தல் போன்றவை ஆகும்.²⁵ எனவே நாடார்களின் சிக்கலும் தலித்துகளின் சிக்கலும் மேலுடுப்பு அணியாதிருத்தல் என்பதிலிருந்து வேறுபட்டிருக்கவில்லை. ஆனால், முன்னவர்களின் மேலுடுப்பு அணிவதற்கான இயக்கத் தோற்றக் காரணிகள் பின்னவர்களிடத்திலிருந்து வேறுபட்டு இருக்கிறது, ஒரு சில ஒப்புமைகளைத் தவிர. இடப்பெயர்ச்சி மூலம் இடம்பெயர்ந்தவர்கள். அங்கு புதிய சமூகப் பண்பாட்டு விழிப்புணர்வைப் பெறுதல், குறிப்பிடத்தக்க சமூக விடுதலையை அனுபவித்தல் போன்ற விளைவுகளால் தங்களின் சொந்தக் கிராமங்களுக்குத் திரும்பிச் சென்றபோது அங்குச் செயல்பட்டு வந்த பண்டைய ஒடுக்குமுறை ஒழுங்குடன் ஒத்துப்போக மறுத்திருப்பதைத் தனது கட்டுரையில் சத்தியநாராயணா விவாதித்திருக்கிறார்.²⁶ அவர் விவாதித்திருப்பது போல் இராமநாதபுர தலித்துகள் இந்தியாவைக் கடந்து காலனிய ஆட்சிக்குட்பட்டிருந்த இலங்கை, மலேசியா, பர்மா போன்ற ஆசிய நாடுகளுக்கு இடம்பெயர்ந்திருக்கின்றனர்: அவர்கள் குடியேறிய நாடுகளில் தங்களின் சொந்தக் கிராமங்களில் அனுபவித்தது போல் எவ்விதமான சமூகப் பண்பாட்டு ஒடுக்கு முறையையும் தலித்துகள் அனுபவிக்கவில்லை. மாறாக, அங்குக் குறிப்பிடத்தக்க சமூக விடுதலையை அனுபவித்திருக்கின்றனர். தங்களின் சொந்தக் கிராமங்களுக்கு அவர்கள் திரும்பிய போது சாதி இந்துக்கள் கடைப்பிடித்து வந்த பண்டைய பண்பாட்டு ஒழுங்கை ஒத்துக்கொள்ள மறுத்தனர். மேலும், தனது சொந்தச் சாதி உறுப்பினர்களிடம் பண்டைய பண்பாட்டு ஒழுங்கைப் புறக்கணிக்கவும் மேலுடுப்பு அணியவும் வலியுறுத்தினர். இராமநாதபுர தலித்துகளின் இந்த எழுச்சிக்கு ஏற்கனவே நடைபெற்றுக்கொண்டிருந்த போராட்டச் சூழல், ஒடுக்கப்பட்ட மக்களின் சமூக விடுதலைக்கான இயக்கம் அம்பேத்கர்

---

25. G.O. No. 611, Public, (08 Nov. 1932).

26. A. Satyanarayana, 'Body-Shopping: Migration of South Indian (Telugu) Coolies to south-East Asia: A Case Study of Colonial Burma', in Inukonda Thirumali, *South India: Regions, Culture and Sagas,* (New Delhi: Bibliomatrix, 2004).

தலைமையிலான தலித் விடுதலைக்கான இயக்கம் உந்துதலைக் கொடுத்திருக்கிறது. எனவே, ஹார்ட் கிரேவின் ஆய்வு முடிவுப்படி மேலுடுப்பு அணியும் பண்பாட்டு இயக்கத் தோற்றக் காரணியில் இடப்பெயர்வு என்ற காரணி மட்டுமே இராமநாதபுரம் மாவட்ட தலித்துகளின் மேலுடுப்பு அணியும் இயக்கத்தோடு ஒத்திருக்கிறது. மற்ற காரணிகள் வேறுபட்டிருக்கின்றன. இவை ஒன்றுக்கொன்று முரண்பட்டவை அல்ல. இந்தப் புரிதலோடு 1930களில் தலித்துகளின் மேலுடுப்பு அணிவதற்கான போராட்டம் குறித்துக் காண்போம்.

சுதேசி விதேசி மற்றும் சாதியக் கீழ்ப்படியாமை இயக்கம்

இராமநாதபுரம் தலித்துகள் மேலுடுப்பு அணிவதற்கான போராட்டத்தைத் தொடங்கிய 1930கள் இந்திய அளவிலும் உலக அளவிலும் முக்கியத்துவம் வாய்ந்தது. பொருளாதாரப் பெருமந்தம் உலக அளவில் மட்டுமின்றி இந்தியாவிலும் பெருந் தாக்கத்தை ஏற்படுத்திய சமயம் அந்நியத் துணி இறக்குமதி இந்திய நெசவாளர் வாழ்வில் பெரும் துயரத்தை விளைவித்தது. இந்த நெருக்கடிக்குள் அரசியல் பேரியக்கம், ஒத்துழையாமை இயக்கம் மற்றும் கதர் இயக்கத்தை இந்திய சுதந்திரத்திற்காக காங்கிரஸ் நடத்திக்கொண்டிருந்தது. கதராடையைத்தான் அணிய வேண்டும் என்று வற்புறுத்திய காங்கிரஸ் தலைவர்கள் தங்கள் உடம்பில் அந்நியத் துணி அணிவது அடிமைத்தனத்திற்கு ஒப்பானதாகவும் கதர், சுதேசி துணிகள் அணிவது தேசிய சுயமரியாதைக்கான குறியீடு என்றும் கூறினர்.[27] விதேசித் துணி விற்பனையை விடவில்லையென்றால் அவர்களின் கடை களுக்குத் தீ வைக்கப்படும் என்றும் கடை முதலாளிகள் கொலை செய்யப்படுவார்கள் என்றும் அச்சுறுத்தப்பட்டனர். உண்மையில் சத்தியாகிரகிகள் விதேசித் துணி விற்பனை செய்த கடைகளுக்குத் தீ வைக்கவும் செய்தனர்.[28] சுதேசமித்திரன் பத்திரிகை, கதர், சுதேசி துணிகளே நாட்டின் செல்வம், விதேசித் துணிகள் நாட்டின் செல்வத்தை உறிஞ்சுகின்றன, நெசவாளர்கள் உணவுக்காகத் துன்பப்படுகிற சமயத்தில் விதேசி துணிகளை அணியக்கூடாது என்று அறிவுறுத்தியது.[29] சேலம் மாவட்ட ஆட்சியரும் அவரது மனைவியும் ஏற்காடு மலையிலுள்ள தோட்டக்காரர்களிடம் அங்கு பணியாற்றும் தொழிலாளர்களுக்கு அதிக துணிகள் வாங்கித் கொடுக்கக் கூறினர். சங்க உறுப்பினர்கள் கதராடையே

---

27. G.O. 772, public, (Confidential), (23 July 1931), pp. 11.

28. *கலாநிலையம்*, Vol. 6, No.8, (May: 1933), p. 353.

29. Native News Paper Report, (25 October 1930), p. 1528.

அணிய வேண்டும் என்று சேலம் சுதேசி துணி விற்பனையாளர்கள் சங்கம் வற்புறுத்தியது.³⁰ தமிழ்நாட்டு மக்கள் இன்னும் அதிகமாக கதரை வாங்கச் செய்ய வேண்டும் என்று கலாநிலையம் பத்திரிகை அறிவுறுத்தியது.³¹ இந்தியத் தேசிய விடுதலை இயக்கத்தை வலுப்படுத்துவதற்கான சுதேசி துணி அணிதல் தேசிய சுயமரியாதைக் குறியீடாக அடையாளப்படுத்தப்பட்ட அதே சமயம் நெசவாளர்களின் வறுமை தேசியத்தின் வறுமை யாகவும், அவர்களின் இன்னல் தேசத்தின் இன்னலாகவும் காணப்பட்டிருக்கிறது என்பதைப் புரிந்துகொள்ள முடியும். இதே காலகட்டத்தில் இராமநாதபுர மாவட்ட தலித்துகள் தங்களின் சுயமரியாதைக்கு மேலுடுப்பு அணியும் இயக்கத்தை நடத்திக் கொண்டிருந்த அதே சமயம் தலித் விடுதலைக்குக் கிடைத்த ஓர் ஆயுதமான அம்பேத்கரின் இரட்டை வாக்குரிமைக்கு ஆதரவாகவும் போராடிக்கொண்டிருந்தனர். அரசியல் இயக்கங் களான கதர், சுதேசி இயக்கம், ஒத்துழையாமை இயக்கம் ஆகியவற்றிற்கும் தலித்துகளின் பண்பாட்டு இயக்கத்திற்கும் நேரடி உறவு இருக்கிறது. தலித்துகளின் மேலுடுப்பு அணியும் பண்பாட்டு இயக்கம் தேசியவாதிகளின் அரசியல் இயக்கத்திற்கும் நெசவாளர்களுக்கும் ஆதரவான இயக்கமே அன்றி அவர்களுக்கு எதிரானது அல்ல. மேலுடுப்பு அணிவதில் சாதி இந்துக்கள் செய்து வந்த இடையூறை ஒழித்துவிட்டு சுதேசித் துணி அணிவதற்கான ஒத்துழைப்பைத் தலித்துகளுக்குக் கொடுத்திருந்தால் அது தேசிய சுயமரியாதைக்கு ஆதரவாகவே இருந்திருக்கும். மேலும் நெசவாளர்களை வறுமையிலிருந்து விடுவிப்பதற்குச் சிறிதளவேனும் துணை புரிந்திருக்கும். ஆனால் மேலுடுப்பு அணியும் இயக்கத்தை நடத்திய தலித்துகளுக்குக் குறிப்பிட்டுக் கூறும்படியான ஆதரவு காங்கிரஸ் இயக்கத்தினரிடமிருந்து கிடைக்காததிலிருந்தே தலித்துகளின் இயக்கம் அவர்களின் சுயமரியாதைக்கான இயக்கமாகவோ அல்லது தேசத்தின் சுயமரியாதைக்கான இயக்கமாகவோ பார்க்கப்பட்டிருக்கவில்லை என்பதைப் புரிந்துகொள்ளலாம். எனவே, மேலுடுப்பு அணியும் தலித்துகளின் போராட்டம் தனித்த இயக்கமாகவே நடைபெற்றது.

1930களுக்கு முன்னரும் மேலுடுப்பு அணிவதற்கான போராட்டத்தைத் தலித்துகளால் நடத்தியிருப்பதைக் காண முடிகிறது. இராமநாதபுரம் மாவட்டம் ஆலபுரம் தலித்துகள் 1904ஆம் ஆண்டு தங்கள் பெண்கள் மார்புகளை மறைத்துக்கொள்வதற்கு உரிமை வேண்டும் என்று கோரியிருக்கின்றனர்; இதைக்

---

30. Irschik, *Tamil Revivalism in the 1930s*, p. 131.
31. *கலாநிலையம்*, Vol.5, No.45, (1932), p. 899.

கத்தோலிக்கர்கள் ஆதரித்திருக்கின்றனர்.[32] ஆனால் மேலுடுப்பு அணிவதை முக்கிய இலக்காகக் கொண்டு இராமநாதபுரம் மாவட்டம் தேவகோட்டைப் பகுதியிலுள்ள பல கிராமங்களில் வசிக்கின்ற தலித்துகளை ஒருங்கிணைத்து நடத்தப்பட்ட முதல் போராட்டம் 1930களில்தான் நிகழ்ந்திருக்கிறது. 1930களுக்கு முன்பிருந்தே மேலாடைச் சிக்கல் கனன்றுகொண்டிருந்ததைக் காண முடிகிறது. இராமநாதபுரம் மாவட்டம் கல்லலில், தலித் பெண்கள் மேலுடுப்பு அணியக்கூடாதென்பது உட்பட பல்வேறு ஒடுக்குமுறைகளுக்கு எதிரான வழக்குகள் நடைபெற்றிருப்பதை அறியமுடிகிறது.[33] சாதிய இந்துக்களின் பண்பாட்டு ஒடுக்குமுறை குறித்து ஆதிதிராவிடன் இதழில் இராமநாதபுரம் ஜில்லாவில் ஆதிதிராவிடர்களைப் படுத்தும் இம்சைகள் என்று தலைப்பிட்டு ஆதன் என்பவர், "வேப்பங்குளம் ஆண்டவன் அம்பலமும் மேலப்பூங்குடி சுப்பையாசாரியும் இன்னும் தலைவர்களும் கூடி ஆதிதிராவிடர்களில் சிலரை வரவழைத்து நீங்கள் தாழ்ந்த ஜாதியராயிருப்பதால்... ஸ்திரிகள் தங்க ஆபரணங்களாவது பட்டு வஸ்திரங்களாவது அணியக்கூடாதென்றும், வெள்ளை வஸ்திரத்தை முட்டுக்கு மேலேயே கட்ட வேண்டுமென்றும்... சில நிர்மூட நிர்ப்பந்தங்களைக் கொண்டுவந்து அதை அங்கீகரித்து அடிமைப் பத்திரங்கள் எழுதி கையொப்பம் வைக்கும்படி வற்புறுத்தினார்களாம்" என்று எழுதியுள்ளார்.[34] டேவிட் மோஸ் மற்றும் ஆதன் ஆகியோரின் கட்டுரையிலிருந்து மேலுடுப்பு அணிதல் தொடர்பான சிக்கல் ஏற்கனவே இருந்து வந்திருக்கிறது என்பதை அறியமுடிகிறது.

ஏன் 1930களில் இப்போராட்டம் வலுவாக நடைபெற்றது? என்ற கேள்விக்கு முதலில் விடை காண வேண்டும். இடப்பெயர் வினால் குடியேற்ற நாடுகளில் பெற்ற புதிய சமூகப் பண்பாட்டு விழிப்புணர்வும் சமூக விடுதலை அனுபவமும் மேலுடுப்பு அணிவதற்கான இயக்கத்தின் தோற்றக் காரணியென முற்பகுதி யில் குறிப்பிட்டிருந்தோம். ஆதிதிராவிடர் மகாஜன சபை என்ற தலித்துகளின் அமைப்பே மேலுடுப்பு அணியும் போராட்டத்தை முன்னின்று நடத்தியது. ஜான், பொன்னையா, சந்தானம் ஆகியோர் முறையே அவ்வமைப்பின் தலைவர், செயலாளர், பொருளாளர் பொறுப்புகளை வகித்தனர்.[35] இதில் ஜான், பொன்னையா,

---

32. David Mosse, 'Idioms of Subordination and Styles of Protest Among Christian and Hindu Harijan Castes in Tamil Nadu', *Contibutions to Indian Sociology*, 28, 1, (1994), p. 83.

33. *ஆதிதிராவிடன்*, (1919), p. 95.

34. *ஆதிதிராவிடன்*, (1919), p. 205

35. GO. 350, Public, (29 June, 1931).

செல்வம் சாம்பான், கருப்பையா சாம்பான் போன்றோர் தலைமையேற்று போராட்டத்தை நடத்தினர். பொன்னையா இராமநாதபுரம் மாவட்ட உதவி ஆட்சியரிடம் சமையற்காரராக வேலைபார்த்த ஜான் இலங்கையைச் சேர்ந்தவர் என்று அறியப்படுகிறது. ஜான் இராமநாதபுரத்திலிருந்து இலங்கையில் குடியேறி பின்னர் இராமநாதபுரத்திற்கு வந்திருக்கலாம். இவர் மட்டுமின்றி இதர தலித்துகளும் தொழில் நிமித்தமாக இலங்கை, பர்மா, மலேசியா போன்ற நாடுகளுக்கு இடம்பெயர்ந்து சென்றவர்கள், அந்த நாடுகளில் உலகப் பொருளாதாரப் பெருமந்தத் தாக்கம் காரணமாக வேலையின்றித் தங்களின் சொந்த கிராமங்களுக்குத் திரும்பி வந்திருக்கலாம்.[36] சமூகப்– பண்பாட்டு விடுதலை அனுபவத்தோடு திரும்பி வந்த அவர்கள் இங்கு இருந்துவந்த இந்துச் சாதிய ஒழுங்கிற்கு அடிபணிய மறுத்தனர். குடியேறிய நாடுகளில் அனுபவித்து வந்த சமூகப் பண்பாட்டு விடுதலையைத் தங்களின் சொந்தக் கிராமத்திலும் அனுபவிக்க தலித்துகள் முயன்றால் சாதி இந்துக்கள் அதை எதிர்த்தனர். இலங்கையிலிருந்து திரும்பி வந்த ஜான் மட்டுமின்றி பிற தலித்துகளும் மேலுடுப்பு அணியும் போராட்டத்தில் முக்கியப் பங்காற்றியிருக்கலாம். மேலுடுப்பு அணியும் போராட்டத்தில் தலைமைப் பாத்திரம் வகித்த ஜான் மற்றும் பொன்னையா அரசியல் தளத்தில் இரட்டை வாக்குரிமைக்கு ஆதரவான நிலைப்பாட்டை எடுத்தனர். அது மட்டுமின்றி அதற்கான களப்பணியிலும் ஈடுபட்டனர். இதே காலகட்டத்தில் அம்பேத்கர் தலைமையிலான தலித் இயக்கம் நடத்திய அரசியல் உரிமைக்கான போராட்டம் இராமநாதபுரம் தலித்துகளின் பண்பாட்டு போராட்டத்திற்கு உந்துதலைக் கொடுத்திருக்கிறது என்பதைப் புரிந்துகொள்ள முடிகிறது. இதனால் தான் 1930களில் மேலுடுப்பு அணியும் இயக்கம் வலுவுடன் இருந்திருக்கிறது. முதன் முறையாக 1930ஆம் ஆண்டு ஜூன் மாதம் தேவகோட்டை அருகே உள்ள எழுவன்கோட்டையில் கோயில் திருவிழாவில் தலித்துகள் கொட்டு அடித்தல் உட்பட பல பணிகளைச் செய்வதற்குச் சென்ற சமயம் சட்டை அணிந்து சென்றனர்; இதுதான் அவர்கள் முதன் முறையாக தங்களின் சொந்தக் கிராமத்தில் சட்டை அணிந்த நிகழ்வாகும்.[37]

இந்தப் போராட்டத்திற்குப் பின்னணியாக இருந்து செயல் பட்டிருப்பது பொன்னையா என்பது தெரிய வருகிறது. இவர்

---

36. K. Arunthava Rajah, Indo-Lanka Relations, (1931-1972), An unpublished Ph.D. Thesis Submitted to Manonmaniam Sundaranar University, Tirunelveli.

37. G.O. 611, Public, (8 November, 1932).

ஒரு துண்டறிக்கை மூலம் நாட்டார்களுக்கு வழமையாக செய்துவரும் வேலைகளை நிறுத்திவிடுங்கள் என்றும், கோயில் திருவிழாவின்போது மேலுடுப்பு அணிந்து செல்லுங்கள் என்றும் அறிவுறுத்தியதால் தலித்துகள் எழுவன் கோட்டை கோயில் திருவிழாவின்போது மேலுடுப்பு அணிந்து சென்றிருக்கின்றனர்.[38] இதனால் ஆத்திரமுற்ற நாட்டார்கள் தலித்துகளைத் தாக்கினர். இச்சூழல் பொன்னையா தலைமையில் அமராவதி புதூரில் ஆதிதிராவிடர் மகாஜன சபை சார்பில் 5 ஆகஸ்ட் 1930 அன்று சட்டைக் கட்சி என்ற மாநாடு நடத்தக் காரணமானது. இதில் நாட்டாரின் அராஜகங்களைக் கண்டித்தல், ஆங்கிலேயே அரசு இதற்குத் தீர்வு காண வேண்டுதல், காங்கிரஸ் தீண்டாமையைப் பூசி மெழுகும் செயலைக் கண்டித்தல் ஆகிய தீர்மானங்கள் நிறைவேற்றப்பட்டிருக்கின்றன.[39] தலித்துகள் மேலுடுப்பு அணிந்து சென்றதற்காக நாட்டார்கள் நடத்திய தாக்குதல் தொடர்பாக மனு ஒன்றை வைஸ்ராய் இர்வினுக்கு 1930 ஆகஸ்டு 13 அன்று பொன்னையா அனுப்பினார். இதன் பின்னர் சாதி இந்துக்கள் ஒன்றிணைந்து தலித்துகள் பின்பற்ற வேண்டிய ஒடுக்குமுறை கட்டளைகளை 1930 டிசம்பர் மாதத்தில் பிறப்பித்திருக்கின்றனர். மேலும் இக்கட்டளைகளில் திருப்தியடையாத சாதி இந்துக்கள் 1931 ஜூன் மாதம் கூடுதலாக மூன்று கட்டளைகளை இணைத்து மொத்தம் 11 கட்டளைகளைத் தலித்துகள் பின்பற்ற வேண்டும் என்று வெளிப்படையாகவே அறிவித்தனர். இதில் தலித் ஆண்களும் பெண்களும் இடுப்புக்கு மேலேயும் முழங்காலுக்குக் கீழேயும் ஆடை அணியக்கூடாது உட்பட இதர சமூகப் பண்பாட்டுப் பொருளாதார ஒடுக்குமுறை விதிகளும் அடங்கும்.[40] இதே கால கட்டத்தில் மேலே கூறப்பட்டது போன்ற கட்டளைகளைத் திருச்சிராப்பள்ளி அருகே உள்ள கூத்தப்பார் கிராமத்தைச் சேர்ந்த சாதி இந்துக்கள் தலித்துகள் மீது திணித்திருக்கின்ற நிகழ்வு,[41] தலித்துகளின் மீதான பண்பாட்டு ஒடுக்கு முறை இராமநாதபுரம் மாவட்டம் மட்டுமின்றி இதர மாவட்டங்களிலும் நிகழ்ந்திருப்பதைத் தெரிவிக்கின்றன.

பண்பாட்டு ஒடுக்குமுறைக் கட்டளைகளைப் பிறப்பித்தல், தலித்துகளுக்கு எதிரான வன்முறையில் ஈடுபடுதல் ஆகிய செயல்பாடுகளில் சுமார் 31 கிராமங்களைச் சேர்ந்த சாதி

38. *மேலது.*

39. இளங்குமரன், *கிளர்ந்தெழுகிறது கிழக்கு முகவை*, பக். 13-14.

40. J.H. Hutton, *Caste in India: Its Nature, Function and Origins*, (Delhi: OUP, 1951), pp. 205-206.

41. G.O. 541, (8 April 1932).

இந்துக்கள் 148 பேர் முன்னணிப் பாத்திரம் வகித்திருக்கின்றனர்.[42] தலித்துகளை ஒடுக்குவதற்கென்றே இராமநாதபுரம் மாவட்டம் முழுவதுமாக கள்ளர் சங்கத்தைச் சாதி இந்துக்கள் தோற்றுவித் திருக்கின்றனர். இந்த ஒருங்கிணைப்பு பல கிராமங்களுக்குப் பரந்து விரிந்திருக்கிறது. எனவே, அரசாங்கம் இரண்டு மாதத் திற்குத் திருவாடனை வட்டத்திலுள்ள கள்ளர்கள் கூட்டம் நடத்தக்கூடாதெனத் தடையுத்தரவை ஜனவரி 1931ஆம் ஆண்டு பிறப்பித்தது. இதே ஆண்டு மார்ச் மாதம் இலுப்பைக்குடி கிராமத்தில் தலித்துகளுக்கும் சாதி இந்துக்களுக்கும் நடந்த மோதலில் தலித் ஒருவர் கொல்லப்பட்டார். இந்நிலையில் பல சாதி இந்துக்கள் மீதுவழக்கு தொடரப்பட்டது.[43] தலித்துகளிடத்தில் உரையாற்றுவதும் அவர்களை ஒருங்கிணைப்பதுமான பணிகளை ஜான் செய்து வந்ததால் இரண்டு மாத காலத்திற்குத் திருவாடனை வட்டத்தில் தலித்துகள் கூட்டம் நடத்துவதோ உரையாற்றுவதோ கூடாதென்ற தடையுத்தரவை அரசாங்கம் பிறப்பித்தது. ஜானுக்கு எதிராகக் குற்றப்பத்திரிகையும் தயார் செய்யப்பட்டது ஆனால் நடவடிக்கை எடுக்கப்படவில்லை. சாதி இந்துக்கள் மற்றும் அரசாங்கத்தின் ஒடுக்குமுறைகள் இருந்திருப்பினும் தலித்துகள் மேலுடுப்பு அணிகின்ற நிலைப்பாட்டிலிருந்து விலகியிருக்கவில்லை. ஒவ்வொரு திருவிழாக்களின் போதும் அவர்கள் மேலுடுப்பு மற்றும் ஆபரணம் அணிந்தே சென்றனர். இதனால் சாதி இந்துக்கள் தலித்துக்கள் அணிந்திருந்த மேலுடுப்பைக் கிழித்தனர். இச்சம்பவம் தேவகோட்டை அருகேயுள்ள கண்டதேவியில் 1932 ஜூன் 25 அன்று நடைபெற்றது. 1933ஆம் ஆண்டு கோயில் திருவிழா நடைபெறுவதற்கு முன்பு சாதி இந்துக்கள் தேவகோட்டையில் ஒன்று கூடி தலித்துகளை அழைத்து, திருவிழாவில் அவர்களின் பணியைச் செய்ய வேண்டும். ஆனால், சட்டை அணியக்கூடாது என்று வற்புறுத்தினர். ஆனால் தலித்துகளின் தலைவர்களோ மேலுடுப்பு அணிவோம் என்று உறுதியாகக் கூறினர். இதனால் சாதி இந்துக்கள் தலித்துகளை விலக்கிவிட்டு திருவிழாவை நடத்துவோம் என்று அறிவித்தனர்.[44] நாட்டார்கள் அறிவித்த கட்டளைகளைத் தலித்துகள் ஏற்றுக்கொள்ளாத காரணத்தால் அக்கட்டளைகளைப் பின்பற்றுவதற்கு வன்முறைகளை ஏவத் தொடங்கினர். இதற்குப் பின்னர் சாதி இந்துக்கள் தலித்துகளை எப்போதெல்லாம் எங்கெல்லாம் கண்டார்களோ அப்போ தெல்லாம் அவர்கள் மீது வன்முறையை ஏவினர். இதனால் இவ்வுண்மையை வெளியுலகிற்கு எடுத்துக்காட்ட கூட்டம்

42. G.O. 611, Public, (8 November 1932).

43. *மேலது.*

44. G.O. 62, Public, (7 February 1933).

நடத்தல், அரசாங்கம் அறியச் செய்தல் அதன் உதவியை நாடுதல் எனப் பல வடிவில் சாதிய ஒடுக்குமுறைக் கட்டளைகளை எதிர்த்துத் தலித்துகள் போராடினர்.

ஆதரவை நாடுதல்

மேலுடுப்பு அணிவதில் உறுதியாய் இருந்துவந்த தலித்துகள் நாட்டார்களின் வன்முறையிலிருந்து தங்களைப் பாதுகாத்துக் கொள்வதற்கு அரசின் தலையீட்டைக் கோரினர். தந்தி, புகார் மனு மூலம் ஆதிதிராவிடர் மகாஜன சபையின் தலைவர்கள் மட்டுமல்லாது பாதிக்கப்பட்ட மக்களும் தங்கள் மீதான வன்முறையைக் கூறுதல், தங்களுக்குப் பாதுகாப்பு கேட்டல் எனப் பல போராட்டங்களையும் கைக்கொண்டனர். காவல்துறை, நீதிபதி, சென்னை மாகாண அவை உறுப்பினர்கள் போன்றோர்க்குத் தந்தி மற்றும் புகார் மனுக்கள் கொடுக்கப்பட்டிருந்தன. இப் புகார்களில் சாதி இந்துக்கள் தங்களைத் தாக்கினர் என்று பொதுமைப்படுத்தாமல், நபர்களை அடையாளப்படுத்தி வன்முறையில் முன்னணி வகித்தவர்கள், அவர்களின் முகவரி, தாக்கப்பட்டோர், உயிரிழந்தோர், காயப்பட்டோரின் எண்ணிக்கை, சூறையாடப்பட்ட சொத்துக்களின் மதிப்பு எனக் குறிப்பிட்டுப் புகார் கொடுத்தனர். மேலும், இவ் வன்முறைச் சம்பவம் குறித்து ஆராய்வதற்கு விசாரணைக் குழு அமைக்கவும், தங்களுக்குச் சிறப்பு அதிரடிப்படை மூலம் பாதுகாப்பு வழங்க வேண்டும் என்றும் தலித்துகள் கோரினர்.[45] இச்சூழலில் அருப்புக்கோட்டை தேவேந்திரகுல வேளாளர் சங்கக் கட்டடத்தில் தலித்துகளின் கூட்டமொன்று நடந்தது. அதில் நாட்டார்களின் கொடிய வன்முறையைக் கண்டித்துத் தீர்மானம் நிறைவேற்றப்பட்டது.[46] இம்மாநாடு குறித்த தரவுகள் அதிகம் கிடைக்கவில்லை எனினும் சென்னை மாகாண அவையில் தலித் பிரதிநிதி முனுசாமி பிள்ளையின் உரையிலிருந்து அம்மாநாட்டிற்குச் சேர்வைச் சாதியைச் சேர்ந்த ராமச்சந்திரன் என்பவர் தலைமை வகித்திருக்கிறார் என்பதை அறிய முடிகிறது. ராமச்சந்திரன் தலித்துகள் மீது நாட்டார்கள் ஏவிவரும் வன்முறை குறித்து அரசாங்கத்திற்குப் புகார் கொடுத்திருக்கிறார். அவர் ராமநாதபுரம் மாவட்ட நீதிபதிக்கு அனுப்பிய கடிதம் ஒன்றில் "பிரிட்டிஷ் ஆட்சியில் ஒடுக்கப்பட்ட ஆதிதிராவிடர்கள் அரசாங்கத்தின் பலனை அனுபவித்திருக்கவில்லை ஆனால் கள்ளர் அரசாங்கம், அகம்படையர் அரசாங்கம், வெள்ளாம்பர் அரசாங்கம், மறவர் அரசாங்கம், அலு நாயக்கர் அரசாங்கம்

---

45. G.O. 611, Public, (8 November 1932).
46. G.O. 2058, PW&L, (05 October 1931).

ஆகியவற்றின் வெறுப்பை அனுபவித்துள்ளனர், அனுபவித்து வருகின்றனர் எனக் குறிப்பிட்டுள்ளார்.[47]

ஏற்கனவே இலங்கை, மலேசியா போன்ற நாடுகளுக்கு இடம்பெயர்ந்து சென்ற தலித்துகள் அங்கிருந்து கொண்டே நாட்டார்களின் வன்முறையிலிருந்து தங்கள் உறவினர்களைப் பாதுகாப்பதற்கு அரசாங்கம் நடவடிக்கை எடுக்க வேண்டும் என்று வற்புறுத்தினர்.[48] கோலாலம்பூரில் ஆதிதிராவிடர்களின் மாநாடு நடைபெற்றது. அதில் சாதி இந்துக்களின் வன்முறையை எதிர்த்துத் தீர்மானம் நிறைவேற்றப்பட்டது. மேலும், நாட்டார் களின் வன்முறை குறித்து ஆராய்வதற்கு விசாரணைக் குழு ஒன்று அமைக்க வேண்டும், அதில் இராமநாதபுர மாவட்ட ஆட்சியர், மலேசியா அரசாங்கத்தில் பணியாற்றி விடுமுறையில் இராமநாதபுரம் மாவட்டத்திலிருக்கும் தனது சொந்தக் கிராமமான சிறுவயலுக்கு வந்திருந்த கே.வி. வேலுசாமி, ஆதிதிராவிட மகாஜன சங்கத் தலைவர் ஏ.எஸ். ஜான் ஆகியோர் விசாரணைக் குழுவில் இடம்பெற்றிருக்க வேண்டும் என்ற தீர்மானமும் நிறைவேற்றப்பட்டது. இத்தீர்மானங்கள் மெட்ராஸ் ஆளுநருக்கு அனுப்பி வைக்கப்பட்டன.[49] இச்சூழலில் இராமநாதபுரம் மாவட்ட ஆதிதிராவிட மகாஜன சங்கத் தலைவர் அரசாங்கத்திற்குக் கொடுத்திருக்கும் கடிதத்தில் தலித்துகள் மீதான வன்முறை குறித்து ஆராய்வதற்கு குழு அமைக்கக் கோரியிருப்பதால், அதிகாரிகள் மற்றும் அதிகாரிகள் அல்லாதோர் அடங்கிய குழு அமைக்க வேண்டும் என்ற தீர்மானத்தை 1931 ஜனவரி 30 அன்று சென்னை மாகாண அவையில் அவை உறுப்பினர் சவுந்திர பாண்டியன் கொண்டுவந்தார்.[50] தலித்துகள் மீதான ஒடுக்குமுறை குறித்து அரசாங்கத்திற்குத் தெரிவிக்கப்பட்ட பின்னரும் நடவடிக்கை எடுக்கத் தவறவிட்டது என்ற குற்றச்சாட்டை முன்வைத்த சவுந்திர பாண்டியன் மதுரை, இராமநாதபுரம், திருநெல்வேலி போன்ற தென்மாவட்டங்களில் தலித்துகள் வன்முறைக்கு ஆளாக்கப்படுகிறார்கள். எனவே ஒரு குழு அமைத்து அது குறித்து விசாரணை நடத்தி அதை முடிவுக்குக் கொண்டு வரவேண்டும் என்றும் வலியுறுத்தினார். இத்தீர்மானத்தை வழிமொழிந்த முனுசாமி பிள்ளை தலித்துகள் மீது சாதி இந்துக்களால் நடத்தப்பட்டு வரும் வன்முறை குறித்து எடுத்துரைத்தார். ஏ.பி. ஷெட்டி என்ற உறுப்பினர் “தேவைப்பட்டால் உடனடியாக

47. *MLCD*, Vol. LIV, (30 January 1931), p. 631.

48. G.O. 2058, PW&L, (05 October 1931).

49. G.O. 1110, Public, (7 November 1934).

50. *MLCD*, Vol. LVIII, (30 October 1931), pp. 629-633.

விசாரணை நடத்த" என்ற வார்த்தையை, சவுந்திர பாண்டியனின் தீர்மானத்தில் சேர்க்க வேண்டும் என்று கோரினர். ஆனால் இத்தீர்மானம் பின்னர் விவாதிக்கப்படுவதாக அறிவிக்கப்பட்டது. இத்தீர்மானம் மீண்டும் 1931 ஆகஸ்ட் 4 அன்று விவாதத்திற்கு வந்தது. தலித் பிரதிநிதியான எம்.தேவதாசன் இத்தீர்மானத்தை ஆதரித்துப் பேசினர். பலரும் அத்தீர்மானத்தின் மீது மட்டுமன்றி தலித் மக்கள் அனுபவித்து வரும் இன்னல்களையும் விவரித்த பின்னர் அத்தீர்மானம் நிறைவேற்றப்பட்டது. ஆனால் விசாரணைக்குழு அமைக்கப்படவில்லை. எனவே, விசாரணைக்குழு அமைக்க வேண்டும் என்ற தீர்மானம் மீண்டும் வி.ஐ. முனுசாமி பிள்ளையால் முன்மொழியப்பட்டது. தலித் பிரதிநிதியான எச்.எம். ஜகநாதம் அதை வழிமொழிந்து பேசினார். அத்தீர்மானத்தின் மீதான விவாதங்களுக்குப் பின்னர் அது நிறைவேற்றப்படவில்லை. இச்சூழலில் தங்களின் சுயவிருப்பத்தால் எம்.தேவதாசன், வி.ஐ. முனுசாமிபிள்ளை மற்றும் டேனியல் தாமஸ் ஆகியோர் பாதிக்கப்பட்ட பல்வேறு தலித் கிராமங்களுக்குச் சுற்றுப் பயணம் செய்து அவர்களின் வாக்கு மூலங்களைப் பதிவு செய்து அரசாங்கத்திடம் சமர்ப்பித்தனர். அவர்கள் மேற்கொண்ட ஆய்வின் அடிப்படையில், நாட்டார்களுக்கு எதிராக வழக்குப் பதிவு செய்தல், நாட்டார்களால் ஆதிதிராவிடர்களுக்கு எதிரான ஒடுக்குமுறை தொடர்பாகக் கவனமின்றி நடைபெறும் வழக்கு களைத் தீவிர விசாரணைக்கு உட்படுத்துதல், பாதிக்கப்பட்ட கிராமங்களில் நன்னடத்தையுடைய காவலர்களைப் பணிக்கு அமர்த்தல், தற்போதைய துணை மாஜிஸ்ட்ரேட், வட்டக் காவல் அதிகாரிகள், துணை ஆய்வாளர்கள் ஆகியோரை இடமாறுதல் செய்துவிட்டு அவ்விடத்தில் சட்டத்தைக் கையில் நாட்டார்கள் எடுப்பதை மறுப்பவர்களை நியமிக்க வேண்டும் போன்ற பரிந்துரைகளை அரசாங்கத்திடம் முன்வைத்தனர். சென்னை மாகாண உறுப்பினர்களான தலித் பிரநிதிகள், தலித்துகளின் ஆதரவாளர்கள் தலித்துகளின் உண்மையான நிலையை அறிந்துகொண்டு அவர்களுக்கு ஆதரவான நிலைப்பாட்டை எடுத்திருப்பினும், அரசாங்கத் தரப்பில் தலித்துகளின் இயக்கத்தை முழுமையாக ஆதரிக்கவில்லை என்பதை அரசு அதிகாரிகளின் செயல்பாடுகளிலிருந்து அறிய முடிகிறது. இனி, தலித்துகளின் பண்பாட்டு எழுச்சியின்போது நாட்டார்கள் அவர்கள் மீது நடத்திய வன்முறையையும் சமாதான முயற்சியையும் குறித்துக் காண்போம்.

வன்முறையும் சமாதான முயற்சியும்

கள்ளிவயலில் தலித் ஒருவர் கொலை செய்யப்பட்டார். இவ்வன்முறைச் சம்பவம் 1931 மார்ச் 6 அன்று நள்ளிரவில்

நடைபெற்றது[51], 1931 ஆகஸ்ட் 23 அன்று தேவகோட்டைப் பகுதியிலுள்ள இலுப்பைக்குடி, மாத்தூர், கள்ளிவயல் ஆகிய கிராமங்களில் சாதி இந்துக்கள் தலித்துகளைத் தாக்கினர்; வீடுகளுக்குத் தீ வைத்தனர்; பொருட்களைக் கொள்ளையடித்தனர். பாவன்கோட்டை கிராமத்தில் தலித்துகளின் பள்ளிக்கூடம் நவம்பர் 1931இல் எரித்துச் சாம்பலாக்கப்பட்டது.[52] 1932 ஜூலை 5 முதல் 12 வரை பல கிராமங்களில் தலித்துகள் தாக்கப்பட்டு, பொருட்கள் சூறையாடப்பட்டதாக அரசாங்கத்திற்கு அனுப்பிய கடிதத்தில் குறிப்பிட்டுள்ளார் ஜான்.[53] சாதி இந்துக்கள் தென்னிவயல் கிராமத்தைச் சேர்ந்த தலித்துகளை மேலாடை அணியக்கூடாது என்று வற்புறுத்தியதை ஏற்க மறுத்ததால் 1932 ஜூன் மற்றும் ஜூலை மாதங்களில் தலித்துகள் தாக்கப்பட்டனர். 1932 ஜூலை 5 மதிய வேளையில் 16 பேர் தலைமையில் சாதி இந்துக்கள் சுமார் 300 பேர் தென்னிவயல் கிராமத் தலித்துகளைத் தாக்குவதற்குச் சென்றனர். அங்கு முதியவர் ஒருவர் மீது வன்முறையை ஏவினர். கிராமத்தை விட்டுத் தப்பியோடிய அவர்கள் பல கிராமங்களின் மரத்தடி நிழலில் வாழ்க்கை நடத்தினர். தப்பியோடிய தலித்துகளைச் சில சாதி இந்துக்கள் சந்தித்து மீண்டும் கிராமத்திற்கு அழைத்தபோது அதை மறுத்த தலித்துகள் தஞ்சாவூரில் குடியேறிவிடுவதாகக் கூறினர். இதனால் நாட்டார்கள் தஞ்சாவூர் சாதி இந்துக்கள் மூலம் தலித்துகளைத் தாக்குவதாக மிரட்டினர்.[54] 1932 ஜூலை 5 அன்று சுமார் 15 பேர் தலைமையில் ஏறக்குறைய 200 சாதி இந்துக்கள் எழுவன் கோட்டையில் கடுமையான வன்முறையையும் சூறையாடுதலையும் நடத்தியுள்ளனர். தலித்துகளின் கால்நடைகளை அபகரித்துள்ளனர். தேவகோட்டை அருகே விழியபுரம் கிராமத்தில் முனியாண்டி என்ற தலித்துக்குச் சொந்தமான 20 ஆடுகளை அபகரித்தனர். அது மட்டுமின்றி, மேலுடுப்பு அணியக்கூடாது என்று மிரட்டியுள்ளனர். சாதி இந்துக்களின் கட்டளைகளை மீறிய காரணத்திற்காகத் தலித்துகள் மீது தண்டம் விதித்துப் பணம் வசூலித்துள்ளனர். உஞ்சனை, எழுப்பகுடி, அரமணை, சின்னவயல், ஆலம்பட்டு, வேப்பங்குளம், மீளாவயல். எழுவன்கோட்டை, தென்னிவயல், மேலகாவனவயல், சிம்மாடை, சிம்மரூத்தூர், கண்டதேவி, ஈகரை, பரமக்குடி, பாகாடி, கள்ளங்குடி, இடையன்குளம், வெள்ளிவயல், பிரான்டிவயல், கோட்டவயல், நாச்சான்குளம், பொன்னாத்தி,

51. G.O. 350, (29 June, 1931).

52. G.O. 1356, Public, (20 October 1932).

53. G.O. 611, Public, (8 November 1932).

54. Statement of Koppan G.O. 611, Public, (8 November 1932).

சின்னத்தானை, அரியன்கோட்டை, பாவன்கோட்டை, கீழக் கோட்டை, மாத்தூர், நாகாடி, விஜயபுரம், சித்தூர், சிறுவாதி, காரந்தெல், கோலீயூர், ஆலடிவயல், தாவடிகோட்டை பச்சேரி, சிறுமதூர், உருவாட்டி, கொடற்குளம் போன்ற பல கிராமங்களில் தலித்துகளை நாட்டார்கள் கொலை செய்தனர்; அவர்களின் வீடுகளுக்குத் தீ வைத்தனர்; தலித் பெண்களை வன்புணர்ச்சி செய்தனர்; அவர்களின் தாலியை அறுத்தனர்; தட்டுமுட்டுப் பொருட்களை உடைத்தனர்; பயிர்களை அழித்தனர்; கோழி மற்றும் கால்நடைகளை அபகரித்தனர்; சாதி இந்துக்களின் கட்டளைகளைப் பின்பற்றாத காரணத்தினால் தலித்துகள் மீது அபராதம் விதித்தனர்; உறுதிமொழி பத்திரம் எழுதி வாங்கினர்; காவல் உதவி ஆய்வாளர் முன்னிலையிலேயே சாதி இந்துக்கள் தலித்துகளின் மேலாடையைக் கழற்றினர்.[55] சாதி இந்துக்களின் வன்முறையிலிருந்து தப்பித்துக் கொள்வதற்காகத் தலித்துகள் தங்களின் கிராமங்களை விட்டு வெளியேறினர். சிலர் கிறிஸ்தவ மதத்திற்கு மாறினர். இதனால் நாட்டார்கள் தலித்துகள் மீது கட்டவிழ்த்துவிட்ட வன்முறைக்கு முற்றுப்புள்ளி வைப்பதற்குச் சமாதான முயற்சிகள் அரசு சமூக அரசியல் இயக்கங்கள் சார்பில் மேற்கொள்ளப்பட்டன.

இராமநாதபுரம் மாவட்ட நீதிபதி ஷில்ட், மாவட்ட காவல் கண்காணிப்பாளரோடு கலந்தாலோசித்த பின்னர் தற்போதைய சூழலில் சம்பந்தப்பட்ட சாதியினரின் தலைவர்களை அழைத்துப் பேசுவது நல்லதல்ல என்ற தன் கருத்தை 1931ஆம் ஆண்டு நவம்பர் மாதத்தில் தெரிவித்தார்.[56] சாதி இந்துக்கள் மற்றும் தலித்துகளின் முயற்சியால் சமாதானக் கூட்டம் 11 செப்டம்பர் 1931 அன்று தேவகோட்டை வக்கீல் ஈப்பன் அலுவலகத்தில் ஏற்பாடு செய்யப்பட்டது. சமாதான உடன்படிக்கையாகத் தலித்துகள் முன்வைத்த, தலித்துகளின் சமூகப் பொருளாதாரப் பண்பாட்டு நடவடிக்கைகளில் நாட்டார்கள் தலையிடக் கூடாது என்ற நிபந்தனையை நாட்டார் பிரதிநிதிகள் ஏற்றுக் கொண்டனர். ஆனால் இதில் அனைத்து நாட்டார்களும் பங்கேற்கவில்லை.[57] நாட்டார்களின் சாதியக் கட்டளைகள் சாதாரண விதிகளே என்ற கருத்தையே அரசு அதிகாரிகள் கொண்டிருந்தனர்.[58] சாதி இந்துக்களின் வன்முறையைத் தடுத்து நிறுத்துவதற்குப் பதிலாக அவர்களின் கட்டளைகளைத்

---

55. *MLCD*, Vol LVII, (4 August 1931), p. 155.
56. G.O. 3016, PW&L, (3 December 1931).
57. *குடி அரசு*, (September: 1931), p. 17.
58. G.O. 611, Public, (8 November 1932).

தலித்துகள் ஏற்று நடந்துகொள்ள வேண்டும் அரசு அதிகாரிகள் என்று வற்புறுத்தினர். இக்கூட்டத்தில், சமயப் பண்பாட்டு நிகழ்வுகளின்போது நாட்டார்கள் ஏற்கனவே விதித்திருக்கும் சாதியக் கட்டளைகளைத் தலித்துகள் பின்பற்ற வேண்டும் என்று முடிவு செய்யப்பட்டது. இம்முடிவை அக்கூட்டத்தில் பங்கேற்ற தலித்துகள் ஏற்றுக்கொண்டனர். அரசு தரப்பில் நடத்தப்படும் கூட்டம் உண்மையான நிலவரத்தை அரசாங்கம் அறிந்துகொள்வதற்கு உதவாது என்று கூறி தலித் தலைவர் ஜான் உட்பட பல தலித்துகள் அக்கூட்டத்தில் பங்கேற்க மறுத்துவிட்டனர். மேலும், நாட்டார்களின் சாதியக் கட்டளைகளைச் சமயப் பண்பாட்டு நிகழ்வுகளின்போது கடைப்பிடிக்க வேண்டும் என்று நிர்ப்பந்திக்கப்பட்ட காரணத்தால் தலித்துகள் அதை மறுத்திருக்கின்றனர். இதனால் அவர்களுக்கிடையே சிக்கல் தொடர்ந்து நீடித்து வந்திருக்கிறது. இச்சூழலில் காந்தி, தலித்துகளுக்கு ஆதரவாக நாட்டார்களிடத்தில் பேசினார். இருப்பினும் நாட்டார்கள் தங்களின் சாதியக் கட்டளைகளை செயல்படுத்தும் நடைமுறையிலிருந்து பின்வாங்க முடியாது என்று கூறிவிட்டனர்.[59] எனவே, சிக்கல் நீடித்திருக்கிறது. 1936ஆம் ஆண்டும் தமிழ்நாடு மாகாண ஹரிஜன சேவாசங்கம் சார்பில்முயற்சி எடுக்கப்பட்டிருக்கிறது. நாட்டார்கள் தலித்துகளின் சீர்திருத்த இயக்கத்திற்கு எதிராகச் செயல்பட மாட்டோம் என்று உறுதியளித்த போதிலும் தலித் பெண்கள் மேலுடுப்பின்றிச் சமயப் பண்பாட்டு நிகழ்ச்சிகளில் பங்கேற்க நிர்ப்பந்திக்கப்பட்டனர்.[60] தலித்துகள் மேலுடுப்பு அணியும் போராட்டத்தில் முழுமையான வெற்றியை எப்போது ஈட்டினர் என்பதைக் கூறுவதற்கான ஆதாரங்கள் கிடைக்கவில்லை எனினும் 1939ஆம் ஆண்டும் மேலுடுப்பு அணிதல் தொடர்பான சிக்கல் நீடித்திருக்கிறது. மேலுடுப்பு அணியும் போது ஏற்பட்ட வன்முறையால் மதம் மாறிய தலித்துகளை மீண்டும் இந்து மதத்திற்கு மீண்டும் கொண்டுவரும் நிகழ்ச்சி 1939ஆம் ஆண்டு நடைபெற்றிருக்கிறது. எனவே, இந்த ஆண்டில் தலித்துகள் அனைவரும் மேலுடுப்பு அணிந்திருக்கலாம் என்று ஊகிக்கலாம்.

மேலும் "அடிமை முறையில் கல்வி, ஒழுக்கம், மகிழ்ச்சி, பண்பாடு, செல்வம் இவற்றை அடைவதற்கு இடம் இருக்கிறது. தீண்டாமையில் இதற்கெல்லாம் இடமே இல்லை" என்ற வாதத்தை அம்பேத்கர் முன்வைத்திருக்கிறார்.[61] அம்பேத்கரின்

---

59. ஆனந்த விகடன், (15 ஏப்ரல் 1934), ப. 70.

60. *Hindu*, (6 January 1936).

61. அம்பேத்கர் பேச்சும் எழுத்தும் – தொகுதி 9, ப. 28.

வாதத்தை இவ்விரண்டு பிரிவினர்களின் உடுப்பு அணியும் பண்பாட்டுச் செயல்பாட்டோடு ஆய்வுக்குட்படுத்தலாம். உடுப்பு அணிவதில் கருப்பின அடிமைகளும் தலித்துகளும் ஒடுக்குமுறைக்கு உள்ளானார்கள். கருப்பர்கள் வெள்ளையர்களைப் போல் உடையணியும்போது அதைக் கட்டுப்படுத்துவதற்கு வெள்ளையர்கள் முயற்சித்திருப்பினும் வன்முறையை ஏவவில்லை. உடுப்பு அணிவதில் கருப்பர்களுக்கு இருந்துவந்த பெரும் ஆர்வத்தைக் கண்ட வெள்ளையர்கள் கருப்பர்களின் சமூக நிலைக்கு மீறிய செயல் என்று அதை ஏளனம் செய்திருக்கின்றனர். இருப்பினும், கருப்பின அடிமைகள் கூடுதலாக வேலை செய்வதன் மூலம் ஈட்டும் பணத்தைக் கொண்டு உடுப்பு வாங்குவதை அவர்களின் உடைமையாளர்கள் அனுமதித்திருக்கின்றனர். ஆனால் இந்தியாவில் தலித்துகள் அவ்வாறு உடை அணிவதற்கு அனுமதிக்கப்பட்டிருக்கவில்லை. உடுப்பு அணிவதில் இருந்து வந்த பண்பாட்டு ஒழுங்கைத் தலித்துகள் மீறும்போது அவர்கள் மீது சாதி இந்துக்கள் மிகக் கொடூரமான வன்முறையை ஏவியிருக்கின்றனர். இதிலிருந்து அடிமை முறையில் இருக்கின்ற ஒருசில வாய்ப்புகள் தீண்டாமையில் இல்லை என்ற அம்பேத்கரின் முடிவு மிகச் சரியானது என்று அதை ஏற்கலாம்.

உடுப்பு அணிவதில் தலித்துகளுக்கு இருந்து வருகின்ற சில தடைகள் அவர்களைச் சாதி இந்துக்களிடமிருந்து வேறுபடுத்திக் காட்டுவதற்கு மட்டுமே என்று எளிமையாகப் புரிந்துகொள்ளக் கூடாது. சமூகப் பொருளாதார அரசியல் பண்பாட்டுத் தளத்தில் பங்கேற்பதிலிருந்தும் இத்தளங்களில் இருந்து கிடைக்கின்ற சில உரிமைகளை அனுபவிப்பதிலிருந்தும் தலித்துகளை விலக்கி வைக்கின்ற செயல் அடங்கியிருப்பதைக் காணவேண்டும். இசுலாமிய மத ஒழுங்கைப் பின்பற்றி பர்தா அணிகின்ற அம்மதத்தைச் சேர்ந்த பெண்கள் இசுலாம் அல்லாத நாடுகளில் குறிப்பாக ஹாங்காங் நாட்டில் வேலை கிடைப்பதில் சிக்கல், குறைந்த ஊதியம், எனப் பல இன்னல்களை அனுபவித்து வருகின்றனர். இசுலாமிய மாணவ–மாணவியர் பர்தா அணிவ தால் வேறுவிதமான சிக்கலைப் பள்ளிக்கூடங்களில் அனுபவித்து வருகின்றனர்.[62] விரும்பி ஏற்றுக்கொண்ட உடையினால் இசுலாமியர்கள் பல்வேறு ஒதுக்குதலுக்கு ஆளாகி வருகின்றனர். ஆனால் சமூக ஒதுக்குதலைச் செயல்படுத்துவதற்காக அரை நிர்வாணம் என்ற இந்துமத அடிப்படையிலான ஒழுங்கு தலித்துகளின் மீது திணிக்கப்பட்டிருக்கிறது. தலித்துகளின் உடைப் பண்பாட்டைப் பிறர் கட்டுப்படுத்தும் செயல் இன்றும் இருந்து

62. Ku Hok Bun, 'Body, Dress and Cultural Exclusion: Experience of Pakistani Women in 'Global' Hong Kong, *Asian Ethnicity*, Vol. 7, No 3, (October: 2006).

வருவதைக் காணமுடிகிறது. கேரளா மாநிலம் வயநாட்டை அடுத்த மூலங்கா பகுதியிலுள்ள அரசுப் பள்ளியில் மேல்சாதி மாணவர்கள் ஒருவிதமான உடையும் தாழ்த்தப்பட்ட மாணவர்கள் வேறுவிதமான உடையும் அணியக் கட்டுப்பாடு விதிக்கப்பட்டிருக்கிறது.[63] இவற்றை உற்று நோக்குகையில் அறிவுத் திறனை வளர்த்துக்கொள்வதற்குப் பள்ளிக்கூடங்களில் இருந்து வருகின்ற வாய்ப்புகளிலிருந்து தலித் மாணவர்களை இனம் கண்டு அவ்வாய்ப்பைப் பெறுவதிலிருந்து அவர்களை விலக்கி வைப்பதற்கான செயலோ என்று எண்ண வேண்டியுள்ளது.

தலித் இளைஞர்களின் உடைப் பண்பாட்டை ஏற்றுக்கொள்ள முடியாத மனநிலை இருந்து வருவதைக் காணமுடிகிறது. தலித் முதியவர்கள் கோவணம் அணிந்ததைப் பண்பாட்டு ஒடுக்குமுறையாக காணத்தவறுகிற ஆய்வாளர்கள் இன்றைய தலித் இளைஞர்கள் புதிய ஆணாதிக்கத்தைச் செயல்படுத்துவதற்குக் கவனத்துடன் தங்களின் தோற்றத்தை மாற்றுகின்றனர் எனவும் அவர்கள் ஜீன்ஸ், சட்டை மற்றும் புதைமிதி (ஷூ) அணிவதாகவும் கூறுகின்றனர்.[64] தலித்துகளை மட்டும் சுட்டிக்காட்டுவது தலித்துகளின் உடைப் பண்பாட்டை ஏற்றுக்கொள்ள இயலாத மனநிலை ஆய்வாளர்களிடம் இருக்கிறதோ என்று எண்ணத்தோன்றுகிறது. அனைத்துச் சாதிகளில் உள்ள பெண்களும் ஆண்களும் வயது வேறுபாடின்றி ஜீன்ஸ், சட்டை, புதைமிதி அணிகிற போது தலித் இளைஞர்கள் அவற்றை அணிவதைச் சுட்டிக்காட்டுவது கருப்பின அடிமைகளின் உடைப் பண்பாட்டை அது அவர்களின் 'சமூக நிலைக்கு' மீறியது என்று வெள்ளையர்கள் ஏளனம் செய்வதற்கு ஒப்பாகவே இருக்கிறது. எனவே, தலித்துகள் மீதான பண்பாட்டு ஒடுக்குமுறையின் பண்டைய வடிவம் இன்றும் சில இடங்களில் நிலவுகிறது. தலித்துகளின் உடைப் பண்பாட்டின் மீது வெறுப்பு நிலவுவதைக் காணமுடிகிறது.

***புதிய ஆராய்ச்சி*, ஜூலை 2009**

---

63. *தினமலர்*, திருநெல்வேலி பதிப்பு, (25 அக்டோபர் 2007), ப. 6.

64. S. Anandi, J. Jeyaranjan, Rajan Krishnan, 'Work, Caste and Competing Masculinities: Notes from a Tamil Village', *Economic and Political Weekly,* (October 2002).

அருந்ததியர் சமூக இயக்கமும் விடுதலைக்கான குரலும்

அருந்ததியர்களின் சமூக இயக்கம் மற்றும் போராட்டம் குறித்து இக்கட்டுரை ஆராய முற்படுகிறது. எக்காலந்தொட்டு துப்புரவுத் தொழிலில் அம்மக்கள் ஈடுபட்டு வருகின்றனர் என்பதையும் கோடிட்டுக் காட்டுகிறது. பல்வேறு பெயர்களில் அவர்கள் அழைக்கப்படுகின்றபோதும் அருந்ததியர் என்ற பெயரே கட்டுரையில் பயன்படுத்தப்படுகிறது. 'சக்கிலியன்', 'மாதிகர்' என்ற பெயர்கள் தவிர்க்கவியலாத இடங்களில் இடம்பெறுகின்றன. சென்னை மாகாண அவை விவாதங்கள், மாவட்டக்கையேடுகள், ஹரிஜன் இதழ் மற்றும் களஆய்வில் சேகரித்த வாய்மொழித் தரவுகள் ஆதாரங்களாகப் பயன்படுத்தப்பட்டுள்ளன.

காலனியத்தின் விளைவு பொதுவாக, அருந்ததியரை மலம் அள்ளும் சாதியாகவே காணும் போக்கு மேலோங்கி வருகிறது; இது முற்றிலும் தவறான பார்வை. தோல்பொருட்கள் உற்பத்தி செய்வதில் கூரறிவு கொண்ட அருந்ததியர் பெரும்பாலான தமிழகக் கிராமங்களில் வசித்து வருகின்றனர். கிணற்றிலிருந்து நீர்ப் பாய்ச்சத் தேவையான தோலினாலான கருவி அருந்ததியராலேயே தயாரிக்கப்பட்டு வந்தது. ஆனால், காலனிய ஆட்சியாளர்களால் புகுத்தப்பட்ட நவீன தொழில் நுட்பமான இயந்திரமுறை, ஒருபுறம் கமலை முறையை அப்புறப்படுத்தியது, மற்றொருபுறம்

அதை உற்பத்தி செய்துவந்த அருந்ததியருக்கும் கிராமத்திற்கும் இடையே விரிசலை ஏற்படுத்தியது. இவ்விரிசல் அருந்ததியர் தங்களின் வாழ்வாதாரத்திற்காக வேறு தொழில்களைத் தேடி நகரங்களுக்குக் குடிபெயர வேண்டிய சூழலை உண்டுபண்ணியது. இனி, அருந்ததியர் வாழ்வில் காலனியம் ஏற்படுத்திய பாதகமான செயலைக் காண்போம்.

நகரங்களில் வசிக்கத் தொடங்கிய காலனிய ஆட்சியாளர் களால் மலம் கழிப்பதற்கென கழிப்பறை முறை அறிமுகம் செய்யப்பட்டது. இது மெதுவாகக் கிராமங்களுக்கும் பரவத் தொடங்கியது. மேல்சாதியினர் குறிப்பாக மேல்சாதிப் பெண்கள் கழிப்பறைகளைப் பயன்படுத்தினர். இந்தக் கழிப்பறைகளைச் சுத்தம் செய்வதற்கென அருந்ததியர் நிர்ப்பந்தப்படுத்தப்பட்டதாக வாய்மொழி வரலாறு தெரிவிக்கிறது. எனவே விவசாயத்தில் நீர்ப் பாய்ச்சுவதற்கென காலனியம் புகுத்திய நவீன தொழில்நுட்பம், கழிப்பறையின் அறிமுகம் ஆகியன மலம் அள்ளும் பணியை அருந்ததியர்மீது திணித்தது எனக் கருதலாம். இது குறித்த வரலாற்று ஆய்வுகள் தவிர்க்க இயலாத தேவையாக உள்ளன. இவ்விடத்தில், அருந்ததியரின் குலத்தொழில் ‘மலம் அள்ளுதல்’ என்ற வரலாறு தவறானது என்று முடிவு செய்யலாம். தோல்பொருட்கள் தயாரிப்பது மேல்சாதி இந்துக்களால் தீட்டாகவே கருதப்பட்டு வந்தது. இதனால் அத்தொழிலில் ஈடுபட்டு வந்த அருந்ததியர் தீண்டாமைக்குள்ளாயினர். மேலும் காலனியத்தால் அவர்கள் மலம் அள்ளுவதற்கு நிர்ப்பந்திக்கப் பட்டபோது தலித்துகளிலும் தலித்துகளாக ஆயினர். ‘அருந்ததியர் தலித்துகளிலும் தலித்துகள்’ என்னும் சொற்றொடரே அம்மக்கள் சாதிய சமூகத்தில் அனுபவித்த அல்லது அனுபவித்துவரும் ஒடுக்குமுறையை விளக்குவதற்குப் போதுமானதாகும். பல்வேறு சமூக ஒடுக்குமுறைகளிலிருந்து அருந்ததியரை விடுவிப்பதற்கென 1921இல் அருந்ததிய மகாசபா என்ற இயக்கம் ஆரம்பிக்கப்பட்டது. எல்.சி. குருசாமி இதன் தலைவராகவும், எச்.எம். ஜெகநாதம் செயலாளராகவும் செயல்பட்டனர். இவ்விருவரும் சென்னை மாகாண அவை உறுப்பினர்களாகவும் பொறுப்பு வகித்தனர். இப்பொறுப்பை அருந்ததியர் மற்றும் இதர ஒதுக்கப்பட்ட மக்களின் விடுதலைக்குப் போராடும் களமாக பயன்படுத்திக் கொண்டனர்.

இவ்வியக்கம் எங்கெல்லாம் பரவியிருந்தது? எத்தனை மாநாடுகள் நடத்தப்பட்டன? என்னென்ன தீர்மானங்கள் நிறைவேற்றப்பட்டன? என்ற கேள்விகள் எழுகின்றன. ஆரம்ப காலங்களில் சென்னை நகரப்பகுதிகளில் மட்டும் இவ்வியக்கம் செயல்பட்டிருக்கிறது. இதரப் பகுதிகளில் வசித்து வந்த

அருந்ததியர்களை இவ்வியக்கம் அணி திரட்டியிருக்கவில்லை. சபாவின் தலைவர்கள் சென்னை மாகாண அவை உறுப்பினர் களாக இருந்ததால் சென்னையில் மட்டுமே அவர்களால் செயல்பட முடிந்திருக்கிறது என்று ஊகிக்கலாம். ஆனால், அருந்ததிய மக்களுக்குக் கல்வி அளிப்பதில் முனைப்புடன் சபா செயல்பட்டிருக்கிறது. ஒதுக்கப்பட்ட சமூகங்களின் தலைவர்கள் தங்கள் சமூக மக்கள் கல்வி கற்க வேண்டும் என்பதற்காக எடுத்துக் கொண்ட முயற்சியைப்போல், குருசாமியும், ஜெகந்நாதமும் அருந்ததியர்கள் கல்வி கற்கவேண்டும் என்பதற்காக முனைப்புடன் செயல்பட்டனர். இவர்கள் அருந்ததியர் மகாசபா சார்பில், 1) மாதிகர் இரவுப்பள்ளி, புளியந் தோப்பு, 2) மாதிகர் (அருந்ததிய மகாசபா) இரவுப்பள்ளி, பெரம்பூர், 3) அருந்ததிய மகாசபா இரவுப்பள்ளி, சூளை, 4) மக்டூன் செரிஃப் தெரு இரவுப்பள்ளி, 5, பெரியமேடு பகல் பள்ளி 6) அருந்ததிய மகாசபா பகல் பள்ளி, பெரம்பூர் ஆகிய ஆறு பள்ளிகளை 1921ஆம் ஆண்டு தொடங்கி 1929ஆம் ஆண்டுவரை நடத்திவந்தனர். குருசாமி இப்பள்ளிகளை நிர்வகித்து வந்தார். ஆசிரியர்களுக்கான சம்பளம் உட்பட இதரச் செலவினங்களுக்கான நிதி தொழிலாளர்துறை சார்பில் பள்ளியின் தாளாளர் குருசாமி மூலம் வழங்கப்பட்டு வந்தது. ஆனால் அவருக்கு எவ்விதமான சம்பளமும் வழங்கப்படவில்லை என்பது குறிப்பிடத்தக்கது.சுமார் ஒன்பது ஆண்டுகளாக இவ்வைந்து பள்ளிகளையும் குருசாமி தாளாளராக இருந்து நிர்வகித்து வந்தார். இச்சூழலில், காலனி ஆட்சியாளர்களின் கொள்கை நடவடிக்கையால் இப்பள்ளிகளைத் தொடர்ந்து நடத்துவதில் சிக்கல் உருவானது.

புளியந் தோப்பு மாதிகர் இரவுப்பள்ளி மற்றும் பெரியமேடு மக்டூன் செரிஃப் தெரு இரவுப்பள்ளி ஆகியவற்றைத் தொழிலாளர் துறை எடுத்துக்கொண்டது. பெரம்பூர் மாதிகர் (அருந்ததிய மகாசபா) இரவுப்பள்ளி மற்றும் பெரம்பூர் அருந்ததிய மகாசபா பகல் பள்ளி ஆகியவற்றை குருசாமி நிர்வகித்து வந்தார். இந்நிலையில், கல்வித்துறைப் பரிந்துரையின் பேரில், தொழிலாளர்துறை இவ்விரு பள்ளிகளுக்கும் வழங்கிவந்த நிதியை நிறுத்திவிட்டதால் 5ஆவது பள்ளியான அருந்ததிய மகாசபா பகல் பள்ளியை இழுத்து மூடவேண்டிய நிலை ஏற்பட்டது. இரட்டிப்பு நிதிச் செலவைத் தவிர்க்கும் பொருட்டு இந்த நிதி நிறுத்தப்பட்டதாக சென்னை மாநகராட்சியின் கல்வித் துறை அலுவலர் தெரிவித்தார். தொழிலாளர்துறை எடுத்துக்கொண்ட மற்றும் நிதி நிறுத்தப்பட்ட பள்ளியில் பயின்ற மாணவர்கள் அந்தந்தப் பகுதிகளில் உள்ள மாநகராட்சி பள்ளிகளில் அனுமதிக்கப்பட்டனர். மேலும், 1929ஆம் ஆண்டு செப்டம்பர் மாதம், ‘மாநகராட்சி, அருந்ததிய

மகாசபா பகல் பள்ளியில் பயிலும் மாணவர்களுக்குக் கல்வி கொடுக்க இருக்கிறது. எனவே, இனிமேல், அருந்ததிய மகாசபா பகல் பள்ளிக்கு, நிதிஉதவி வழங்கப்பட மாட்டாது' என்ற தகவல் அருந்ததிய மகாசபாவின் தலைவருக்குத் தெரிவிக்கப்பட்டது. அருந்ததிய மகாசபா பகல் பள்ளி மாணவர்களை மாநகராட்சிப் பள்ளிகளில் சேர்ப்பதை அருந்ததிய மகாசபா எதிர்த்தது. மேலும் தொழிலாளர்துறையின் நிதி உதவியின்றி, அருந்ததிய மகாசபாவே அதற்கான நிதியைத் திரட்டி அப்பள்ளியை நடத்த வேண்டும் எனத் தலைவர்கள் முடிவு செய்தனர். ஆனால் அவர்களால் போதிய நிதி ஆதாரமின்றி அப்பள்ளியை நடத்த இயலாமற் போனது. இதே போல், மகாசபா இரவுப்பள்ளியைத் தொழிலாளர் துறையிடம் ஒப்படைக்க வேண்டும் என்று அத்துறை கோரியது. சபா இதை மறுத்துவிட்டதால் இதற்கான நிதியும் நிறுத்தப்பட்டது. எனவே, இப்பள்ளியையும் இழுத்து மூடவேண்டிய நிலை ஏற்பட்டது. காலனிய ஆட்சியின் கல்வி மற்றும் தொழிலாளர் துறைகளின் நடவடிக்கைகளால் அருந்ததியர்களைக் கற்க வைக்கும் அருந்ததியர் மகாசபாவின் இயக்கப் பணி முடக்கப்பட்டது. நிதிப் பிரச்சனையால் அருந்ததியர் பள்ளிகளுக்கு வழங்கி வந்த நிதியுதவியைக் காலனிய ஆட்சி நிறுத்தியிருக்கலாம். ஆனால் அவ்வுதவியை நிறுத்தியதால் அருந்ததியச் சமூக இயக்கமே பெரும் சிக்கலுக்குள்ளானது. ஒன்பது ஆண்டுகளாகப் பள்ளிகளை நிர்வகித்து வந்த சபா அதைத் தொடர்ந்து செயல்படுத்தி வந்திருந்தால் அருந்ததிய மக்களுக்கான பல தலைவர்களை அப்பள்ளியிலிருந்து உருவாக்கியிருக்க முடியும். ஆனால் அவ்வாறு நடைபெறாததால் அருந்ததியரின் சமூக விடுதலைக்கு இடையூறு ஏற்பட்டது. இருப்பினும், அருந்ததியர் மகாசபா இதரப் பணிகளையும் செய்திருக்கிறது.

சமூக விடுதலைக்காகப் போராடும் சாதிய இயக்கங்கள் தங்களின் பெயர்களை மாற்றுவதென்பது அடிப்படை தேவையாய் இருக்கிறது என்பதை அம்பேத்கர் மற்றும் சாதி இயக்கங்கள் குறித்து ஆய்வு செய்த அறிஞர்கள் பலரும் வலியுறுத்தியுள்ளனர். காலனிய ஆட்சிக்காலத்தில் தோன்றிய பல தலித் இயக்கங்கள் தங்களின் பெயரை மாற்ற முனைந்து அதில் வெற்றியும் பெற்றிருக் கின்றன. மூத்தவன், பழமையானவன் என்ற பொருளைத் தரும் 'ஆதி', என்ற பெயரோடு இவர்கள் தங்களை அடையாளப் படுத்தியிருக்கின்றனர். அருந்ததியர் தங்களைச் சக்கிலியன் என்று அடையாளப்படுத்துவதை எதிர்த்தே வந்திருக்கின்றனர். பெயர் மாற்றம் தொடர்பாக 1922ஆம் ஆண்டு நிறைவேற்றப்பட்ட ஓர் அரசாணையின்படி பறையன், சக்கிலியன் போன்ற இழிபெயர்கள் பயன்படுத்தப்படுவதும் தடைசெய்யப்பட்டதாகத் தெரிகிறது.

ஆனால் அரசாங்கமே சம்பந்தப்பட்ட மக்கள் வெறுத்தொதுக்கும் இழிபெயர்களாலேயே அவர்களைச் சுட்டியிருக்கிறது. இதற்கு எதிராக, சென்னை மாகாண அவை உறுப்பினர் பொறுப்பை வகித்துவந்த தலித்துகள் குரலெழுப்பியுள்ளனர். ‘சக்கிலியன்’ என்று மேட்டுப்பாளையம் யூனியன் போர்டு குறிப்பிட்டதை எதிர்த்து, 1926 மார்ச் 24 அன்று சென்னை மாகாண அவையில் ஆர். வீரையன் கேள்வி எழுப்பினார் (இவர் ஆதிதிராவிடர்). ‘இழிவான பெயர்களால் சுட்டுவது தடை செய்யப்பட்ட பின்னரும், அது பயன்படுத்தப்படுவதைத் தொடர்ந்து நான் காண்கிறேன். அரசாங்கம் அத்தடையை அமல்படுத்த நடவடிக்கை எடுக்கப்போகிறதா அல்லது இல்லையா? என்பதை அறிய விரும்புகிறேன்” என்று வினவினார். அதற்கு உள்துறை அமைச்சரான பனகல் அரசர், ‘நடவடிக்கை எடுப்பது அரசாங்கத்தினுடைய பணி அல்ல. அரசாங்கம் அவ்வார்த்தையைப் பயன்படுத்தக்கூடாது என்பதை மட்டுமே தெரிவித்திருக்கிறது. பிறர் பயன்படுத்தினால், சம்பந்தப்பட்டவர்களே இதில் நடவடிக்கை எடுக்கவேண்டும்’ என்று பதிலளித்தார். வீரையன், ‘இது எந்தத் தனிநபரும் பயன்படுத்தவில்லை. அப்பெயரை உள்ளூர் நிர்வாகமே அச்சிட்டிருக்கிறது’ என்றார். இதற்கு அவைத்தலைவர், ‘அதன்மீது நடவடிக்கை எடுக்கப்படும்’ என்றார். பின்னர் வீரையன் அரசாங்க ஆவணங்களில் அத்தகைய பெயர்களைப் பயன்படுத்தப்படுவதை அரசு ஆணை தடை செய்கிறது என்றார். பனகல் அரசரோ, ‘உள்ளூர் நிர்வாக அமைப்புகளின் பதிவேடுகள், அரசாங்கத்தின் பதிவேடுகளல்ல’ என்றார். அப்படியென்றால், உள்ளூர் நிர்வாகம் அரசாங்கத்தின் ஒருபகுதி இல்லையா? என்று வினவினார் வீரையன். பனகல் அரசர், குறிப்பிட்ட நிகழ்வை கவனத்திற்குக் கொண்டுவந்தால் அரசாங்கம் உள்ளூர் நிர்வாகத்திற்குத் தெரிவிக்கும் என்றார். வீரையன், ‘இங்குக் குறிப்பிட்ட விகழ்வு மேட்டுப்பாளையம் யூனியன் போர்டு நோட்டீஸ் தொடர்பானது. அவர்கள் அவ்வார்த்தையை நோட்டீசில் அச்சடித்திருக்கின்றனர். இதை, நான் அரசாங்கத்தின் கவனத்திற்குக் கொண்டுவந்திருக்கிறேன்” என்றபோது, அந்த வார்த்தை உள்ள நோட்டீசை அரசாங்கத்திடம் கொடுத்தால் உரிய நடவடிக்கை எடுக்கப்படும் என்று பனகல் அரசர் பதிலளித்தார். சக்கிலியன் என்று இழிவாக அழைப்பதற்கெதிரான முதல்குரலாக சென்னை மாகாண அவையில் ஆர். வீரையன் எழுப்பிய கேள்வியே தென்படுகிறது.

அருந்ததியர் ஐயாகாரு அல்லது ஐயா அவர்கள் எனப்படும் அருந்ததியர் என்ற பெயரை அச்சமூகத் தலைவர்கள் எக்காலத்தி லிருந்து பயன்படுத்தத் தொடங்கினர் என்பதை மிகச்

சரியாகக் கணிக்க இயலவில்லை. இருப்பினும், அவர்களின் சமூக இயக்கத்திற்கு 'அருந்ததியர் மகாசபா' என்ற பெயரைச் சூட்டியதிலிருந்து இப் பெயர் 1920களில் புழக்கத்திற்கு வந்திருக்கிறது என ஊகிக்கலாம். மேலும், இப்பெயரை எல்.சி. குருசாமியும், எச்.எம். ஜெகந்நாதமும் சமூகத்திற்கு அறிமுகம் செய்திருக்கலாம். ஏன் இப்பெயரை அவர்கள் தெரிவு செய்தார்கள்?, இதற்கான கருத்தியல் பின்புலத்தை எவ்வாறு பெற்றுக்கொண்டார்கள்? என்பது குறித்த விவரங்களும் தெரியவில்லை. ஆனால் அவ்வியக்கம் ஆரம்பிக்கப்பட்ட காலந்தொட்டே, அருந்ததியர் என்ற பெயரால் தான் தாங்கள் அழைக்கப்பட வேண்டும் என்று அச்சமூகத் தலைவர்கள் போராடியிருக்கின்றனர்.

காலனி ஆட்சியாளர்கள் சாதிரீதியாக மக்கள் தொகைக் கணக்கெடுப்பு நடத்தினர். ஆரம்பகாலங்களில் அருந்ததியரைப் பறையரோடு இணைத்துக் கணக்கெடுத்தனர். வெகுவிரைவில் அவ்வாறு செய்தது தவறு என்று உணர்ந்தனர். 'மக்கள்தொகைக் கணக்கெடுப்பில் 130,386 மாதிகர். அதாவது சக்கலர் (சக்கிலியர்) பறையர்களோடு இணைக்கப்பட்டு இருந்திருக்கின்றனர். நிச்சயமாக இது தவறு. இவ்விரண்டு வகுப்பினரும் முழுமையாக வேறுபட்டவர்கள்' என்று கோவை மாவட்டக் கையேட்டில் காணப்படும் வாக்கியமே இதற்குச் சாட்சி. ஆனால் பின்னர் நடத்தப்பட்ட கணக்கெடுப்புகளில் கோவை, சேலம், செங்கற்பட்டு போன்ற மாவட்டங்களில் சக்கிலியன் மற்றும் மாதிகர் என்றும், திருநெல்வேலி, மதுரை, இராமநாதபுரம், நீலகிரி போன்ற மாவட்டங்களில் சக்கிலியன் என்றும் குறிக்கப் பெற்றிருக்கின்றனர். மேலும் அவர்கள் தெலுங்கு மற்றும் ஒடுக்கப்பட்ட மக்கள் (depressedClas) என்று வகைப்படுத்தப்பட்டிருக்கின்றனர். ஆனால் 1931 கணக்கெடுப்பின்போது, கோவை, சேலம், செங்கற்பட்டு, வடஆற்காடு மாவட்டங்கள் உட்பட சென்னை மாகாணத்தில் 17,396 பேர் சக்கிலியன், மாதிகர் போன்ற பெயர்களைப் புறக்கணித்து விட்டு அருந்ததியர் என்ற பெயரிலேயே தங்களைப் பதிவு செய்திருக்கின்றனர். இப்பெயர் மாற்றம் அருந்ததியர் இயக்கத்தின் செயல்பாடு இல்லாமல் நிகழ்ந்திருக்க இயலாது. எனவே, அருந்ததியர் மகாசபா கல்விப் பணியிலிருந்து முடக்கப்பட்ட போதிலும் அவ்வியக்கம் தொடர்ச்சியாக இயங்கிக் கொண்டும் மக்களை அணிதிரட்டிக் கொண்டும் இருந்திருக்கிறது என்பதை அறியலாம். பல்வேறு பெயர்களில் அழைக்கப்படும் தங்களை அருந்ததியர் என்ற அடையாளத்திற்குள் கொண்டுவந்துவிட வேண்டும் என்பதற்காகத் தொடர் போராட்டத்தையே நடத்தியிருக்கின்றனர். சென்னை மாகாண அவையில் 1932 ஆகஸ்டு 5 அன்று எச்.எம். ஜெகநாதம் ஒரு தீர்மானத்தைக்

கொண்டுவந்தார். 'தற்போது மாதிகர், சக்கிலியன், மாதாங்கா, கோசாங்கி, ஆதி–ஜம்புவா (கொம்மு, சின்டு, மாஸ்டிங்கு உட்பட) ஆகியோரை 'அருந்ததியர் ஐயாகாரு அல்லது ஐயா அவர்கள்' என்றே அரசாங்கப் பதிவேடுகளில் குறிக்கவேண்டும்' என்பதே அத்தீர்மானம். தெலுங்குச் சொல்லான காரு, அவர்கள் என்ற மதிப்பிற்குரிய தமிழ்ச் சொல்லிற்கு இணையானதாகும். இத் தீர்மானம் நிறைவேற்றப்பட வேண்டும் என்பதற்காக அவர் சில காரணங்களை அவையில் விளக்கினார். அதன் சுருக்கத்தை இங்குக் காணலாம்: பல்வேறு பகுதிகளில் பல்வேறு பெயர்களில் வாழ்ந்து வரும் அருந்ததிய மக்கள் வேறுபடுத்த இயலாத ஒரே மக்கள் ஆவர். அவர்கள் ஒரே மொழியைப் பேசுகின்றனர். ஒரே கடவுளை வணங்குகின்றனர். திருமணம், இறப்புச்சடங்குகள் ஒன்றாகவே இருக்கின்றன. ஒருவருக்கொருவர் கலப்பு மணம் புரிந்துகொள்கின்றனர். எல்லாவற்றிக்கும் மேலாக அவர்கள் பல ஆயிரம் ஆயிரம் ஆண்டுகளாக ஒரே தொழிலையே செய்து வருகின்றனர். எந்தச்சூழலும் அவர்களை ஒருவரிடத்திலிருந்து மற்றொருவரைப் பிரிக்கவில்லை. மேலும் அருந்ததியர் என்று அழைப்பதனால் எற்படும் பலன்களையும் விவரித்தார். முதலில் அம்மக்களிடையே ஒற்றுமை உருவாகும். இரண்டாவது, அருந்ததியரின் குறைகளைப் போக்க அம்மக்கள் முயல்வதற்குப் பெரும் வழிவகுக்கும் என்றார். மேலும் அருந்ததியர் என்பதே அம்மக்களின் உண்மையான பெயர் என்றார். தீர்மானத்தை வழி மொழிந்து ஆதிதிராவிடர் சமூகத்தைச் சேர்ந்தவரும் சென்னை மாகாண அவை உறுப்பினருமான வி.ஐ. முனுசாமி பிள்ளை ஆதரித்துப் பேசினார். இதற்குச் சட்ட உறுப்பினர் எம். கிருஷ்ணன் நாயர், அனைத்துப் பழைய அரசு பதிவேடுகளில் புதிய பெயரைச் சேர்க்க இயலாது என்று பதிலளித்தார். ஜெகந்நாதம் இனிவரும் காலங்களில் அருந்ததியர் என்ற பெயரைச் சேர்க்கவேண்டும் எனக் கோரினார். ஆர். மதன கோபால் நாயுடு என்ற உறுப்பினர், பறையர் என்ற பெயர் எவ்வாறு ஆதிதிராவிடர் என்று மாற்றப்பட்டதோ, அதே போல் சக்கிலியன், மாதிகர் ஆகிய பெயர்களை அருந்ததியர் என்று மாற்றவேண்டுமென ஜெகந்நாதம் கோருகிறார் என்றார். இத்ற்குக் கிருஷ்ணன் நாயர், அவர்கள் தங்களை அருந்ததியர் என்று அழைத்துக் கொண்டால் அரசாங்கமும் அவ்வாறே அழைக்கும். இந்த உத்தரவாதத்தை மட்டுமே தரமுடியும் என்றார். அதைத் தொடர்ந்து இத்தீர்மானம் நிறைவேற்றப்பட்டது. இதன் பின்னர் அரசு பதிவேடுகள், நூல்கள் போன்றவற்றில் அருந்ததியர் என்ற பெயர் இடம்பெற்றிருக்கிறது. சக்கிலியன், மாதிகர் போன்ற பெயர்களையும் காணமுடிகிறது.

காலனி ஆட்சிக் காலத்திலிருந்து அருந்ததியர்கள் மலம் அள்ளுதல் என்னும் இழிதொழிலுக்குள் புகுத்தப்பட்டிருக்கின்றனர் என்பதை ஏற்கனவே குறிப்பிட்டிருந்தோம். அருந்ததிய மகாசபா, 'மலம் அள்ளாதே' என்று போராடியதாகத் தெரியவில்லை. இருப்பினும் அருந்ததியர் உட்பட இதரத் தலித் குற்றவாளிகள், தண்டனைக் கைதிகள் சிறைக்குள் மலம் அள்ள நிர்ப்பந்திக்கப் படுவதை எதிர்த்துச் சென்னை மாகாண அவையில் தலித் உறுப்பினர்கள் போராடியிருக்கின்றனர். "சிறைச்சாலை அறையிலிருக்கும் கைதிகளே அவர்களின் மலத்தையும் சிறுநீரையும் அப்புறப்படுத்திவிடுவதாக நான் அறிகிறேன். அவ்வாறிருக்கும்போது மலம் அள்ளுவதற்கென்று ஏன் ஒரு சிறப்பு வகுப்பை நியமிக்க வேண்டும்" என்று ஆர். வீரையன் *1925* டிசம்பர் *17* அன்று வினவினார். இதற்குப் பதிலளித்த உள்துறை உறுப்பினர், சில சிறைகளில் சம்பந்தப்பட்ட கைதிகளே அவர்களின் கழிவுகளை அப்புறப்படுத்த வேண்டும் என்று கூறப்பட்டுள்ளது. சில சிறைகளில் அவ்வாறு செய்ய முடியவில்லை என்றார். மலம் அள்ளுவதற்கு அதற்குரிய வகுப்பாரை நியமிக்க வேண்டும், அவர்கள் இல்லாத பட்சத்தில் இதர ஒதுக்கப்பட்ட வகுப்புகளை அப்பணிக்கு அமர்த்தவேண்டும் என்று சிறைக் கையேடு குறிப்பிடுகிறதா? என்று வீரையன் கேள்வி எழுப்பினார். இதற்குப் பொதுவாக (சிறைக்கு) வெளியே யார் இப்பணியைச் செய்கிறார்களோ அவர்களே சிறையிலும் அப்பணியை செய்ய கேட்டுக் கொள்ளப்படுகிறார்கள் என்று உள்துறை உறுப்பினர் பதிலளித்தார். இ. கக்கன், ஜே. சிவசண்முகம் பிள்ளை ஆகியோரும் அருந்ததியர் உட்பட இதர தலித் சிறைக்கைதிகள் சிறைக்குள் மலம் அள்ளுவதற்கு நிர்ப்பந்திக்கப்படுவதை எதிர்த்துச் சென்னை மாகாண அவைக்குள் போராடியுள்ளனர். சிறையில் ஒரு பணியைச் செய்வதற்கான அளவுகோல் என்ன? அது ஒரு கைதி செய்த குற்றத்தின் தன்மையைப் பொறுத்ததா? அல்லது அவர் பிறந்த சாதியைப் பொறுத்ததா?. சென்னை மாகாண அவைக்குள் தலித் உறுப்பினர்கள் எழுப்பிய கேள்விகளுக்கான பதில், சிறைக்குள் ஒரு பணியைச் செய்வதற்கான அளவுகோல் கைதிகள் செய்த குற்றத்தின் தன்மையைப் பொறுத்தது அல்ல; மாறாகக் கைதிகள் பிறந்த சாதியைப் பொறுத்ததே என்பதைத் தெளிவாக்குகிறது.

தலித் அல்லாத ஒருவர் மிகக் கொடூரமான குற்றத்தைச் செய்ததற்காக தண்டனை பெற்றிருந்தாலும் அவரின் மலத்தை அப்புறப்படுத்துவதற்கு ஒரு தலித் குற்றவாளி நிர்ப்பந்தப்படுத்தப் படுகிறார். ஒரு தலித் சிறிய அல்லது கொடூரமான குற்றம் செய்திருந்தால் அல்லது குற்றமே செய்யாமல் சிறைத்தண்டனை

அனுபவிக்க நேர்ந்தால் சிறைத் தண்டனையோடு பிறரின் மலத்தையும் அவர் அப்புறப்படுத்த வேண்டும் என்ற தண்டனையும் அனுபவிக்க நேரிட்டுள்ளது. எவ்வித விசாரணையுமின்றி அவர்மீது இத்தண்டனை திணிக்கப்பட்டுள்ளது. இது தலித் ஒருவர் குற்றம் செய்தால் அவர் இரண்டு தண்டனைகளை அனுபவிக்க வேண்டிய சூழல் இருந்திருப்பதைக் காட்டுகிறது. ஒன்று, அவர் செய்த குற்றத்திற்காக இந்தியத் தண்டனைச் சட்டம் வழங்கும் தண்டனை; மற்றொன்று மநு(அ)தர்மச் சட்டம் அளித்திருக்கும் தண்டனை. முன்னதிலிருந்து விடுதலை பெறுவதற்கான வாய்ப்புகள் உண்டு; ஆனால் பின்னதில் அதற்கான வாய்ப்புகள் ஒருபோதும் இல்லை. இந்த மநு(அ)தர்மச் சட்டத்தைக் காலனிய ஆட்சிக்காலத்தில் உருவாக்கப்பட்ட சிறைக் கையேடு ஏற்றுக்கொண்டது என்பதைக் கவனத்தில் கொள்ள வேண்டும். இப்பின்னணியில் தலித் உறுப்பினர்கள் சென்னை மாகாண அவைக்குள் எழுப்பிய கேள்விகளைச் சாதியின் பெயரால் தலித் குற்றவாளிகளுக்கு இரண்டு தண்டனை வழங்குவதை எதிர்த்த போராட்டம் என்பதைப் புரிந்துகொள்ளலாம். மலத்தை அப்புறப்படுத்தும் அருந்ததியர்கள் சென்னை மாநகரத்தில் 1946ஆம் ஆண்டு அப்பணியைப் புறக்கணித்துவிட்டு வேலை நிறுத்தம் நடத்தயிருப்பதாக அறிவித்திருக்கின்றனர். இப்போராட்டத்திற்கான காரணம் என்ன? என்பதை மிகச் சரியாகக் கூறமுடியவில்லை. இருப்பினும், ஊதியம் ஒரு காரணமாக இருக்கலாம் என்பதை அறிய முடிகிறது. இப்போராட்டம் எந்த அமைப்பின் சார்பில் அறிவிக்கப்பட்டது என்பதை அறிய இயலவில்லை. வேலைநிறுத்த அறிவிப்பு வெளியானதும் சென்னை மாநகரமே பதறியிருக்கிறது. குறிப்பாகச் சென்னை மாகாண அவை உறுப்பினர்கள் அதிர்ந்து விட்டனர். கே.டி.கோசல்ராம், 1946 ஆகஸ்ட் 2 அன்று துப்புரவுத் தொழிலாளர்களின் வேலைநிறுத்தத்தைத் தடுப்பதற்கு அரசு என்ன நடவடிக்கை எடுத்திருக்கிறது என்பதைப் பொது சுகாதாரம் மற்றும் மருத்துவத்துறை அமைச்சர் தெரிவிக்க வேண்டும் என்றார். மாநகராட்சி அதற்கான நடவடிக்கைகளை எடுக்கும் என்றார் அமைச்சர். இந்த வேலைநிறுத்தத்தினால் ஏற்படும் விளைவுகளைப் பொது சுகாதார அமைச்சர் அறிவாரா? என்று எச்.எஸ். குசைன் சாகிப் என்ற உறுப்பினர் வினவினார். அதற்கு அமைச்சர் ‘ஆம். இந்த வேலைநிறுத்தத்தால் ஏற்படும் விளைவுகள் குறித்து அரசாங்கம் விழிப்புணர்வுடன் இருக்கிறது. மாநகராட்சி ஆணையர் போராட்டக்காரர்களுடன் பேச்சு வார்த்தை நடத்திக்கொண்டிருக்கிறார்; இதனால் தீர்வு ஏற்படும்’ என்றார். வேலைநிறுத்தத்தைத் தடை செய்ய வேண்டும் என்பதில் கே.டி. கோசல்ராம் உட்பட இதர உறுப்பினர்கள் முனைப்புடன் இருந்திருக்கின்றனர் என்பது தெளிவு. ஆனால்

தலித் உறுப்பினர்கள் வேலை நிறுத்தத்திற்கு எதிராக எந்த ஒரு கேள்வியையும் எழுப்பவில்லை என்பது கவனத்தில் கொள்ள வேண்டிய செய்தி. இது, அருந்ததியர் வேலைநிறுத்தப் போராட்டத்தைத் தலித் உறுப்பினர்கள் ஆதரித்திருக்கின்றனர் என்பதையே சுட்டுகிறது. இவ்வேலைநிறுத்தத்தைக் காலனிய ஆட்சிக் காலத்தில் அருந்ததியர் நடத்திய முதல் போராட்டமாகக் கருதலாம்.

காலனியம் அறிமுகப்படுத்திய கழிப்பறை முறையினாலும், புதிய தொழில் நுட்பத்தாலும், தோல் தொழிலில் கூரறிவுத்திறன் கொண்டவர்களான அருந்ததியர் மலம் அள்ளும் இழிதொழில் செய்வதற்கு நிர்ப்பந்தப்படுத்தப்பட்டனர். இதனால் ஒடுக்குமுறைக் கும் ஒதுக்குமுறைக்கும் உள்ளான அம்மக்களை விடுவிப்பதற்காகக் கல்வியே அடிப்படையானது என்று எல்.சி. குருசாமியும், எச்.எம். ஜெகந்நாதமும் அப்பணியைச் செய்திருக் கின்றனர். ஆனால், காலனிய ஆட்சியின் கொள்கை முடிவு அப்பணியை முடக்கி, அச்சமூகத்திலிருந்து தலைவர்கள் உருவாவதைத் தடுத்து அம்மக்களின் விடுதலைக்கும் முட்டுக்கட்டை போட்டுவிட்டது. இருப்பினும், இதரச் சிக்கல்மீது தங்கள் கவனத்தைச் செலுத்தத் தொடங்கினர். பல்வேறு பெயர்களில் பல்வேறு பகுதிகளில் ஒரே தொழில் செய்யும் தங்களை அருந்ததியர் என்று அழைக்கவேண்டும் என்ற பெயர் மாற்றப் போராட்டத்தில் ஈடுபட்ட எச்.எம். ஜெகந்நாதம் வெற்றி கண்டார். இழிபெயர்களைப் புறக்கணித்துவிட்டு அருந்ததியர் என்ற பெயரைச் சூட்டிக்கொள்ளுதல், அருந்ததியர் உட்பட இதர தலித் குற்றவாளிகளைச் சிறையில் மலம் அள்ளுவதற்கு நிர்ப்பந்தித்தல் ஆகியவற்றை எதிர்த்த போராட்டத்தில் இதர தலித் தலைவர்களின், குறிப்பாக பறையர்களின் பங்கேற்பு வரலாற்றில் புறக்கணிக்க இயலாதது.

புது விசை, ஜூலை – செப்டம்பர் 2007

குழந்தைப்பருவ தேவேந்திரர் இயக்கம்

இந்துச் சமூக அமைப்பினால் தீண்டாமை உட்பட பல்வேறு ஒடுக்குமுறைக்கு உள்ளான பள்ளர், குடும்பர், தேவேந்திரர், மள்ளர் எனப் பல பெயர்களில் அழைக்கப்படும் சாதியினர் பள்ளர்கள் (இனி, தேவேந்திரர்கள்) ஒடுக்குமுறையிலிருந்து விடுபடுவதற்கான இயக்கங்களைத் தோற்றுவித்தல், அவற்றின் கருத்தியல் மற்றும் போராட்டம் குறித்து விவாதிக்கலாம். சாதி அமைப்பு, தீண்டாமை சமூக ஒடுக்குமுறையை இந்து மதக் கருத்தியல் நியாயப்படுத்துகின்ற காரணத்தால் அதை ஒழிப்பதை இயல்பாகத் தன்னகத்தே தலித் இயக்கம் கொண்டிருக்கிறது என்ற எண்ணமே மேலோங்கியிருக்கிறது. உண்மையில் தீண்டாமை கொடுமைக்கு உள்ளான தலித் சாதிகளின் அனைத்து இயக்கங்களும் இந்து மதம் சாதி ஒழிப்பு, இந்து மதத்திற்கு எதிரான மாற்று மதத்தைத் தோற்றுவித்தல் என்ற இலக்குகளைக் கொண்டிருந்தன என்று கூறிவிட முடியாது. அவ்வாறென்றால் அவ்வியக்கங்கள் இருக்கின்ற அமைப்புமுறையை அவ்வாறே ஏற்றுக்கொண்டனவா? என்ற கேள்வியும்எழுகிறது. தேவேந்திரர் சாதியின் இயக்கச் செயல்பாடுகளை ஆராய்ச்சிக்குட்படுத்தினால் அவ்வியக்கம் சாதிஒழிப்பு, இந்துமதத்திற்கு எதிரான மாற்று மதம், இந்துமத ஒழிப்பு ஆகியவற்றை இலக்காகக் கொள்ளவில்லை என்பதைக் காண முடிகிறது.

இதனால் அவ்வியக்கம் ஏற்றத்தாழ்வை வலியுறுத்துகின்ற – இந்துச்சாதிப் படிநிலை அமைப்பில் தனக்கொரு மேலான நிலையைக் கோரியது என்றோ அல்லதுசமூகவியலாளர் எம்.என். ஸ்ரீனிவாஸ் வார்த்தையில் "சமஸ்கிருதமயமாக்கம்" நிலைபாட்டைக் கொண்டிருந்தது என்றோ கூறுவதும் இயலாது.

இயக்கம்: தோற்றக் காரணி, தலைமை, பங்கேற்பு

வர்க்க முரண், சமூக ஒடுக்குமுறை போன்ற காரணிகளே சமூக இயக்கங்கள் உருவாவதற்கான அடிப்படை என்று சமூகவியலாளர் கருதுகின்றனர். பறையர், அருந்ததியர் போன்ற சாதியினர் அனுபவித்து வந்த அதே ஒடுக்குமுறையைத் தேவேந்திரர்களும் அனுபவித்து வந்ததே தேவேந்திரர் இயக்கங்கள் உருவாவதற்கான அடிப்படைக் காரணியாகும். காலனியாட்சிக் காலத்தில் தேவேந்திரர்கள் சுமார் பத்து அமைப்புகளின்கீழ் திரண்டிருந்தனர். இவை மாவட்டத்திற்குள்ளேயே செயல்பட்டுக் கொண்டிருந்தன. ஒரே மாவட்டத்திற்குள் ஒன்றிற்கு மேற்பட்ட அமைப்புகளும் இருந்தன. ஏன் தேவேந்திரர்கள் ஒரே குடையின்கீழ் ஒன்று சேர்ந்திருக்கவில்லை என்ற கேள்விக்கான விடைகளைக் காணலாம்.

தேவேந்திரர்களிடத்தில் ஆத்தா, அம்மா, அஞ்ஞா எனப் பல உட்பிரிவுகள் உண்டு. நெல்லு வகையை எண்ணினாலும் பள்ளு (பள்ளர்) வகையை எண்ண இயலாது என்ற சொலவடையிலிருந்து தேவேந்திர உட்பிரிவுகளைப் புரிந்துகொள்ளலாம். ஒரு உட்பிரிவு மற்றொரு உட்பிரிவினரோடு திருமண உறவை மேற்கொள்வ தில்லை. மட்டுமின்றி இந்த உட்பிரிவிற்குள் ஏற்றத்தாழ்வான கருத்தியல்கள், பாகுபாடு, வட்டார வேறுபாடுகள் மிக ஆழமாகவே செயல்பட்டுக் கொண்டிருந்தன. இது அவர்களை ஒரே குடையின்கீழ் அணி திரள்வதைத் தடுத்தது. அவரவர் சார்ந்த உட்சாதி அமைப்புகளிலேயே இணைந்திருந்தனர். அமைப்புகளின் தலைமையை நோக்கும்போது அவர்கள் பங்கேற்பாளர்களைவிட கல்வித் தகுதியிலும் பொருளாதாரத்திலும் சற்று முன்னேறியிருந் திருப்பதைக் காணமுடிகிறது. பங்கேற்பாளர்கள் பெரும்பாலும் பண்ணை அடிமைகளாகவும், கூலிகளாகவும் இருந்திருக்கின்றனர். இவ்வமைப்புகள் பெரும்பாலும் கிராமப்புறங்களில் செயல்பட் டிருக்கின்றன. அதேசமயம் நகரத்தோடு தொடர்பு வைத்திருந்தன. பல அமைப்புகள் குறுகிய காலம் மட்டுமே செயல்பட்டிருக்கின்றன. நீண்ட காலம் செயல்பட்ட அமைப்புகள் அரிதாகவே இருந்திருக் கின்றன. தேவேந்திரர்கள் உட்சாதி அடிப்படையில் வெவ்வேறு அமைப்புகளில் ஒருங்கிணைந்திருந்த போதிலும் அவர்களின் கோரிக்கை ஒன்றாகவே இருந்திருக்கின்றன.

அமைப்புகள் & மாநாடுகள்

ஆவணக் காப்பகம் மற்றும் கள ஆய்வு மூலம் சேகரித்தத் தரவுகளிலிருந்து காலனியாட்சிக் காலத்தில் தேவேந்திரர்களுக்கென சுமார் 10 சங்கங்கள் செயல்பட்டிருப்பதை அறியமுடிகிறது. இராமநாதபுர மாவட்டம் பேரையூரில் பெருமாள் பீற்றர் தலைமையில் இயங்கிய சங்கம்தான் தேவேந்திரர்களின் முதல்சங்கம் என்று இதுவரை நிலவிவந்த வரலாறு தவறானது என்பதை ஆவணக் காப்பகத்தில் சேகரிக்கப்பட்ட ஆதாரத்திலிருந்து அறிந்துகொள்ள முடிகிறது. இந்த ஆதாரம் பெருமாள் பீற்றருக்கு முன்னரே தேவேந்திரர்கள் மாநாடு நடத்தியிருக்கின்றனர் என்பதைத் தெரிவிக்கிறது. திருச்சிராப்பள்ளி ஸ்ரீராம சமுத்திரத்தில் 1922ஆம் ஆண்டு மே மாதம் 20 – 21 ஆகிய தேதிகளில் நடைபெற்ற திருச்சி ஜில்லா உழவர்குல மாநாடுதான் தேவேந்திரர்களின் முதல் மாநாடு ஆகும்.¹ இம்மாநாட்டில் நிறைவேற்றப்பட்ட 21 தீர்மானங்களில் அவர்களுக்கென அமைப்பு ஒன்று நிறுவப்பட வேண்டும் என்ற தீர்மானமும் அடங்கும். ஆனால் மாநாடு நிறைவுற்ற பின்னர் எந்தத் தீர்மானமும் நிறைவேற்றப்பட்டிருக்கவில்லை. மேலும் அமைப்பும் உருவாக்கப்படவில்லை. மூன்றாண்டுகளுக்குப் பின்னர் 1925 ஏப்ரல் 23 அன்று தேதியில் ஒரு மாநாடும்², 1931ஆம் ஆண்டு ஒரு மாநாடும்³ திருச்சிராப்பள்ளியில் தேவேந்திரர்கள் நடத்தியிருக்கின்றனர். இந்த மூன்று மாநாடுகளை நடத்தியவர்களுக்கு இடையே தொடர்பு இருந்தது அல்லது இல்லை என்பதற்கு எந்த ஆதாரமும் கிடைக்கவில்லை. ஆனால் 1922 மற்றும் 1925ஆம் ஆண்டுகளிலும் 1931ஆம் ஆண்டிலும் நடைபெற்ற மாநாட்டை ஒருங்கிணைத்தவர்கள் முறையே தேவேந்திரர்களில் மூப்பன், தேவேந்திரர் என்ற பிரிவுகளைச் சேர்ந்தவர்கள் என்று முடிவு செய்யலாம். காரணம் அவர்கள் தங்கள் பெயர்களின் பின்னொட்டாக மூப்பன், தேவேந்திரர் என்ற உட்சாதிப் பெயரைச் சேர்த்திருக்கின்றனர். தஞ்சாவூர் மாவட்டத்தில் பருத்திக்கோட்டை மற்றும் ராசவேலுக்குடி கிராமத்தைச் சேர்ந்த பள்ளர்கள் ஒருமாநாட்டை 1936 மார்ச் 23 அன்று தேளூரில் நடத்தியிருக்கின்றனர்.⁴ இவர்கள் எந்த உட்சாதியைச் சேர்ந்தவர்கள் என அறிந்துகொள்ள இயலவில்லை. 1920களில் சேலம் பகுதியில் ஒரு சங்கம் இருந்திருக்கிறது.⁵ பண்ணாடி என்ற தேவேந்திர

---

1. G.O. No. 2962, Law (General), (03 November 1922).
2. G.O. No. 304, Law (Legislative), (21 August 1925).
3. *குடி அரசு*, (01 July 1931), p. 11.
4. *பாட்டாளி முழக்கம்,* (செப்டம்பர் 1998), p. 6.
5. நாமக்கல் கந்தசாமி திருச்சிராப்பள்ளி அருணாச்சலத்துக்கு எழுதிய தேதியிடாத கடிதம்.

உட்சாதியினரால் அச்சங்கம் தோற்றுவிக்கப்பட்டிருக்கிறது என்பதைத் தவிரவேறு ஆதாரங்கள் கிடைக்கவில்லை.

தென் தமிழகமான திருநெல்வேலி, தூத்துக்குடி, இராமநாத புரம், மதுரை, தேனி மாவட்டங்களில் சுமார் ஏழு அமைப்புகள் உருவாக்கப்பட்டிருக்கின்றன. 1922 ஆகஸ்டில் பெருமாள் பீற்றரால் தொடங்கப்பட்ட பூவைசிய இந்திரகுல சங்கம் காலனியாட்சிக் காலத்தில் நீண்டகாலம் செயல்பட்ட இயக்கமாகும்.[6] இதே மாவட்டத்தில் தேவேந்திரகுல மகாஜன சபா சார்பில் 1925 ஜூன் 20-21 அன்று ஒரு மாநாடு நடத்தப்பட்டிருக்கிறது.[7] பூவைசிய இந்திரகுலம், தேவேந்திரகுலம் என்ற வெவ்வேறு பெயர்களில் ஒரே மாவட்டத்திற்குள் இரண்டு சங்கங்கள் செயல் பட்டிருப்பதிலிருந்து தேவேந்திரர்கள் உட்சாதி அடிப்படையில் தான் ஒருங்கிணைந்திருக்கின்றனர் என்ற முடிவு மேலும் வலுப் படுகிறது. திருநெல்வேலி மாவட்டம் செங்கோட்டையில் (இப் பகுதி அன்றைய காலத்தில் திருவிதாங்கூர் சமஸ்தானத்தின் எல்கைக்குள் இருந்தது) பாண்டியர் சங்கம் என்ற பெயரில் ஒரு அமைப்பை 1924ஆம் ஆண்டு தோற்றுவித்து செங்கோட்டை தாலுகா அளவிலேயே செயல்பட்டிருக்கின்றனர்.[8] 1946ஆம் ஆண்டு ஒரு மாநாடு நடத்தியதைத் தவிர அந்த அமைப்பின் இதர செயல்பாடு குறித்து எந்தத் தரவும் இல்லை. திருநெல்வேலி கொக்கிரகுளத்தில் இந்திரகுலாதிப வேளாளர் அய்க்கிய சங்கம் 1933இல் ஆரம்பிக்கப்பட்டு அதற்கெனத் தெளிவான அமைப்புவிதிகள் உருவாக்கப்பட்டிருந்த போதிலும் அச்சங்கம் செயல்பட்டிருக்கவில்லை.[9] தேனி பகுதியில் தேவேந்திர குல வேளாளர் சங்கம் என்ற அமைப்பு இருந்திருக்கிறது. இதன் தலைவரான பாலசுந்தரராசு, தேவேந்திரர்கள் மீதான ஒடுக்கு முறைக்கு எதிராகப் பல போராட்டங்களை நடத்தியிருக்கிறார்.[10] சமத்துவம் கோரி கேரளாவில் நடைபெற்ற போராட்டத்தினால் ஈர்க்கப்பெற்ற கம்பம் பகுதி தேவேந்திரர்கள் சமத்துவம் கோரிப் போராடினர். ஆனால் அவர்கள் அமைப்பு எதுவும் தொடங்கியிருக்கவில்லை."[11]

---

6. லெ. அலெக்ஸ், *கரிசலில் ஓர் ஊரணி,* (மதுரை: தலித் ஆதார மையம், 1995).

7. G.O. No. 304, Law (Legislative), (08 August 1925).

8. பாண்டியர் சங்கத்தின் நாட்குறிப்பு, (04 மார்ச் 1925), ப. 1.

9. By-Law of the Indirakulathipa Vellalar Aikya Sangam, (1933).

10. AB.Vallinayakam,'Muthuveeran Balasundararasu', *Dalit Murasu,* (February:2003), Vijayadanushu,*Tekkam patti Balasundararasu,* (Tirunelveli:Maruthamalar, 2004)

11. Fortnightly Report, (1936).

இலக்கும் செயல்பாடும்

ஒரு சமூக இயக்கத்தின் இலக்கு இவ்வாறு அமையலாம். 1) அவ்வியக்கம் ஒருங்கிணைக்கின்ற மக்களின் சமூகப் பொருளாதார நிலையை உயர்த்துவதாக இருக்கலாம். 2) இருக்கின்ற சமூக அமைப்பு முறையைமாற்றுவதன் மூலம் அனைத்து மக்களுக்குமான விடுதலையோடு தனது மக்களுக்குமான விடுதலையை அடைவதற்கு முயலலாம். பெரும்பாலான சாதி இயக்கங்கள் நிலவுகிற சமூக அமைப்பில் தமது மக்கள் நிலையை உயர்த்துவதை இலக்காகக் கொண்டு செயல்பட்டிருக்கின்றன. தலித் இயக்கங்களில், ஒருசில சாதியினர், சமூக அமைப்புமுறையைத் தலைகீழாக மாற்றுவதை, அதாவது சாதி ஒழிப்பு என்ற புரட்சிகர இலக்கைக்கொண்டிருக்கின்றனர். தேவேந்திரர் அமைப்புகள் நிலவும் படிநிலை அமைப்பு முறையை ஒழிப்பதை இலக்காகக் கொண்டிருந்தனவா அல்லது நிலவுகிற சமூக அமைப்பின் படிநிலையில் தமது நிலையை மேலே உயர்த்திக்கொள்வதற்கு முயற்சி செய்தனவா அல்லது தாழ்த்தப்பட்ட நிலையிலிருந்து தம்மைமுன்னேற்றிக் கொள்வதற்காகப் போராடினவா? என்ற கேள்விகளுக்கான பதில்களைக் காண்போம். அனைத்துத் தேவேந்திரர் இயக்கங்களின் இலக்கும் ஒன்றுக்கொன்று குறிப்பிட்டுக் கூறும்படி வேறுபட்டிருக்கவில்லை. மாறாக, அவைகளுக்கு ஒரு பொதுத்தன்மை இருப்பதால் ஒவ்வொரு தேவேந்திரர் இயக்கத்தின் நோக்கத்திலிருந்து ஒரு முடிவுக்கு வருவதை விடவும் அனைத்து அமைப்புகளின் நோக்கங்களிலிருந்து ஒரு முடிவை எட்டுவதற்கு முயற்சிக்கலாம்.

பொதுவெளிகளை அணுகுதல்

தலித்துகள், பெண்கள் உட்பட ஒன்றுக்கும் மேற்பட்ட பல்வேறு சாதியைச் சேர்ந்தவர்கள் ஓர் இடத்தில் ஏதாவது ஒரு தேவைக்காக, காரணத்திற்காக சங்கமிக்கின்ற இடத்தைப் பொதுவெளி என்று வரையறுக்கலாம். இத்தகைய பொதுவெளி பெரும்பாலும் அரசாங்கத்தின் நிதியுதவியால் உருவாக்கப்பட்டு பராமரிக்கப்படுகிற பொதுச்சாலை, கட்டடம், பள்ளிக்கூடம், நீதிமன்றம், அஞ்சலகம், பேருந்து போன்றவைகளாகும். இவற்றை அணுகுவதிலிருந்தும் அனுபவிப்பதிலிருந்தும் தலித்துகளும் பெண்களும் திட்டமிட்டே விலக்கப்பட்டிருந்தனர். சமூக ஒடுக்குமுறையிலிருந்து தங்களை விடுவித்துக்கொள்ள விரும்புவோர் பொதுவெளிகளை அணுகுவதற்கும் அனுபவிப்பதற்குமான உரிமையைப் பெற்றாக வேண்டும். தேவேந்திரர் இயக்கங்கள், பொதுவெளிகளை அணுகுவதற்கும் அனுபவிப்பதற்கும் தலித்துகள் பாகுபாடின்றி அனுமதிக்கப்படவேண்டும் என அரசாங்கம் அறிவிக்க வேண்டும்

என்றும், பேருந்து மற்றும் படகில் பயணிப்பதற்கு அனுமதி மறுக்கிற ஊர்திகளின் உரிமம் ரத்து செய்யப்படுவதோடு தண்டம் விதிக்கவேண்டும் என்றும் வலியுறுத்தியிருக்கின்றன.

அரசியல் பிரதிநிதித்துவம்

காலனியாட்சிக் காலத்தில் தேவேந்திரர் இயக்கங்கள் அரசியல் தளத்தில் செயல்பட்டிருக்கவில்லை என்றஎண்ணம் நிலவுகிறது. ஆனால் உள்ளாட்சி அமைப்பு முதற்கொண்டு சென்னை மாகாணப் பேரவை வரையிலும் தேவேந்திரர்களுக்குப் பிரதிநிதித்துவம் வழங்கப்பட வேண்டும் என்று வலியுறுத்தியுள்ளன. மட்டுமின்றி வட்டமேசை மாநாட்டிற்குத் தேவேந்திரர் சாதியைச் சேர்ந்த ஒருவரை அனுப்ப வேண்டும் என்றும் கோரப்பட்டிருக்கிறது. இத்தகைய கோரிக்கைகள் தேவேந்திரர்களிடத்தில் அரசியல் பங்கேற்பு குறித்தவிழிப்புணர்வு இருந்திருப்பதைக் காட்டுகின்றன. மேலும் காலனியாட்சிக்கு ஆதரவான அரசியல் நிலைப்பாடும் சுதந்திர இயக்கத்திற்கு எதிரான நிலைப்பாடும் தேவேந்திரர் இயக்கங்களிடம் இருந்திருக்கின்றன. ஆனால் அனைத்து தேவேந்திரர் இயக்கங்களும் காலனிய ஆதரவு மற்றும் காங்கிரஸ் எதிர்ப்பு நிலைப்பாட்டைக் கொண்டிருக்கவில்லை. காங்கிரஸ் இயக்கம் மற்றும் காந்தியை ஆதரித்தல் என்ற நிலைப்பாடும் அவர்களிடம் இருந்தது. ஆனால் இதர தலித் இயக்கங்கள் அரசியல் போராட்டத்தில் ஈடுபட்ட அளவிற்குத் தேவேந்திரர் இயக்கம் செயல்பட்டிருக்கவில்லை என்பதைக் காண முடிகிறது.

மதுவருந்தக் கண்டனம்

மது உடலுக்குக்கேடு என்ற நோக்கில் எதிர்ப்பதைவிடவும் ஒழுக்கக்கேடு என்ற நோக்கிலேயே அது எதிர்க்கப்படுகிறது. மதுவருந்துதல் தலித் பண்பாடு என்றும் அதை விட்டொழிப்பது சமஸ்கிருத மயமாக்கம் என்றும் வாதிடப்படுகிறது. ஆனால் தேவேந்திரர் இயக்கங்கள் மதுவருந்துதலை கண்டித்திருப்பதோடு அதை விட்டொழிக்க வேண்டுமெனவும் வலியுறுத்தியிருக்கின்றன. இதனால் இதைச் சமஸ்கிருதமயமாக்கம் என்று கூற முடியாது. காரணம் சமீப காலத்திலும் தேவேந்திரர்களிடத்தில் மதுப்பழக்கத்தை ஒழிப்பதற்கான இயக்கங்கள் செயல்பட்டிருக்கின்றன. இவற்றின் நோக்கம், பொருளாதாரத்தில் சுயசார்பைப் பெற வேண்டு மென்றால் மதுவுக்கெனப் பணம் விரயம் செய்யப்படுவது முதலில் ஒழிக்கப்பட வேண்டும் என்பதே. எனவே காலனியாட்சிக் காலத்தில் தேவேந்திரர் இயக்கங்கள் மதுப்பழக்கத்தை ஒழிக்க வேண்டுமென வலியுறுத்தியது பொருளாதாரத்தில் சுயசார் என்றே புரிந்துகொள்வோம்.

கல்வி கற்றல்

சமூக ஒடுக்குமுறையிலிருந்து தங்களை விடுவித்துக் கொள்வதற்குக் கல்வி தவிர்க்கவியலாத தேவை என்பதை இதர சாதியினர் உணர்ந்திருந்தது போல் தேவேந்திரர்களும் உணர்ந்திருந் தனர். வாசிப்புப் பழக்கமும் ஒப்பமிடலும் அவசியம் என்பதைத் தேவேந்திரர் இயக்கங்கள் உணர்ந்திருக்கின்றன. கல்லாமையால் தங்களையே ஏமாற்றுகின்ற ஆவணங்களில் தேவேந்திரர்கள் கைரேகை இடுகின்றனர், இதனால் சம்பந்தப்பட்டவர்கள் பாதிப்புக்குள்ளாகி வருகின்றனர் என்பதை இயக்கங்கள் உணரத் தொடங்கின. எனவே, தேவேந்திரர் அமைப்புகளின் தலைவர்களது கூட்டு ஒப்பம் இல்லாத ஆவணங்களை அரசாங்கம் ஏற்றுக்கொள்ளக்கூடாதென வலியுறுத்தின. கல்லாமைப் பாதிப்பையும், ஒப்பமிடத் தெரியாததை அவமானமாகவும் உணர்ந்த இயக்கங்கள், தேவேந்திரர்கள் தமது பெயரை ஒப்பமிட அறிந்திருக்க வேண்டும், குழந்தைகளைக் கல்வி கற்க அனுப்ப வேண்டும் – இதற்காக அவர்களை நகர்ப்புறங்களுக்கு அனுப்ப வேண்டும் என்று அறிவுறுத்தியிருக்கின்றன. திருச்சி ஜில்லா திராவிடர் உழவர்குல மாநாடு நிறைவேற்றிய "சென்னை மாகாணத்திலுள்ள குழந்தைகளுக்குக் கட்டாய இலவசக் கல்வி வழங்க வேண்டும்" என்ற தீர்மானம் அவர்கள் எந்தளவிற்கு கல்வியின் முக்கியத்துவத்தை உணர்ந்திருக்கின்றனர் என்பதைத் தெரிவிக்கிறது. பல்வேறு சாதியைச் சேர்ந்த அமைப்புகள், தனிநபர்கள், இதழ் நடத்துதல் அதன் மூலம் தங்கள் சாதி மக்களை ஒருங்கிணைத்தல், சமூக ஒடுக்குமுறையை வெளிக்கொணருதல், சமூகச் சிக்கல் குறித்து விவாதித்தல் போன்ற செயல்பாட்டிற்காகத் தாம் கற்ற கல்வியைப் பயன்படுத்தியிருக்கின்றனர். ஆனால் இந்த நோக்கங்களுக்காகத் தேவேந்திரர் இயக்கங்கள் கல்வியைப் பயன்படுத்தாதது அந்த இயக்கத்தின் பலவீனத்திற்கு ஒரு காரணம் எனலாம்.

இதழற்ற இயக்கம்

இதழ் நடத்துதலைச் சாதி அமைப்புகள் தங்களின் இயக்கச் செயல்பாட்டிற்கு அத்தியாவசியம் என்று உணர்ந்திருக்கின்றன, தலித் இயக்கங்களும் இதிலிருந்து விலகியிருக்கவில்லை. பறையர் இயக்கமும் அச்சாதியைச் சார்ந்தோரும் பல இதழ்களை நடத்தியிருப்பதைக் காணமுடிகிறது. ஆனால் தேவேந்திரர்கள் இதழ் நடத்தியிருக்கவில்லை, இதழ் நடத்துவதற்காக எந்த முயற்சியையும் எடுத்திருப்பதாகவும் தெரியவில்லை. ஆவணக் காப்பகத் தரவுகள் மற்றும் கள ஆய்வில் தேவேந்திரர் இயக்கம் இதழ் நடத்தியிருந்ததா? என்ற தேடலில் ஈடுபட்டபோது அது

ஏமாற்றத்தில்தான் முடிந்தது. தேவேந்திரர் அமைப்புகளின் இதழற்ற இயக்கத்திற்கு இரண்டு அடிப்படைக் காரணங்களைக் கூறமுடியும். ஒன்று, காலனியாட்சிக் காலத்தில் மேற்கத்தியக் கல்வி கற்றவர்களின் எண்ணிக்கை இதர தலித் சாதிகளோடு ஒப்பிட்டு நோக்கினால் குறைந்த எண்ணிக்கையிலேயே அவர்கள் இருப்பதைக் காணமுடிகிறது. இரண்டாவது, அச்சு இயந்திரம் மற்றும் அச்சு ஊடகங்கள் புழக்கத்திலிருந்த நகரப்பகுதிகளுக்குத் தேவேந்திரர்களின் இடப்பெயர்வு இல்லாதிருந்திருக்கிறது.

காலனிய விசுவாசமும் எதிர்ப்பும்

சாதிய இயக்கங்கள் காலனிய ஆட்சியை ஆதரித்தல் மற்றும் எதிர்த்தல் என்ற நிலைப்பாட்டுடன் இயங்கியிருப்பதைக் காணலாம். காலனியாட்சியை எதிர்த்த இயக்கங்கள் காங்கிரஸ் நடத்திய பல்வேறு போராட்டங்களில் பங்கேற்றிருப்பதைக் காண முடிகிறது. காலனிய ஆட்சியினால் நேரடியாக பாதிக்கப்பட்ட சாதியினர் காலனிய எதிர்ப்பு நிலைப்பாட்டைக் கொண்டிருந்தனர். எல்லாச் சாதியினருக்கும் காலனிய ஆட்சி ஏற்படுத்தியிருந்த நவீன நிறுவனங்களில் வாய்ப்பு வழங்கப்பட்டது போல் தலித்துகளுக்கும் வழங்கப்பட்டது. இதனால் தலித்துகள் காலனிய ஆட்சியை ஆதரிக்கும் போக்கைக் கைக்கொண்டனர். மேலும், காந்திமற்றும் காங்கிரஸ் இயக்கத்துடன் கொண்டிருந்த முரண்பாட்டின் காரணமாக விடுதலை இயக்கத்தில் பங்கேற்காமலும் இருந்தனர். இந்தக் காரணங்களினால் தலித்துகளைக் காலனிய ஆட்சியின் கைக்கூலிகள் என்று முத்திரை குத்துவது அபத்தமான செயலாகும். தேவேந்திரர்களிடத்தில் காலனியாட்சிக்கு விசுவாசமாக இருத்தல் அதை எதிர்த்தல் என்ற இரண்டு நிலைப்பாடுகள் இருந்திருக்கின்றன. திருச்சிராப்பள்ளி திராவிட உழவர்குல மாநாடு மற்றும் இராமநாதபுர பூவைசிய இந்திரகுல மாநாட்டுத் தீர்மானங்களிலிருந்து இந்த இயக்கங்கள் காலனியாட்சிக்கு விசுவாசமாக இருந்திருப்பதைக் காணமுடிகிறது. எங்களுக்கு ஆதரவாக இருக்கின்ற காலனியாட்சிக்கு விசுவாசமாக இருப்போம் என்பதே இவ்விரண்டு மாநாடுகளின் முதல் தீர்மானமாங்களாகும். காட்டுத்தீ போல் பரவும் ஒத்துழையாமை இயக்கத்தை வெறுக்கிறோம் மற்றும் பொது அமைதிக்கு பங்கம் விளைகிற போது அரசாங்கத்திற்கு ஆதரவாக இருப்பதற்குத் திராவிட உழவர்குல மக்களுக்குப் படைப் பயிற்சியளிக்க வேண்டும் என்ற திராவிட உழவர்குல மாநாட்டின் தீர்மானங்களிலிருந்து தேவேந்திரர்கள் காலனியாட்சிக்கு எதிராக இருப்பவர்களை எதிர்த்துக் களப்போர் புரியவும் தயாராக இருந்திருக்கின்றனர் என்பதைப் புரிந்துகொள்ளலாம். ஆனால் பாண்டியர் சங்கம் தேசப்பற்றுடன் இருக்க வேண்டும் என்றே வலியுறுத்தியிருக்கிறது.

இதிலிருந்து அவர்கள் காலனிய எதிர்ப்பு நிலைப்பாட்டைக் கொண்டிருந்திருந்தனர் என்று முடிவு செய்யலாம்.

ஹரிஜன் சேவா சங்கம் செய்த சேவையினால் காங்கிரஸ் இயக்கத்தோடு இணைந்து இந்திய விடுதலைஇயக்கத்தில் தேவேந்திரர்கள் பங்கேற்றிருக்கின்றனர். காங்கிரஸ் கட்சி சார்பில் சட்டமன்ற உறுப்பினர் பொறுப்பை வகித்த அய்யனார், 'வெள்ளையனே வெளியேறு' இயக்கத்தில் பங்கேற்றிருக்கிறார். காங்கிரஸ் இயக்கத்தைச் சேர்ந்த பழனியப்பன், 'வெள்ளையனே வெளியேறு' இயக்கத்தில் பங்கேற்றதோடு தனது பெயரை இந்தியன் மகன் என்று மாற்றிக்கொண்டதன் மூலமும் தேசப் பற்றை வெளிப்படுத்தின. 'வெள்ளையனே வெளியேறு' இயக்கத்தில் பங்கேற்று சிறைவாசம் அனுபவித்த தாசப்பண்ணாடி என்ற தேவேந்திரர் காந்தியின் கருத்தியல் சுதந்திரத்தின் முக்கியத்துவம் குறித்துக் கிராமங்களில் நாடகம் நடத்தின. கோயம்புத்தூர் பகுதியில் 'வெள்ளையனே வெளியேறு' இயக்கத்தில் பங்கேற்ற 16 தேவேந்திரர்கள் கைது செய்யப்பட்டு இரண்டு வருடம் சிறைத்தண்டனை அனுபவித்தனர்.[12] எனவே, தேவேந்திரர் இயக்கம் காலனிய ஆட்சியின் மூலம் சில பலன்கள் தங்களுக்குக் கிடைக்கும் என்ற அடிப்படையில் காலனியாட்சிக்கு ஆதரவான நிலைப்பாட்டை எடுத்திருக்கின்றன. அதேசமயம் காங்கிரஸ் மற்றும் காந்தியின் செயல்பாட்டால் ஈர்க்கப்பட்ட தேவேந்திரர்கள் சுதந்திர இயக்கத்தில் பங்கேற்றிருக்கின்றனர். இதிலிருந்து காலனிய ஆட்சிக்கு ஆதரவு எதிர்ப்பு என்ற இரண்டுவகை நிலைப்பாடுகள் தேவேந்திரர்களிடத்தில் இருந்திருப்பது தெளிவாகிறது.

சமூகச் சீர்திருத்த இயக்கங்களுடனான உறவு

காலனியாட்சிக் காலத்தில் ஆரியர் திராவிடர் என்ற எதிரெதிர் கருத்து நிலையில் பிராமணர்கள் ஆரியரென்றும் பிராமணரல்லாதோர் திராவிடர் என்றும் கருத்தாக்கம் கட்டமைக்கப்பட்டது. சமூக விடுதலை வேட்கைப் பின்புலத்திலிருந்து உருவான திராவிடம் என்ற கருத்து நிலையாக்கத்துடனும் அதை அடிப்படையாகக் கொண்ட இயக்கங்களுடனும் பிராமணரல்லாத சாதி இந்துக்கள் முதற்கொண்டு சமூகத்தின் அடிமட்டத்திலிருத்தி வைக்கப்பட்டிருந்த சாதிகள்வரை இணைந்திருந்தனர். சமூக சீர்திருத்தம் என்ற அளவில் மட்டுமல்லாது சாதி ஒழிப்பு, இந்துமத ஒழிப்பு என்ற புரட்சிகர இலக்கைக் கொண்டு செயல்பட்ட இயக்கங்களோடும் அதன் தலைவர்களோடும் ஒடுக்கப்பட்ட மக்கள் இயக்கங்கள் நட்புறவு கொண்டிருந்தன. இந்த நட்புறவு

12. ஞானசேகரன், *இந்திய சுதந்திரப் போரும் தேவேந்திரர்களும்,* (சென்னை: தமிழர் பண்பாட்டு சமூக ஆய்வு மன்றம், 2000).

மாநில அளவில் மட்டுமின்றி அதைக் கடந்தும் இருந்தது. சமூக உரிமைகளுக்காக மட்டுமின்றிச் சாதி ஒழிப்பு என்ற இலக்கைக் கொண்டு தீவிரமாக இயங்கிக்கொண்டிருந்த அம்பேத்கர், பெரியார் ஆகியோரோடு தமிழக தலித்துகள் நெருக்கமான நட்புறவைக் கொண்டிருந்தனர். ஆனால், அம்பேத்கர், பெரியார் இவர்களோடு தேவேந்திரர் இயக்கங்கள் மேம்போக்கான நட்புறவையே கொண்டிருந்தன. முதலில் தேவேந்திரர் இயக்கம் அம்பேத்கரோடு கொண்டிருந்த நட்புறவு குறித்துக் காண்போம்.

தேவேந்திரகுல மகாஜன சங்கத்தைச் சேர்ந்த தேக்கம்பட்டி பாலசுந்தரராசு 1920களின் நடுப்பகுதியிலிருந்தே அம்பேத்கருடன் உறவை ஏற்படுத்திக் கொண்டார். திருநெல்வேலிப் பகுதியைச் சேர்ந்த தேவேந்திரர்கள் அம்பேத்கரின் கோரிக்கை வெற்றிபெற வேண்டும் என்று தந்தி அடித்ததாக வாய்மொழித் தரவு உள்ளது.[13] 1936ஆம் ஆண்டு பூவைசிய இந்திரகுல வேளாளர் சங்கம் அம்பேத்கரைத் தென் தமிழகத்திற்கு அழைத்தது ஆனால் அவரால் வர இயலாமற் போனது. இருப்பினும் பாலசுந்தரராசுவின் தொடர் முயற்சியின் விளைவாக 1946 டிசம்பர் 29 அன்று மதுரை விக்டோரியா ஹாலில் பள்ளர்கள் ஒருங்கிணைத்த மாநாட்டில் அம்பேத்கர் உரையாற்றினர். அவரது ஆங்கில உரையை மேலக்கால் வீரபத்திரன் என்றதேவேந்திரர் மொழிபெயர்ப்பு செய்தார். இந்தக்கூட்டத்தில் தேவேந்திரர் சாதியைச் சேர்ந்த இம்மானுவேல் சேகரன் உட்படசிலர் பங்கேற்றனர். இதில் குறிப்பிடப்பட வேண்டிய முக்கிய நிகழ்வும் நடைபெற்றிருக்கிறது. அதாவது, இந்த மாநாட்டில்தான் முதன்முறையாக பல பகுதிகளைச் சேர்ந்த தேவேந்திரர்கள் பங்கேற்றனர். இருப்பினும், கோயம்புத்தூர் மற்றும் திருநெல்வேலி மாவட்டங்களைச் சேர்ந்த தேவேந்திரர்கள் பங்கேற்கவில்லை.

இனி, பெரியாரோடு தேவேந்திரர் இயக்கம் கொண்டிருந்த உறவு குறித்து விவரிக்கலாம். 31 ஆகஸ்ட் 1936 அன்று தேனி அருகே பெரியகுளத்தில் நடத்திய மாநாட்டில் தேவேந்திரர்களின் அழைப்பிற்கேற்ப பங்கேற்ற பெரியார்[14], சமஸ்கிருதமயமாக்கப்பட்ட பெயரான தேவேந்திரர் என்பதைப் பயன்படுத்த வேண்டாம் என்று கூறியிருக்கிறார்.[15] காலனி ஆட்சிக் காலத்தின்போது தேவேந்திரர்கள் நடத்திய மாநாட்டில் பெரியார் கலந்து கொண்ட ஒரேஒரு மாநாடு இதுதான். எனவே, அம்பேத்கரோடும்

---

13. நேர்காணல்: புலவர் ராமையா (64), தேவேந்திரர், ராஜேந்திரன் நகர், பாளையங்கோட்டை, திருநெல்வேலி மாவட்டம், (15 மார்ச் 2005).
14. ஏபி. வள்ளிநாயகம், 'முத்துவீரன் பாலசுந்தரராசு', ப. 62.
15. நேர்காணல்: குருசாமி சித்தன் (59), தேவேந்திரர், கோயம்புத்தூர், (05 டிசம்பர் 2005).

பெரியாரோடும் தேவேந்திரர் இயக்கங்கள் ஏன் மேம்போக்கான நட்புறவைக் கொண்டிருந்தன? என்பது குறித்து விவாதிப்பது அவசியம். இது குறித்து விவாதிக்க வேண்டும் என்றால் முதலில் திராவிடம் என்ற கருத்து நிலையாக்கத்தோடு தேவேந்திரர்களுக்கு இருந்த பற்றுதல் குறித்துக் காண்பது அவசியம்.

கருவிலேயே கலைந்த திராவிடம்

திராவிடர், ஆரியர் என்ற கருத்து நிலையாக்கத்தில் தலித்துகள் திராவிடத்தோடு தங்களை இணைத்துக்கொண்டனர். அது மட்டுமல்லாது திராவிடர்களிலும் தொல்குடிகள், மூத்தவர்கள் தாங்கள்தாம் என்ற உரிமையையும் கோரினர். தொன்மையானவர் என்ற அடையாளத்திற்காக ஆதிதிராவிடர் என்ற பெயரையும் தங்களுக்குச் சூட்டிக்கொண்டனர். எனவே, ஆதிதிராவிடர் என்பது குறிப்பிட்ட ஒரு சாதியின் பெயரல்ல. அது உச்சபட்சத் தீண்டாமைக் கொடுமைக்குட்பட்டிருந்த தொல்குடிகளின் அரசியல் அடையாளம். இந்த அரசியல் அடையாளம் தங்களைச் சாதியற்றோர் என்று அறிவிக்கிறது. இது சாதியக் கட்டமைப்பை வலியுறுத்தும் கோட்பாட்டிற்கும் ஏற்றத்தாழ்வான அதன் படிநிலை சமூக அமைப்பிற்கும் நேரெதிரானது. ஆதிதிராவிடர் என்ற பெயராலேயே உச்சபட்சத் தீண்டாமைக் கொடுமைக்குட்பட்டிருந்த தொல்குடிகள் என்று அழைக்கப்பட வேண்டும் என்பதற்காக அந்த அரசியல் அடையாளப் பெயரை அறிமுகம் செய்ததிலும், அதற்கு ஆளும் வர்க்கத்தின் அங்கீகாரத்தைப் பெற்றதிலும் பறையர் இயக்கங்கள் முக்கியப் பங்களிப்பைச் செய்தபோதிலும் அது பறையர்களுக்கான பெயரல்ல என்பதையும் கவனத்தில் கொள்ள வேண்டும். இனி, நாம் தேவேந்திரர்இயக்கம் ஆதிதிராவிடர் என்ற அரசியல் அடையாளத்தோடு எந்தளவிற்குப் பற்றுதல் கொண்டிருந்தது என்பது குறித்துக் காண்போம்.

1922 மே 21 & 22 அன்று திருச்சிராப்பள்ளியில் நடைபெற்ற தேவேந்திரர் மாநாடு திராவிடர் என்ற பெயரையே பயன்படுத்தி யிருக்கிறது. ஆதிதிராவிடர் என்ற பெயரைத்தான் பயன்படுத்த வேண்டும் என்ற அரசாணை வெளியான பின்னர் இம்மாநாடு நடைபெற்றிருப்பினும் அப்பெயரைப் பயன்படுத்தியிருக்கவில்லை. ஆனால் அவர்கள் திராவிடர் உழவர்குலம் என்று தங்களை அடையாளப்படுத்தியிருப்பதிலிருந்து பிராமணீயத்திற்கு எதிரான நிலைப்பாட்டை அவர்கள் எடுத்திருக்கின்றனர் என்று கூற இயலும். 1931ஆம் ஆண்டு திருச்சிராப்பள்ளியில் நடைபெற்ற தேவேந்திரர்களின் மாநாட்டில் ஆதிதிராவிடர்கள் ஒன்றிணைய வேண்டும் என்ற இந்து மத எதிர்ப்பு நிலைப்பாடுகளை

எடுத்திருக்கின்றனர். 1925 ஜூன் 20 & 21 அன்று இராமநாதபுரத்தில் நடைபெற்ற தேவேந்திரகுல மகாஜன சபா ஆதிதிராவிடர்களின் ஒரு பிரிவாக தங்களை இனம் கண்டிருக்கிறது. இந்த மூன்று நிகழ்வுகளில் மட்டும்தான் தேவேந்திரர்கள் தங்களை ஆதிதிராவிடர் என்ற பெயரோடு அடையாளப்படுத்தியிருக்கின்றனர். இதிலும்கூட அவர்களுக்குள் சுய சாதி அடையாளம் மேலோங்கி யிருந்திருப்பதைக் காணமுடிகிறது. இந்த மூன்று நிகழ்வுகளைத் தவிர வேறு எந்த மாநாட்டிலோ அல்லது அமைப்புகளிலோ தேவேந்திரர்கள் ஆதிதிராவிடர் மற்றும் திராவிடர் என்ற பெயரைப் பயன்படுத்தவில்லை. ஆதிதிராவிடர் மற்றும் திராவிடர் என்ற கருத்தாக்கங்கள் ஒருசில தேவேந்திரர் அமைப்புகளிடம் மட்டுமே கரு நிலையில் இருந்திருக்கிறது. மற்ற இயக்கங்களிடம் அக்கருநிலைகூட உருவாகியிருக்கவில்லை. திராவிடர் மற்றும் ஆதிதிராவிடர் என்ற அடையாளத்தைப் பயன்படுத்தியிருக்கிற அமைப்புகள்கூட மாநாடு முடிவுற்ற பின்னர் எந்தச் செயல்பாடும் இல்லாத காரணத்தினால் கருநிலையிலிருந்து அக்கருத்தாக்கம் வளர்ச்சி பெற்றிருக்கவில்லை. அது கருவிலேயே கலைந்துவிட்டது. தேவேந்திரர்களிடம் திராவிடர் மற்றும் ஆதிதிராவிடர் கருத்தாக்கம் கருவில் கலைந்ததற்கும், அக்கரு பல தேவேந்திரர் இயக்கங்களிடம் உருப்பெறாமல் இருந்ததற்குமான காரணிகளாக நிலத்தோடும் நிலவுடைமை சார்ந்த கருத்தாக்கங்களோடும் பற்றுக்கொண்டிருத்தல், நகரங்களுக்கு இடப்பெயர்வின்மை, உட்சாதி மற்றும்வட்டார உணர்வு, இயக்கங்களின் அற்பாயுசுத்தன்மை போன்றவற்றைக் கூறலாம்.

நிலவுடைமையோடு பிணைப்பு

தேவேந்திரர்களிடத்தில் எண்ணற்ற உட்பிரிவுகள் இருந்து வருகின்றன, ஆனால் அனைத்து உட்பிரிவுகளின் பாரம்பரியத் தொழில் விவசாயம் மட்டுமே. பொதுவாக உச்சபட்சத் தீண்டாமைக் கொடுமைக்கு உட்பட்டிருந்த சாதிகள் தாங்கள் பாரம்பரியமாகச் செய்து வந்த தொழிலை விட்டொழித்துவிட்டு காலனியாட்சிக் காலத்தில் நவீனத்துவம் வழங்கிய தொழில்களில் ஈடுபட்டனர். ஆனால் தேவேந்திரர்கள் தங்களின் பாரம்பரியத் தொழிலான விவசாயத்தோடு தங்களைப் பிணைத்துக்கொண்டிருந்தனர்.

நிலவுடைமைச் சமூகத்திற்கு எதிராகப் பண்ணையடிமை களை ஒருங்கிணைத்த பொதுவுடைமை இயக்கம் தேவேந்திரர் களையும் ஒருங்கிணைக்கின்ற முயற்சியில் இறங்கியது. தேவேந்திரர் மற்றும் பறையர்சாதிகளைச் சேர்ந்தோரே பெரும்பாலும் பண்ணையடிமைகளாக இருந்த காரணத்தால் பொதுவுடைமை இயக்கத்தில் அவர்களே அதிகம் இணைந்தனர். இதனால்

பொதுவுடைமைக் கட்சி பள்ளர் கட்சி, பறையர் கட்சி என்று அழைக்கப்பட்டது.[16] தேவேந்திரர்கள் பல பகுதிகளில் தங்களைப் பொதுவுடைமை இயக்கத்தோடு இணைத்துக்கொண்டிருக்கின் றனர். அதேசமயம், நிலவுடைமைச் சமூக அமைப்பிற்கும் அதன் ஒழுங்குமுறைக்கும் ஆதரவாகப் பகிரங்கமான நிலைப்பாட்டையும் எடுத்திருக்கின்றனர். இறுக்கமான நிலவுடைமையைக் கொண்டிருந்த தஞ்சாவூர்ப் பகுதியில் பொதுவுடைமை இயக்கம் நிலவுடைமைக்கு எதிராகக் கட்சி கட்டும் பணியில் ஈடுபட்டிருந்த போது நிலவுடைமைக்கு ஆதரவான நிலைப்பாட்டை தேவேந்திரர்கள் எடுத்திருக்கின்றனர். தஞ்சாவூர் மாவட்டம் பருத்திக்கோட்டை மற்றும் ராசவேலுக்குடி கிராமங்களைச் சேர்ந்த தேவேந்திரர்கள் 1936 மார்ச் 23 அன்று தேளூரில் மாநாடு நடத்தினர். இதில் நிறைவேற்றப்பட்ட பல்வேறு தீர்மானங்களில் நிலவுடைமை அமைப்பையும் அதன் மதிப்பீடுகளையும் பாதுகாக்க வேண்டும், நிலவுடைமையாளர்களை எதிர்க்கக்கூடாது, நிலவுடைமையாளர்களின் கட்டளைகளுக்கு அடிபணிய வேண்டும், பண்டைய மதிப்பீடுகளைப் பின்பற்ற வேண்டும் போன்ற தீர்மானங்களும் அடங்கும்.[17] தேவேந்திரர்களின் நிலவுடமைப் பிணைப்பு, அந்த அமைப்பைப் பாதுகாத்தல் என்ற நிலைப்பாடு வரை நீண்டிருக்கிறது என்பதைத் தேளூர் மாநாடு வெளிப்படுத்துகிறது. தேளூர் மாநாட்டுத் தீர்மானத்தை அடிப்படையாகக் கொண்டு அனைத்துத் தேவேந்திரர்களும் நிலவுடைமைக்குப் பாதுகாப்பு அரணாக இருந்தனர் என்று கூறிவிட முடியாது. ஆனால் பெரும்பாலான தேவேந்திரர்கள் நிலைவுடைமைப் பிணைப்பிலிருந்து வெளியேறியிருக்காததால் அவர்களிடம் நிலவுடைமைக்கு எதிரான கருத்துக்கள் உருவாகி யிருக்கவில்லை.

நகரங்களுக்கு இடப்பெயர்வின்மை

ஒடுக்குமுறையிலிருந்து வெளியேறுவதற்காக உச்சபட்சத் தீண்டாமைக்குட்பட்ட சாதியினர் தம்முடைய வாழ்விடத்தி லிருந்து வெளியேறியிருக்கின்றனர், இச்செயல்பாடு காலனியாட்சிக் காலத்தில் அதிகரித்திருக்கிறது.[18] பலசாதகமான விளைவுகளை 'இடம்பெயருதல்' ஏற்படுத்தியிருக்கிறது. இடம்பெயர்கின்றவர்கள் நகரங்களுக்குச் செல்பவர்கள் சமூகப் பொருளாதார அளவில்

---

16. Saraswathi Menon, 'Historical Development of Thanjavur Kisan Movement - Interplay of Class and Caste Factors, *Economic and Political Weekly*, Vol. XIV, Nos. 7&8, (1979).
17. *பாட்டாளி முழக்கம்,* (September: 1998).
18. G.Aloysius, Nationalism without a Nation in India, (New Delhi: Oxford University Press, 1997), p. 72.

முன்னேறிய வாழ்வை வாழ்ந்திருக்கின்றனர். மேலும், சமத்துவக் கருத்துக்கள், அரசியல் நிகழ்வுகளை உள்வாங்குவதற்கும் அவற்றில் பங்கெடுத்து அதை அனுபவிப்பதற்குமான வாய்ப்பு அவர்களுக்குக் கிடைத்திருக்கிறது. சமூக விடுதலைக்கான அமைப்புகளை உருவாக்குதல், இயக்கச் செயல்பாடுகளில் பங்கெடுத்தல், அவற்றில் முன்னணிப் பாத்திரம் வகித்தல் போன்றவை இடம் பெயர்ந்தவர்கள் மூலமே சாத்தியப்பட்டிருக்கின்றன.

தேவேந்திரர்களின் இடப்பெயர்வு சமூக ஒடுக்குமுறையினால் தான் ஏற்பட்டது என்பதில் மாற்றுக்கருத்து இல்லை. ஆனால் அவர்கள் பெரும்பாலும் காலனியாட்சிக் காலங்களில் உருவாக்கப்பட்ட தேயிலைத் தோட்டங்களுக்கே இடம்பெயர்ந்திருக்கின்றனர். எந்த அளவிற்கு நகரங்களுக்கும் தேயிலைத் தோட்டங்களுக்கும் வேறுபாடு இருக்கிறதோ அதே அளவிற்குத் தேயிலைத் தோட்டத்திற்கும் விவசாயப் பண்ணைகளுக்கும் ஒப்புமைகள் இருக்கின்றன. ஒடுக்குமுறையற்ற சுதந்திரமான வாழ்வு, சமத்துவத்திற்கான கருத்தியல், அது குறித்த விவாதங்கள், அச்சு ஊடகங்கள், ஆளும்வர்க்கத்தைக் காண்பதற்கான வாய்ப்பு, கல்வி கற்றலுக் கான வாய்ப்பு போன்றவை நகரங்களில் கிடைத்தன. ஆனால் இவற்றில் எவையும் மலைப்பிரதேசங்களில் அமைந்திருந்த தோட்டங்களில் இல்லை. இந் நிலை விவசாயப் பண்ணைகளிலும் ஏற்கனவே இருந்துவந்த ஒன்றுதான். எனவே, எவ்விதமான முற்போக்குக் கருத்தியல்களையோ, மேம்பட்ட வாழ்வையோ தேயிலைத் தோட்டங்களுக்கு இடம்பெயர்ந்த தேவேந்திரர்கள் அனுபவித்திருக்கவில்லை என்பது திண்ணம். விவசாயப் பண்ணையடிமை வாழ்க்கையிலிருந்து தேயிலைத் தோட்டத் தொழிலாளர் வாழ்க்கை குறிப்பிட்டுக் கூறுமளவிற்கு மாறுபட் டிருக்கவில்லை. ஒருவிதத்தில் தேயிலைத் தோட்டத் தொழிலாளர் வாழ்க்கை பின்னோக்கிய பயணமே! காரணம், எவையெல்லாம் கிராமங்களிலும், நகர்ப்புறங்களிலும் இருக்கின்றனவோ – உதாரணமாக, சமூக அமைப்பில் பங்கெடுத்தல், அரசியல் விவாதத்தைக் கவனித்தல், கல்வி கற்றல் ஆகியவற்றிலிருந்து தேயிலைத் தோட்டத்தொழிலாளர்கள் பிரிந்துவிட்டனர்.

உட்சாதி & வட்டார உணர்வு

காலனியாட்சிக் காலத்தில் தங்களுக்குள் இருக்கின்ற உட்சாதிப் பிரிவை ஒழித்தல் என்பது ஒடுக்கப்பட்ட சாதிகளிடத்தில் உருவானது. ஆனால் ஒரே தொழிலைச் செய்தபோதிலும் உயர்வு, தாழ்வு என்ற எண்ணங்களுடன் பலபிரிவுகளாகப் பிரிந்திருந்த தேவேந்திரர்களின் உட்சாதியை ஒழிப்பதற்கு அவ்வியக்கங்கள் முனைந்திருக்கவில்லை. மாறாக, தேவேந்திரர் இயக்கங்கள்

உட்சாதி உணர்வோடே இயங்கியிருக்கின்றன. இந்த விவாதத்தை வலுப்படுத்துவதற்கு சில முக்கிய ஆதாரங்கள் உள்ளன:

1. தேவேந்திரர் அமைப்புகளின் பெயர்களும் – தேவேந்திர குலம், பூவைசிய இந்திரகுலம், இந்திரகுலாதிப வேளாளர், பாண்டியர் – தனிநபர்களின் பெயர், பின்னொட்டு களும் – தேவேந்திரர், மூப்பனார் – அவர்கள் உட்சாதி உணர்வோடே இயங்கியிருக்கின்றனர் என்பதை எடுத்துரைக்கின்றன.

2. தேவேந்திரகுல வேளாளர் வட்ட மேசை மாநாட்டிற்கு அனுப்பப்பட வேண்டும், சென்னை மாகாண அவைக்கு சுப்பிரமணிய மூப்பனார் நியமிக்கப்பட வேண்டும், இந்திரகுலாதிப வேளாளர்களை முன்னேற்ற வேண்டும் என தேவேந்திரர் மாநாடுகளில் நிறைவேற்றப்பட்ட தீர்மானங்கள் மற்றும் அமைப்புகளின் நோக்கங்கள் தேவேந்திரர்களின் உட்சாதி உணர்வையே வெளிப் படுத்துகின்றன.

3) தங்களின் உட்சாதி உணர்வை ஒழிக்க வேண்டும் என்றோ உட்சாதி உணர்வைக் கடந்து ஒன்றிணைய வேண்டும் என்றோ அவர்கள் ஒருபோதும் வலியுறுத்தியிருக்க வில்லை. ஒவ்வொரு உட்சாதியும் தனித்தனிச் சாதிகளாக இயங்கிக்கொண்டிருக்கிறது. இரண்டு சாதிகளுக்கிடையே இருக்கின்ற ஏற்றத்தாழ்வான கருத்தியல், முரண்பாடு, மோதல் ஆகியவை தேவேந்திரர் உட்சாதிக்குள் இன்றும் தொடர்ந்து இருக்கின்றபோது இது காலனியாட்சிக் காலத்தில் எந்தளவிற்கு இறுக்கமாக இருந்திருக்கும் என்பதை மிக எளிதாக ஊகித்துக்கொள்ள முடியும். ஒடுக்கப்பட்ட சாதிகள் தங்களுக்கிடையே உள்ள உட்சாதி வேற்றுமைகளை ஒழிப்பதற்கான முயற்சியில் ஈடுபட்டபோது தேவேந்திரர்கள் அதை ஒழிப்பதற்குப் பதிலாகப் பேணிப் பாதுகாத்துள்ளனர். உட்சாதியை ஒழிப்பதற்கு முன்வராத தேவேந்திரர் அமைப்புகள் சாதி ஒழிப்பு என்று கோரிக்கையோடு இணைந்திருக்காதது வியப்புக்குரியதல்ல.

4) காலனியாட்சிக் காலத்தில் வட்டம், மாவட்டம் போன்ற நிர்வாக முறை உருவாக்கம், சாலை அமைத்தல், பேருந்து அறிமுகம் போன்றவை சாதிகளுக்கு இடையே இருந்துவந்த வட்டார உறவை விரிவடையச் செய்தன. ஆனால், தேவேந்திரர் இயக்கம் பரந்து விரியாமல் வட்டாரங்களுக்குள்ளேயே இயங்கியது. குறிப்பிட்ட

வட்டாரத்தைக் கடந்து அமைப்புகள் கட்டப்படவில்லை. மேலும், ஒரே வட்டாரத்திற்குள் ஒன்றிற்கு மேற்பட்ட அமைப்புகள் செயல்பட்டிருக்கின்றன.

மாற்று மதமும் மதமாற்றமும்

இந்துமதச் சாதிக் கொடுமைகளிலிருந்து விடுதலை பெறுவதற்கு இந்து மதத்திலிருந்து வெளியேறி மதம் மாறுதல் அல்லது அதற்கு எதிரான மாற்று மதத்தை உருவாக்குதல் என்பன உச்சபட்சத் தீண்டாமைக்காட்பட்ட சாதி இயக்கங்களின் நிலைப்பாடாக இருப்பதைக் காணலாம். மதம் மாறுதல் அல்லது மாற்று மதத்தை உருவாக்குதல் ஆகியவற்றில் பிராமணீயக் கருத்தியலைப் புறக்கணித்தல் என்பது அதன் உள்ளீடாகும். மாற்று மதத்தை உருவாக்குவதில் இந்துமத ஒடுக்குமுறையிலிருந்து விடுபடுதல் என்ற வேட்கை மட்டுமின்றி அதற்கு எதிராகச் சமத்துவத்திற்கான மாற்றுச் சமூகத்தை, வாழ்க்கை முறையைக் கட்டமைத்தல் என்ற போக்குகளும் உள்ளடங்கியுள்ளன. மாற்று மதத்தைக் கட்டமைத்தல் என்ற செயல்பாட்டுக்காக அமைப்புரீதியாக சம்பந்தப்பட்ட சாதிகள் முயற்சி எடுத்திருக்கின்றன, அதுவும் ஓர் இயக்கமாகவே நடைபெற்றிருப்பதைக் காணமுடிகிறது. சமார்களின் சத்னாமி இயக்கம்[19], பறையர்களின் பவுத்த இயக்கம்[20] போன்றவற்றை மாற்று மதத்திற்கான உதாரணமாகக் கூறலாம்.

தேவேந்திரர் இயக்கங்களின் செயல்பாடுகளை நோக்கும்போது இந்து மதத்திற்கு மாற்றான மதத்தைக் கட்டமைப்பதற்கு அவை முயற்சித்திருக்கவில்லை. மாறாக, சமூக ஒடுக்குமுறையிலிருந்து விடுபட வேண்டும் என்ற நோக்கில் மதம் மாறியிருக்கின்றனர். இதுவும் தேவேந்திரர் இயக்கங்களினால் வலியுறுத்தப்பட்டிருக்கவில்லை. சமூக ஒடுக்குமுறையை அனுபவித்து உணர்ந்த தேவேந்திரர்கள் சாதி இயக்கங்களின் துணையின்றித் தன்னிச்சையாய் சில கிராமங்களில் மதம் மாறியிருக்கின்றனர். இராமநாதபுரம் மாவட்டம், ஆலபுரம் பகுதியில் பெரும் பாலான தேவேந்திரர்கள் கிறிஸ்துவ மதத்திற்கு மாறியுள்ளதாக டேவிட் மோஸ் குறிப்பிட்டுள்ளார்[21]. திருநெல்வேலி மாவட்டம் சீதைக்குறிச்சியில் 1900இல் கிறிஸ்துவ மதத்திற்கு மாறிய

---

19. Gnana Prakasam, *Social Separatism, Scheduled Castes and the Caste* ,(New Delhi: Rawat Publications, 1998).

20. G. Aloysius, *Religion as Emancipatory Identity,* (New Delhi: New Age International (P) Limited), 1997.

21. David Mosse,'Idioms of Subordination and Styles of Protest among the Christian and Hindu Harijan Castes in Tamil Nadu', *Contribution to Indian Sociology*, Vol. 28, No. 1, (1994).

தேவேந்திரர்களிடத்தில் 1940களில் மத மாற்றத்தில் மாற்றம் நிகழ்ந்திருக்கிறது. 1944இல் சீதைக்குறிச்சித் தேவேந்திரர்கள் கிறிஸ்துவத்திலிருந்து இசுலாம் மதத்திற்கு மாறியதிலிருந்து இதை அறிந்துகொள்ள முடிகிறது.[22] இதற்குப் பின்னர் 1945ஆம் ஆண்டு திருநெல்வேலி மாவட்டத்தில் சுமார் 2000 தேவேந்திரர்கள் இசுலாம் மதத்திற்கு மாறினர்.[23] கிறிஸ்துவத்திலும் சாதியம் தொடர்கிறது என்ற அவநம்பிக்கை தேவேந்திரர்களிடத்தில் உருவாகியிருக்கிறது என்றே இதிலிருந்து புரிந்துகொள்ள முடிகிறது. தலித்துகளின் மதமாற்றம் உள்ளூரளவிலேயே நிகழ்ந்திருக்கிறது. அது ஓர் இயக்கமாக உருவாகியிருக்கவில்லை என்ற ஆய்வாளர் ஒருவரின் கூற்று தேவேந்திரர்களைப் பொறுத்தமட்டிலும் சரியானதே.[24]

அற்பாயுசுத்தன்மை

பெரும்பாலான தேவேந்திரர் இயக்கங்கள் அற்பாயுசுத் தன்மை கொண்டவை. அமைப்புகள்உருவாக்கப்பட்டு, சட்டத் திட்டங்கள், நோக்கம் வகுக்கப்பட்டிருக்கும். ஆனால், அதற்குப் பின்னர் செயல்பாடில்லை. சிலவற்றில் மாநாடு நடத்தப்பட்டு தீர்மானங்கள் நிறைவேற்றப்பட்டிருக்கும். ஆனால் அமைப்பு உருவாக்கப்படாததால் செயல்பாடு இருக்கவில்லை. எனவே தோன்றியதும் மறைதல், குறுகிய காலச்செயல்பாட்டிற்குப் பின்னர் உதிர்ந்துவிடுதல் எனத் தேவேந்திரர் இயக்கங்களில் அற்பாயுசுத்தன்மையைக் காணமுடிகிறது. ஏற்றத்தாழ்வான உட்சாதி உணர்வு, வட்டார உணர்வு, நகர இடப்பெயர்வில் மந்தம், குறைவான கல்வி கற்றோர், வலுவான தலைமையின்மை– ஆகியன அற்பாயுசுத் தன்மைக்கானக் காரணங்களாகும்.

குழந்தைப்பருவம்

சமூகச் சீர்திருத்த மற்றும் புரட்சிகரக் கருத்துக்களை முன் வைத்த தலைவர்களான அம்பேத்கர், பெரியார் போன்றோருக்கும் தேவேந்திரர்களுக்கும் இடையே பெருத்த இடைவெளியை ஏற்படுத்தியதில், நிலவுடைமைக் கருத்தியல் பற்று, உட்சாதி, வட்டார உணர்வு, நகரங்களுக்கு இடம் பெயராமை, மாற்று மதம்

---

22. Emma Sandberg,'Being a Dalit Woman in Seethaikurichy:Religious Affiliations and Social Situations', in Lars Berge and Gunnel Cederlof, (eds.), *Political Visions and Social Realities in Contemporary South India,* (Sweeden: Hogskolan Dalarna), 2003.

23. Fortnightly Report, (1945), p. 83.

24. Ghanshyam Shah, *Social Movements in India: A Review of Literature,* (New Delhi: Sage, (2004).

உருவாக்காமை, அற்பாயுசுத்தன்மை போன்ற காரணிகள் முக்கியப் பங்காற்றின. அம்பேத்கர், பெரியாரின் கருத்துக்களில் பற்றற்றத் தன்மைகொண்டதால் தேவேந்திரர் இயக்கத்தைச் சமஸ்கிருத மயமாக்க இயக்கம் அல்லது இந்துத்துவ இயக்கம் என்று கூறிவிட முடியாது. எவையெல்லாம் சமஸ்கிருதமயமாக்கச் செயல்பாடுகள் என்று எம்.என். ஸ்ரீநிவாஸ் கூறுகிறாரோ அவற்றைத் தேவேந்திரர் அமைப்புகள் தங்கள் சாதியினருக்குப் பரிந்துரைக்கவில்லை. அத்தகைய செயல்பாடுகள் அம்மக்களிடத்தில் இடம்பெறவில்லை. இதிலிருந்து தேவேந்திரர்களிடத்தில் சமஸ்கிருதமயமாக்கல் செயல்பாடு நடைபெறவில்லை என்பது தெளிவு.

அமைப்பு ரீதியாய் ஒருங்கிணைதல் 1920களில்தான் தேவேந்திரர்களிடத்தில் தொடங்கியதால் அது குழந்தைப்பருவ நிலையிலேயே இருந்தது. காலனியாட்சிக் காலத்தில் பிறந்து நீண்டநாட்கள் உயிர்ப்புடன் செயல்பட்ட பெருமாள் பீற்றரின் தலைமையிலான இயக்கம் தனது மக்களை முன்னேற்றும் பணியில் ஈடுபட்டது. இதுகாலனியாட்சிக்குப் பின்னர் தேவேந்திரர்களின் உக்கிரமான போராளியான இம்மானுவேல் சேகரனை உருவாக்கியது. இந்த அமைப்பிற்கு மட்டுமே நிலைவுடைமையிலிருந்து வெளியேறுதல், நகர இடப்பெயர்வு, சாதி மறுப்புத் திருமணம் போன்ற தன்மைகள் உண்டு. ஆனாலும்கூட தேவேந்திரர் உட்சாதிப்பிரிவை ஒழிப்பதற்கான முயற்சியில் ஈடுபட்டதாகத் தெரியவில்லை. ஒட்டுமொத்தமாகத் தேவேந்திரர் அமைப்புகளை நோக்கும்போது அது காலனியாட்சிக் காலத்தில் குழந்தைப்பருவத்திலேயே இருந்தது என்று கூற முடியும்.

காலனியாட்சிக் காலத்தில் தேவேந்திரர் இயக்கங்கள் பல இருந்தபோதும் அவையனைத்தும் ஒரேவிதமான நிலைப்பாட்டை எடுக்கவில்லை. ஒவ்வொரு இயக்கமும் வெவ்வேறுவிதமான நிலைப்பாட்டைக் கொண்டிருந்தன. இதனால் அந்தந்த இயக்கங்களின் வரலாற்றை எழுதுவது கடினமான செயல்தான். காரணம் அவைகள் அற்பாயுசுத் தன்மை கொண்டவை. எனவேதான் தேவேந்திரர்களிடம் செயல்பட்ட தேவேந்திரர்களின் அனைத்து அமைப்புகளின் இலக்கு, கருத்தியல், அரசியல் நிலைப்பாடு போன்றவை குறித்துப் பொதுமைப்படுத்தி எழுதுவதற்கு இக்கட்டுரையில் முயற்சி மேற்கொள்ளப்பட்டிருக்கிறது. இதைத் தேவேந்திரர் இயக்கம் மற்றும் தேவேந்திரர் சமூகம் இரண்டிற்குமான வரலாறு என்றே கூறலாம். மேலே விவரிக்கப்பட்டிருக்கின்ற வரலாற்றிலிருந்து தேவேந்திரர் இயக்கம் இரட்டை நிலைப் பாட்டைக் கொண்டிருந்தது என்று ஒருவர் கூற முற்படலாம்.

ஆனால் அவ்வாறு கூறுவது தவறெனப்படுகிறது. தேவேந்திரர் இயக்கங்கள் பல செயல்பட்ட காரணத்தினால் அவை பல நிலைப்பாடுகளைக் கொண்டிருக்கின்றன. மேலும் அவ்வியக்கங்கள் குழந்தைப்பருவத்திலிருந்த காரணத்தினால் எவ்விதமான கருத்தியல்களும் வலுப்பெற்றிருக்கவில்லை. இதனாலேயே அவை இதர சமூகச் சீர்திருத்த மற்றும் புரட்சிகர இயக்கங்களிடமிருந்து வேறுபட்டதாகத் தெரிகின்றன. தேவேந்திரர் இயக்கம் என்ன வகையானவை? என்பதைக் காலனியாட்சிக்குப் பிந்தைய காலங்களின் செயல்பாடுகளிலிருந்து வரையறுப்பதற்கு முயற்சிக்கலாம்.

புது விசை, ஏப்ரல் – ஜூன் 2010

ஆதிதிராவிடர்: சாதியற்ற சமத்துவத்தின் அடையாளம்

ஆதிதிராவிடர் என்ற சொல்லாட்சி பறையர்களால் பறையர்களை மட்டுமே சுட்டு வதற்குத் தோற்றுவிக்கப்பட்டது என்ற வாதம் இக்கட்டுரையில் ஆய்வுக்குட்படுத்தப்படுகிறது. இச்சொல் உச்சபட்சத் தீண்டாமைக்குள்ளான பறையர், பள்ளர், சக்கிலியர் போன்ற பெயர்களால் அழைக்கப்பட்ட மக்கள் பிரிவினர் அனைவரையும் சுட்டுவதற்காகவும், தென்னிந்தியாவின் பண்டைய மக்கள் தாங்கள்தான் என அடையாளப்படுத்திக் கொள்வதற்காகவும் உருவாக்கப்பட்டிருக்கிறது. அதே நேரத்தில் ஆதிதிராவிடர் சாதிகளைக் கடந்து சாதியற்ற, சமத்துவத்தையும் ஜனநாயகத்தையும் வலியுறுத்தும் கருத்தியலாகப் பரிணமிக்க முயலும் வரலாற்றையும் நிறுவுகிறது.

சாதிப் படிநிலையைப் பிரதிபலிக்கும் பெயர்

இந்தியச் சாதியச் சமூகத்தில் பெயரில் என்ன இருக்கிறது? என்ற கேள்வியை எழுப்பினால், அம்பேத்கரிடமிருந்து பதில் கிடைக்கிறது. அவர் "பெயர்கள் முக்கியமான நோக்கத்தைக் கொண்டுள் ளன. அவை சமூகப் பொருளாதாரத்தில் மகத்தான பங்கை வகிக்கின்றன. பெயர்கள் அடையாளக் குறிகள். ஒவ்வொரு பெயரும் குறிப்பிட்ட விஷயம் பற்றிய குறிப்பிட்ட கருத்துக்களையும் எண்ணப் போக்கையும்

பிரதிநிதித்துவப்படுத்துகின்றன. அது ஒரு 'லேபிள்.' அடையாளச் சீட்டு. இந்த அடையாளச் சீட்டிலிருந்து அது என்ன? என்பதை மக்கள் தெரிந்துகொள்கிறார்கள்[1] என்று கூறுகிறார். அம்பேத்கரின் இக்கூற்று ஒருவரின் அல்லது குறிப்பிட்ட ஒரு சாதியின் சமூக, பொருளாதாரப் படிநிலையைப் பிறருக்கு எடுத்துரைக்கும் தனிச்சிறப்பைப் பெற்றிருக்கின்றன என்பதை விளக்குகின்றன. சமூகப் படிநிலையைப் பிரதிபலிக்கும் தன்மையைப் பெயர்கள் பெற்றிருக்கின்றன. இந்தியச் சமூகத்தில் பெயர் சூட்டும் நிகழ்ச்சி / தனித்த சாதிகளின் சுதந்திர உரிமைக்குட்பட்டதாக இருக்கிறதா? அல்லது புறக்கட்டுப்பாட்டுக்கு உட்பட்டதாக இருக்கிறதா? புறக்கட்டுப்பாட்டுக்கு உட்பட்டதாயிருக்கிறது என்றால் அப்புறக்கட்டுப்பாடு எது? என்ற கேள்விகள் இவ்விடத்தில் தவிர்க்க இயலாமல் எழுகின்றன.

இந்தியச்சாதிகளின் தொழில், உணவுப் பழக்கம், ஆண், பெண் உறவு எனச் சகலத்திற்கும் கறாரான சட்டங்களை வகுத்தளித்திருக்கும் மநு நால்வருணத்திற்குள்ளிருக்கும் ஒவ்வொரு பிரிவினர்க்கும் வழங்கியிருக்கும் பெயர் ஓர் அடையாளச் சீட்டு. பிராமணன் பெயர் மேன்மையைக் குறிக்கும் 'சர்மன்', க்ஷத்திரியனின் பலத்தைக் குறிக்கும் 'வர்மன்', வைசியனின் வளத்தைக் குறிக்கும் 'பூபதி', சூத்திரனின் பணிவிடையைக் குறிக்கும் 'தாசன்'[2] என்ற பெயர்ப் பிரிவினையைச் சொல்கிறது மநுவின் சட்டம். பெயரிடுதல் மநு என்ற புறக்கட்டுப்பாட்டுக்கு உட்பட்டதாயிருந்திருக்கிறது என்பதைத் தெளிவுபடுத்துகிறது. நால்வருண அமைப்பில் இடம் பெறாத மக்கட் பிரிவினருக்கு இந்த அடையாளச் சீட்டைச் சூட்டிக்கொள்ள உரிமை மறுக்கப்பட்டது. சாதியமைப்புக்குப் புறத்தேயுள்ளோர், பறையர், பஞ்சமர், தீண்டத்தகாதோர், ஹரிஜன் போன்ற பெயர்களால் அழைக்கப்பட்டனர். தீண்டத்தகாதோர் என்ற பெயர் குறித்து அம்பேத்கர்,'தீண்டப்படாதவர்' என்ற பெயர் நல்ல பெயர் அன்று. அது அருவருப்பூட்டுகிறது; பயமுறுத்துகிறது; முடைநாற்றம் வீசுகிறது'[3] என்றார். 'தீண்டப்படாதவர்' என்ற பெயரிலிருந்தே தீண்டப்படாதவர் குறித்து இந்துவின் சமூக அணுகுமுறை தீர்மானிக்கப்பட்டுவிடுகிறது. 'தீண்டப்படாதவர்' எவ்வளவு தகுதி பெற்றிருந்த போதிலும், மக்கள் அவரின் தனிப்பட்ட தகுதிகள் குறித்து ஆராய விரும்புவதில்லை. இதையொத்த கருத்தொன்று மகாத்மா காந்தியால் பரவலாக்கப்பட்ட ஹரிஜன்

---

1. *அம்பேத்கர் பேச்சும் எழுத்தும்* – தொகுதி 10, (புது தில்லி: டாக்டர் அம்பேத்கர் பவுண்டேஷன், 1997) , ப. 467.
2. *சீதாராம், திருலோக, மனுதர்ம சாஸ்திரம்,* (சென்னை: அலைகள், 2000: 14.
3. *அம்பேத்கர் பேச்சும் எழுத்தும்,* (1997: 467).

என்ற பெயர் மீதும் எழுப்பப்பட்டது. பெயரில் என்ன இருக்கிறது? என்று தலைப்பிட்டு பெயர் குறிப்பிடப்படாத வாசகர் ஒருவர் மகாத்மா காந்தியிடம் கேள்வி எழுப்பினார். அதற்கு ஹரிஜன் பெயர் எவ்வளவு புனிதமாக இருந்தாலும் சரி, அது யாரைக் குறிக்கிறதோ? அவர்கள் மனத்தில் தாங்கள் தாழ்ந்தவர்கள் என்ற எண்ணத்தை அப்பெயர் புகுத்திவிடுகிறதென்று நான் நினைக்கிறேன். அவர்கள் எவ்வளவு முன்னேற்றமடைந்தாலும், ஹரிஜன் என்ற பெயராலேயே அழைப்பதாயிருந்தால், அத்தகைய எண்ணத்தை அவர்கள் மனத்திலிருந்து அகற்றுவது மிகவும் கடினமாக இருக்கும். ஹரிஜன் என்றவுடனே, தீண்டாமை, தாழ்த்தப்பட்டவர் என்பவைதான் பாமர மக்களுக்குப்படும். இத்தகைய எண்ணத்தைப் புகுத்தாமலும், எடுத்தவுடனே தாழ்த்தப்பட்ட நிலையைக் குறிக்காமலும் உள்ள ஒரு பெயரை உபயோகிப்பது நல்லதல்லவா? மற்ற வகுப்பினரையும் தழுவக்கூடிய ஒரு பெயரை உபயோகிப்பது உசிதமல்லவா?"[4] என்றார் காந்தி.

இந்தியச் சாதி அமைப்பில் ஒரு தனிநபர் சாதியின் படிநிலை, சமூகத்தில் வழங்கப்பட்டிருக்கும் உரிமை, பணி போன்றவற்றைக் கண்டறிவதற்கும், ஒருவர் சாதி வட்டத்திற்குள் இணைத்துக்கொள்ளப்படுவதற்கும் ஒதுக்கப்படுவதற்கும் பெயர் ஒன்றே போதுமானதாக இருந்து வருகிறது. உச்சபட்சத் தீண்டாமைக் கொடுமைக்குள்ளாக்கப்பட்ட மக்கள் காலனிய ஆட்சிக் காலத்தில் தங்களைச் சமூக ஒடுக்குமுறையிலிருந்து விடுவித்துக் கொள்வதற்காகப் போராடியபோது, பிறரால் வழங்கப்பட்ட பெயர்கள் அவர்களின் சமூக முன்னேற்றத்தில் இடர்ப்பாடுகளை ஏற்படுத்துகின்றன என்பதை உணர்ந்திருக்கின்றனர். இப்பெயர் மாற்றப்பட்டாலொழிய சமூக அந்தஸ்தில் அவர்கள் உயர்வதற்கான சாத்தியப்பாடே இல்லை என்கிறார் அம்பேத்கர்.[5] மானிடவியல் அறிஞர் ராபர்ட் டெலீஜ், "சமூக ஒழுங்கில் முன்னேற விரும்பும் ஒரு சாதி தனது இலக்குகளையும் உரிமை கொண்டாடுதலையும் பிரதிபலிக்கும் பெயரைக் கைக்கொள்வது இயல்பானது"[6] என்கிறார். பெயர் எவ்வாறு இருக்க வேண்டும்? என்பது குறித்து விவாதிப்பதும், புதிய பெயரைச் சூட்டிக்கொள்வதும் இருக்கின்ற பெயரை மாற்றுவதும் சமூக இயக்க நிகழ்ச்சிநிரலில் தவிர்க்க இயலாததாகிவிடுகிறது.

---

4. *தமிழ் ஹரிஜன்*, தொகுதி 14, (ஏப்ரல்: 1946, 5).
5. *அம்பேத்கர் பேச்சும் எழுத்தும்,* (1997: 468).
6. Deliege, Robert. *The World of Untouchables: Paraiyars of Tamil Nadu,* (Delhi: Oxford University Press, 1997), p. 123.

தமிழ்ச் சமூகத்தில் நால்வருணம் இல்லாதிருந்த போதும் கூட கம்மாளர்[7] இடையர்[8] போன்ற சாதிகள் தங்கள் சாதிப் பெயரை விஸ்வபிராம்மணன், யாதவ் என்று மாற்றிக்கொண்டனர். தீண்டத்தகாதோர், பஞ்சமர், பறையர், சாதிக்குப் புறத்தேயுள்ளோர் என அழைக்கப்பட்ட மக்கள், தங்கள் மீதான தீண்டாமை ஒடுக்குமுறைக்கெதிராகக் காலனிய ஆட்சிக்காலத்தில் ஆதி-இந்து[9], ஆதி-தம்[10], ஆதிதிராவிடர் போன்ற பெயர்களில் தங்களை அடையாளப்படுத்திக் கொண்டனர். மண்ணின் மைந்தர்கள், ஆரியருக்கு முற்பட்டோர் என்ற உரிமையைக் கொண்டாட இவர்கள் ஆதி என்ற சொல்லாட்சியைப் பயன்படுத்தினர்.[11] பெயர் மாற்றத்தில் ஈடுபட்ட முன்னவர்கள் திராவிடர்களாகவே இருந்தபோதிலும், பார்ப்பனமயமாக்கலை முன்னெடுத்தனர். ஆனால், பின்னவர்கள் அதற்கு நேரெதிராகத் திராவிடத்தைக் கைக்கொண்டனர்.

பிளவுபடுதலுக்கு இரையாக்கப்பட்ட ஆதிதிராவிடர்

காலனிய ஆட்சிக்குப் பின்னர், சமூக, பொருளாதார, அரசியல் தளங்களில் ஆதிக்கத்தை நிலைநாட்டிக் கொள்வதற்காகச் சாதி இந்துக்கள் உட்சாதிப் பிரிவுகளை ஒதுக்கித் தள்ளிவிட்டு, தனித்த பெரும் சாதியாகத் தங்களை மாற்றிக்கொள்ளும் சாதி அரசியலை மேற்கொண்டு வருகின்றனர். அதே சமயம், அனைத்துச் சாதி இந்துக்களும் அடித்தட்டு மக்களுக்கு எதிராக ஒன்றிணைந்து கொள்கின்றனர். இவ்விணைவிற்கான வெளிப்படையான அல்லது ரகசியமான உரையாடல் எப்போதுமே அவர்களிடமிருந்து வருகிறது. உச்சபட்சத் தீண்டாமைக்குள்ளான தாழ்த்தப்பட்ட மக்கள் மீது காலனிய ஆட்சிக்குப் பின்னர் சாதி இந்துக்களால் நடத்தப்பட்டுவரும் வன்முறைகளே இதற்குச் சாட்சி. 'ஒன்றிணைதல்' சாதி இந்துக்களின் அரசியலாக இருந்துவரும் சூழலில், வெளிப்படையாகவே பகையுணர்வுடன் 'பிளவுபடுதல்' தாழ்த்தப்பட்ட மக்களின் சமகால அரசியலாக இருந்து வருகிறது. ஆதிதிராவிடர் என்ற பெயருக்கெதிராக அருந்ததியர், ம(ப)ள்ளர் இயக்கங்களின் போராட்டங்கள் பிளவுபடுதல் அரசியலில்

---

7. G.O. No. 1802, Law (General), (20 April 1931).

8. *யாதவமித்ரன்*, (மே-ஜூன், 1930).

9. Gooptu, *Nandini Swami Acchutanand and the Adi Hindu Movement,* (New Delhi, Critical quest, 2006).

10. Ram, Ronk. 'Untouchability, Dalit Consciousness and the Ad Dharm Movement in Punjab', *Contributions to Indian Sociology*, Vol. 38, No. 3, (2004).

11. Omvedt, Gail. 'The Anti-Caste Movement and the Discourse of Power', *Race and Class*, Vol. 33.

முதன்மை பாத்திரம் வகித்து வருகின்றன. உண்மையில், ஆதிதிராவிடர் என்ற சொல்லாட்சி சமீப காலமாகப் பிளவுபடுதல் அரசியலின் முதன்மையான இரையாகிப் போனது என்றால் அது மிகை மதிப்பீடு அல்ல. பஞ்சமர், பறையர் ஆகிய பெயர்களுக்கு மாற்றாக ஆதிதிராவிடர் என்ற சொல்லாட்சியை அறிவித்திருந்த போதிலும் அது 'பறையர்' சாதிக்கு மட்டுமே உரியது; அது எங்களுக்குரியது அல்ல என்று ம(ப)ள்ளர் மற்றும் அருந்ததியர் இயக்கங்கள் போராடி வருகின்றன. தமிழ்நாடு தேவேந்திரகுல வேளாளர் சங்கம் 'அரிஜன்' என்ற பெயரை மீண்டும் அமல் படுத்த வேண்டுமென உச்ச நீதிமன்றத்தில் 1980களில் வழக்குத் தொடர்ந்தது.[12] சுயசாதி அரசியல் வலுப்பெற்றிருக்கும் இக் காலத்தில் அட்டவணைச் சாதியினரை ஆதிதிராவிடர் என்றழைக்க வேண்டுமென்ற அரசாணை[13] தமிழக அரசால் தற்போது வெளியிடப்பட்டிருப்பது போராட்டத்தை மேலும் தூண்டியிருக்கிறது.[14]

'ஆதிதிராவிடர்' என்னும் சொல்லாட்சி பறையரை மட்டுமே குறிக்கிறது. அது பறையர்களால் முன்மொழியப்பட்டு நடைமுறைப் பயன்பாட்டிற்குக் கொண்டுவரப்பட்டது என்பது அப்பெயரை எதிர்ப்பவர்களின் வாதம். **'Shedule Caste'** என்ற ஆங்கிலச் சொல்லாட்சியை அட்டவணைச் சாதியினர் என்று மொழிபெயர்ப்பு செய்வதற்குப் பதிலாக ஆதிதிராவிடர் என்று மாற்றப்பட வேண்டும் என்பது அவர்களின் கோரிக்கை. எனவே, இக்கட்டுரை காலனிய ஆட்சியாளர்கள் பஞ்சமர், பறையர் என்ற பெயர்களை எந்த மக்கட் பிரிவினரைச் சுட்டுவதற்காகக் கையாண்டனர்? சென்னை மாகாண அவையில் முன்மொழியப்பட்ட ஆதிதிராவிடர் என்னும் பெயர், பறையருக்கு மட்டுமான மாற்றுப் பெயரா? அல்லது பறையரைப் போல் ஒடுக்குமுறைக்குள்ளான அனைத்து மக்கட் பிரிவினரையும் சுட்டுவதற்காக முன்மொழியப்பட்டதா? ஆதிதிராவிடர் என்னும் சொல்லாட்சி அடையாளப் பெயராக மட்டுமே முன்மொழியப்பட்டதா? அல்லது ஆரியர்களுக்கு (பிராமணர்) முற்பட்டோர், சாதியற்றோர் என வரலாற்றையும், கருத்தியலையும் பிரதிபலிக்கும் நோக்கத்துடன் அப்பெயர் முன்னிறுத்தப்பட்டதா? என்பனவற்றை விவாதிக்கலாம்.

---

12. தமிழ்நாடு தேவேந்திரகுல வேளாளர் சங்கம், திருச்சிராப்பள்ளி, வெளியிட்ட துண்டறிக்கை. இது வெளியிடப்பட்ட தேதி அச்சிடப்பட்டிருக்கவில்லை.

13. எண். 13/ஆர்டி–அநும 1/07–1, (07 பிப்ரவரி 2007).

14. *தினமணி*, (17 நவம்பர் 2007), ப. 5; *தினகரன்*, (19 நவம்பர் 2007), ப. 4.

பஞ்சமர், பறையர் சுட்டுவது யாரை?

ஆதிதிராவிடர் பெயர் எதிர்ப்பாளர்கள் மட்டுமின்றி பறையருக்கான மாற்றுப் பெயரே ஆதிதிராவிடர் என்று பொதுப்புத்தியும் கருதுகிறது. இக்கருத்தை உறுதிசெய்வதற்குக் காட்டப்பட்டுவரும் ஒரேயொரு ஆதாரமான அரசாணை எண். 817 அறிவிப்பதானது: 1. தென்னிந்தியாவிலுள்ள பண்டைய திராவிட சமூகத்தைக் குறிக்கப் பயன்படுத்தப்படும் சொற்களான 'பஞ்சமா' அல்லது 'பறையா' அரசு ஆவணங்களிலிருந்து நீக்கப்பட வேண்டும். அதற்குப் பதிலாக தமிழகத்தில் ஆதிதிராவிடர் என்றும், தெலுங்கு மாவட்டங்களில் ஆதி–ஆந்திரா என்ற சொற்களும் பயன்படுத்தப்பட வேண்டும். ***(That this Council recommends to the Government that the terms 'Panchama' or 'Paraya' used to designate the ancient Dravidian community in Southern India should be deleted from Government records, etc., and the term 'Adi-dravida' in the Tamil and 'Adi-andhra' in the Telegu districtse substituted instead).*** 2. அரசாங்கத்திற்கு 'ஆதிதிராவிட', 'ஆதி–ஆந்திரர்' என்றழைப்பதில் எதிர்ப்பு இல்லை. ஆனால், பழைய அரசு ஆவணங்களை மறுபதிப்புச் செய்ய இயலாது. பஞ்சமர், பறையர் ஆகிய சொற்களுக்குப் பதில் ஆதிதிராவிடர், ஆதி–ஆந்திரர் மற்றும் திராவிட என்ற பெயர்கள் பயன்படுத்தப்படும்.

மேற்குறிப்பிடப்பட்ட அரசாணை, 'தென்னிந்தியாவிலுள்ள பண்டைய திராவிட சமூகத்தை'க் குறிப்பதற்குப் பஞ்சமர், பறையர் ஆகிய பெயர்கள் பயன்படுத்தப்படுவதாகக் கூறுகிறது; மாறாக 'பறையர்' என்றழைக்கப்படும் பிரிவினரையோ அல்லது 'அவர்களை மட்டுமே' குறிப்பதற்காகவோ அல்ல என்பது தெளிவு. இருப்பினும் அது பறையரை மட்டுமே குறிக்கப் பயன்படுத்தப்பட்டது என்ற வாதம் முன்வைக்கப்பட்டு வருகிறது. இந்தியாவில் காலனிய ஆட்சியாளர்கள் தங்கள் ஆட்சியின் நிர்வாகத் தேவைக்குச் சாதிகளைக் கணக்கெடுத்தபோது நால்வருணத்திற்குள்ளே இருந்தோரைக் குறிப்பிட்ட பெயரில் பதிவு செய்வதில் சிக்கல் எழுந்திருக்கவில்லை. இவர்கள் எவ்வாறு அழைக்கப்பட வேண்டும் என்று மறு வரையறை செய்திருப்பது இச்சிக்கலற்ற தன்மைக்குக் காரணம். ஆனால், நால்வருணத்திற்கு வெளியே, உச்சபட்சத் தீண்டாமைக் கொடுமையை அனுபவித்து வந்த மக்களை என்ன பெயரில் அழைப்பது? என்ற சிக்கல் காலனிய ஆட்சியாளர்களின் முன்னெழுந்தது.

அவர்கள் இம்மக்களைப் 'பறையா', "சாதிக்கு வெளியே யுள்ளோர்" என்றே அழைத்தனர்.[15] 1871ஆண்டு மக்கள் தொகைக்

15. Charsley, Simon. "Untouchable": What is in a Name?', *The Journal of the Royal Anthropological Institute*, Vol. 2, No. 1, (March: 1996:5).

கணக்கெடுப்பில் – பறையா, பள்ளன் சக்லெர் (சக்கிலியர்) மற்றும் தோட்டி போன்றோர் பறையாஸ் *(Pariahs)* என்பதின் உட்பிரிவு– என்றே ஆங்கிலேயர்கள் கருதியுள்ளனர்.[16] 1881ஆம் ஆண்டு மக்கள்தொகைக் கணக்கெடுப்பின்போதும் “பறையா” என்றே பள்ளர் மற்றும் சக்கிலியர் வகைப்படுத்தப்பட்டனர். இது தவறு. அவர்கள் பறையரிலிருந்து வேறுபட்ட பிரிவினர் என்றும் அவர்களை தனித்தனியே வகைப்படுத்த வேண்டும் என்றும் உணர்ந்தனர்.[17]

1891 ஆண்டுக் கணக்கெடுப்பில் பள்ளர்கள் உட்பிரிவு வாரியாகக் கணக்கெடுக்கப்பட்டிருக்கின்றனர்.[18] “பஞ்சமா” என்ற பெயர் 1893இல் பயன்படுத்தப்பட்டுள்ளது.[19] இது பறையர், சக்கிலியர், குறவர், வில்லியர் போன்றோரைக் குறிக்கப் பயன்படுத்தப்பட்டிருக்கிறது.[20] கர்நாடகாவைச் சேர்ந்த ஹோலியர்கள் தங்களுக்குப் பஞ்சமர் என்ற பெயரை வழங்கியதற்காகச் சென்னை அரசாங்கத்திற்கு நன்றி செலுத்தி யிருப்பதை இதற்கான எடுத்துக்காட்டாகக் கொள்ளலாம்.[21] 1901, 1911 மற்றும் 1921 ஆகிய கணக்கெடுப்புகளில் பறையன், பள்ளன், சக்கிலியன் என்று தனித்தனியே கணக்கெடுக்கப்பட்டிருக்கின்றன. இருப்பினும், பறையா என்ற சொல்லைப் ‘பறையன்’ என்ற பிரிவினரையும் இதர ஒடுக்கப்பட்ட மக்கள் பிரிவினரையும் சுட்டுவதற்குப் பயன்படுத்துவதாக 1930களிலும் அவர்கள் கூறியிருக்கின்றனர்.[22] ஆதிதிராவிடர் என்ற மாற்றுப் பெயர் அரசு ஆவணங்களில் பயன்படுத்தப்பட வேண்டுமென்ற அரசாணை அமலுக்கு வந்த பின்னர் 1931ஆம் ஆண்டு கணக்கெடுப்பில் ஆதிதிராவிடர், அருந்ததியர், சக்கிலியன், தேவேந்திரகுலத்தான், குடும்பன், மாதாரி, மாதிகர், மாலா, பள்ளன், பறையன் என்ற பெயர்களிலும் அம்மக்கள் பதிவு செய்யப்பட்டிக்கின்றனர்.[23] மேற்காட்டப்பட்ட ஆதாரங்கள் பஞ்சமர், பறையர் ஆகிய சொல்லாட்சிகளைக் காலனிய ஆட்சியாளர்கள் பறையரை

---

16. Census of Madras Presidency 1871, Vol. 1, (Madras: 1874: 170).
17. Nicholson, F.A. *Manual of the Coimbatore district in the Presidency of Madras,* (Madras: Government Press, 1887).
18. Stuart, Harold A. Census of India 1891, Vol. XIII, p. 247.
19. Charsley, Simon. ‘Untouchable”: What is in a Name?’, P. 5.
20. Aloysius, G. *Religion as Emancipatory Identity: A Buddhist Movement Among the Tamils Under Colonialism,* (New Delhi: New Age, 1998).
21. Census of India, (1931: 342), Vol. XIV, Part. I.
22. G.O. No. 4554, Law (General), (09 August 1930).
23. Census of India, (1931), Vol. XIV, Part. II.

மட்டுமின்றித் தீண்டாமைக் கொடுமைக்குள்ளான இதர மக்களையும் குறிப்பதற்குப் பயன்படுத்தியிருக்கின்றனர் என்பதை உறுதி செய்கிறது. ஆகவே, ஆதிதிராவிடர் என்ற சொல்லாட்சி பறையருக்கு மட்டுமான மாற்றுப் பெயரல்ல. இருப்பினும், ஆதிதிராவிடர் என்ற பெயர் அமலுக்கு வந்ததற்கான சுருக்கமான போராட்ட வரலாற்றுடனும், அப்பெயரை மையப்படுத்தி நடைபெற்ற விவாதத்தின் ஊடாகவும் அப்பெயர் பறையருக்கு மட்டுமானதா? என்பதைக் காண்பது இங்கு அவசியமாயிருக்கிறது.

ஆதிதிராவிடர்: 30 ஆண்டுப் போராட்டம்

பஞ்சமர், பறையர் ஆகிய பெயர்கள் நீக்கப்பட்டு ஆதி திராவிடர் என்று மாற்றம் செய்வதற்கான போராட்டம் 1892ஆம் ஆண்டு முதலே நடைபெறத் தொடங்கியிருக்கிறது. பி.வி. சுப்ரமண்யம் பிள்ளை, வி. முகுந்து பிள்ளை, முனுசாமி பிள்ளை, ராஜரத்னம் பிள்ளை, சண்முகம் பிள்ளை, ஓங்காரம், முத்துகிருஷ்ண பிள்ளை, திருப்புகழ் அம்மாள், வேணுகோபால் பிள்ளை, வாசுதேவ பிள்ளை மற்றும் எம்.சி. ராஜா ஆகியோர் மாண்றேகு செம்ஸ்ஃபோர்டை சந்தித்துப் பெயர் மாற்றக் கோரிக்கையை முன்வைத்தனர். ஜனவரி 1922ஆம் ஆண்டில் 50,000 பேர் பங்கேற்ற பேரணி நடத்தப்பட்டது. சென்னை மாகாண அவை உறுப்பினர் வீரையன் கோயம்புத்தூரில் பல போராட்டங்களை நடத்தியுள்ளார்.

மாநாடுகளும் கூட்டங்களும், தஞ்சாவூர், மலபார், திண்டுக்கல், செங்கற்பட்டு, வட மற்றும் தென் ஆற்காடு, திருச்சிராப்பள்ளி, சேலம், கோயம்புத்தூர், நீலகிரி, மதுரை, திருநெல்வேலி, பெங்களூர், மைசூர் ஆகிய இடங்களில் நடத்தப்பட்டன. இது, ஆதிதிராவிடர் பெயருக்கான போராட்டம் அன்றைய சென்னை மாகாணத்தையும் கடந்து நடந்திருக்கிறது என்பதைக் காட்டுகிறது. அச்சிடப்பட்ட துண்டறிக்கைகளும் இதற்கென வெளியிடப்பட்டன. சுமார் 30 ஆண்டுகள் போராட்டத்திற்குப் பின்னர் இறுதியாக, அரசாணை 817க்கான தீர்மானத்தைச் சென்னை மாகாண அவையில் எம்.சி.ராஜா 20 ஜனவரி 1922 அன்று முன்மொழிந்தார்.[24] உண்மையில், ஆதிதிராவிடர் சொல்லாட்சிக்கான போராட்டத்தில் பறையர் என்றழைக்கப்படும் மக்கள் அதிகம் பங்கேற்றிருக்கலாம். அவ்வாறென்றால் பறையருக்கு மட்டுமானதுதானே 'ஆதி திராவிடர்' என்று வாதிடலாம். இவ்வாதத்திற்கான எதிர் கேள்வி: ஆதிதிராவிடர் என்ற பெயரைப் பறையர்கள் தங்களுக்கு மட்டுமே உரியதென உரிமை கோரினரா? என்பதாகும். இச்சிக்கலுக்கான

---

24. *MLCD*, (20 January 1922).

தீர்வுக்குச் சென்னை மாகாண அவையில் ஆதிதிராவிடர் பெயர் மாற்றத்தை முன்வைத்தவர்களின் விவாதத்தைக் காணவேண்டும்.

ஆதிதிராவிடர்: சாதியற்றோரின் குறியீடு

பெயர் மாற்றத்திற்காக எம்.சி. ராஜா முன்வைத்த காரணங்கள்: நாங்கள் நீண்டகாலமாகப் 'பறையா' என்று அழைக்கப்படுகிறோம். இப்பெயரின் தோற்றம் என்னவாக இருந்தபோதிலும் மகிழ்ச்சியற்ற, புனிதத்திற்கும் மரியாதைக்கும் எதிரானவற்றை இது வெளிப்படுத்துகிறது. சுயமரியாதைக்கான எண்ணம் எழுந்தபோது நாங்கள் இப்பெயரை எதிர்த்து நல்ல பெயருக்காகப் போராடினோம். எங்கள் மீது அக்கறை கொண்ட சில இந்துக்கள் பஞ்சமர் என்ற பெயரைப் பரிந்துரைத்தபோது பறையருக்குப் பதிலாக அதை ஏற்றுக்கொண்டோம். எங்கள் சுயமரியாதை அதிகரித்தபோது, பஞ்சமர் என்ற பெயரின் ஆபத்தையும் உணர்ந்தோம். சாதியை நிராகரிக்கும் – எங்களின் இனத்தையும் தோற்றத்தையும் புவியியல் நிலையையும் தெரிவிக்கும் – ஒரு பெயரே எங்களுக்கு வேண்டும். இம்மண்ணின் உண்மையான மைந்தர்கள் நாங்களே. எங்களை நாங்கள் ஒருபோதும் சாதியோடு இணைத்துக் கொண்ட தில்லை. எங்களின் சங்கத்தைச் சிலர் பறைய மகாஜன சபா என்று அழைக்க நினைத்தபோது 'ஆதிதிராவிட சபா' என்று அழைக்க நாங்கள் தீர்மானித்தோம். ஆதிதிராவிடர்கள் (Adi-Dravidas) அல்லது உண்மையான திராவிடர்கள் (Original Dravidas) என்று அரசாங்கத்தின் அனைத்து ஆவணங்களிலும் பதிவு செய்வது எங்களுடைய சமூகம் மரியாதை பெறுவதற்கு உதவும்; இது எங்களைத் திராவிடர்களான, பார்ப்பனரல்லாத இந்துக்களுக்கு இணையாக நிறுத்தும்.[25]

எம்.சி. ராஜாவின் உரை, ஆதிதிராவிடர் என்ற பெயர் பறையர்களைச் சுட்டுவதற்கு முன்மொழியப்பட்டதாகவே கொள்வோம். சாதியைப் புறக்கணிப்பவர்களாகத் தங்களை முன்னிறுத்தியிருந்த அவர்கள் ஆதிதிராவிடர் என்ற பெயரைப் பறையர்களுக்கு மட்டுமென்று சுருக்கிக் கொண்டார்களா? அல்லது தங்களையொத்த ஒடுக்குமுறையை அனுபவித்து வந்த இதர சாதியினருக்கும் விரித்துக்கொண்டனரா? இவ்விடத்தில் பெயர் மாற்றத்திற்கான விவாதத்தில் பங்கேற்ற எஸ்.சோமசுந்தரம் பிள்ளை முன்வைத்த கருத்துக்கள் கவனிக்கத்தக்கவை. ஆதிதிராவிடர் என்ற சொல் தென்னிந்தியாவின் பண்டைய மக்கள் என்ற பொருளைத் தருகிறது. 'பறையர்' என்ற வார்த்தை மரியாதைக்குரிய

---

25. மேலது.

பொருளைப் பெற்றிருந்தது. 'பறையர்' என்பதன் பொருள் அரசனின் ஆணைக்கிணங்க போர் அறிவிப்பு செய்பவன். எதிரிகளால் எங்கள் நாடு பிடிக்கப் பட்டபோது நாங்கள் வறுமைக்குள்ளானோம்; பெயரும் திரிபுக்குள்ளாகி மதிப்பற்றதாக்கப்பட்டது. அனைத்து மக்களுக்கும் ஜனநாயகத்தையும் சமத்துவத்தையும் வலியுறுத்தும் ஆதிதிராவிட மக்கள், பறையர் என்ற பெயர் நீக்கப்பட வேண்டும் என விரும்புகின்றனர். ஆனால், ஆதி–ஆந்திரர் என்ன பொருளைத் தருகிறது என்பதை என்னால் புரிந்துகொள்ள முடியவில்லை. சிலர் ஆதி–மலையாளி, ஆதி–கர்நாடகா என்று அழைக்கப்படுவதை விரும்பலாம். இவையனைத்தும் திராவிட மொழிகளே.[26] ஆதிதிராவிடர் என்ற அழைக்கிறபோது அது தெலுங்கு, மலையாளி, கர்நாடகம், தமிழ் ஆகியவற்றுக்கும் பொருந்தும்.

சோமசுந்தரபிள்ளையின் உரை இரண்டு முரணற்ற பொருளைத் தருகிறது: 1. பறையர் ஆதிதிராவிடர் என்றழைக்கப் பட வேண்டும். 2. ஆதிதிராவிடரென்றால் தமிழ், மலையாளம், தெலுங்கு, கன்னட மக்களையும் குறிக்கும். இவ்விருவர் உரையும் தரும் தீர்க்கமான பதில்: ஆதிதிராவிடர் என்ற பெயர் பிறரால் சூட்டப்படாமல் அம்மக்களாகவே தாங்கள்தான் பண்டைய திராவிடர்கள் என்ற வரலாற்று உணர்வு நிலையோடு தெரிவு செய்து கொண்ட பெயர். பறையாவுக்கு அல்லது பறையர்களுக்கு என்று மட்டுமல்லாமல் தங்களைப் போல் ஒடுக்குமுறைக்குள்ளாகும் திராவிட மொழிகளான தெலுங்கு, மலையாளம், கன்னடம் பேசும் மக்களுக்கும் அப்பெயர் வேண்டும் என்பதுதான். எனவே, ஆதிதிராவிடர் என்ற பெயர் பறையர்களுக்கு மட்டுமல்ல என்பதை அறுதியிட்டுக் கூறலாம்.

இம்முடிவு உதாசீனம் செய்யப்படுவதற்கான வாய்ப்பு இருக்கிறது. இப்பெயரை எதிர்ப்பவர்கள் தங்களுடைய சாதிப் பெயர் அந்த அரசாணையில் குறிப்பிடப்படவில்லை என்று வாதிடலாம். எனவே, ஆதிதிராவிடர் என்ற பெயர் பறையருக்கு மட்டுமல்ல என்ற வாதத்தை நிரூபிப்பதற்குத் தேவையான ஆதாரத்தை முன்வைப்போம். ஆர். வீரையன், சென்னை மாகாண அவைச் செயலாளருக்கு 1924 ஆகஸ்டு 29 அன்று அனுப்பிய கடிதத்தில் 'பறையர், பள்ளர், சக்கிலியர், தொம்பர் போன்ற பெயர்கள் பொது ஆவணங்களில் இடம் பெறக்கூடாது' என்று எழுதினார். அவற்றிற்குப் பதிலாக ஆதிதிராவிடர் மற்றும் ஆதி–ஆந்திரா ஆகிய பெயர்கள்தாம் இடம்பெற வேண்டும் என்பது குறித்துத் தீர்மானம் சென்னை மாகாண அவைக்

26. மேலது.

கூட்டத்தில் விவாதிக்கப்பட வேண்டும். ஏற்றுக்கொள்ளப்பட்ட இத்தீர்மானம் ஏற்கனவே அமல்படுத்தப்பட்ட சட்ட எண். 817 (பொது 25 மார்ச் 1922) என்ற அரசு ஆணையோடு இணைத்து அமல்படுத்தப்பட்டது (அரசாணை எண். 3571). இவ்வாணை, ஆதிதிராவிடர் என்ற பெயர் பறையருக்கு மட்டுமல்லாது பள்ளர், சக்கிலியர், மாதிகர் மற்றும் தொம்பர் போன்ற சாதிகளுக்கும் உரியது என்பதை உறுதிசெய்கிறது. கேரளாவில் தீண்டாமைக் கொடுமைக்குள்ளான செருமர்கள் (புலையர்) உட்பட இதர மக்கள் தங்களை ஆதிதிராவிடர் என்று அழைக்கத் தொடங்கினர் என்பதும் இவ்விடத்தில் கவனிக்கப்பட வேண்டும்.[27] ஆதிதிராவிடர் என்ற சொல்லாட்சி குறிப்பிட்ட ஒரு சாதிக்குக் குறிப்பாக அப்பெயரைப் பல போராட்டங்களுக்கிடையே அமலுக்கு கொண்டுவந்த பறையர்களுக்கு மட்டுமின்றி, உச்சபட்ச தீண்டாமைக் கொடுமைக்குள்ளான மக்களுக்கும் விரித்துக் கொண்டு செல்லப்பட்டிருக்கிறது.

இச்செயல், ஆதிதிராவிடர் என்ற சொல்லாக்கம் 'பெயர்' என்ற தன்மையைக் கடந்து ஒதுக்குமுறைக்குள்ளான தென்னிந்தியாவின் பண்டைய குடிகள் என்ற வரலாற்றை உரிமை கொண்டாடியுள்ளது. திராவிட மொழிக்குடும்பம் என்ற அடையாளத்துக்குள் திரளுவதற்கு முயன்றிருக்கிறது. சமத்துவம் மற்றும் ஜனநாயகத்தை வலியுறுத்தும் சாதியற்றோராக விரிந்திருப்பதானது ஆதிதிராவிடர் என்ற சொல்லாக்கம் கருத்தியல் தளத்திற்குள்ளும் சென்றிருக்கிறது என்பது தெளிவு. எனவே, ஆதிதிராவிடர் என்ற சொல்லாட்சி பறையர்களுக்கு மட்டுமே உரியது அல்ல, அது பறையர்களால் முன்மொழியப்பட்ட போதிலும்கூட. இதை வேறுவார்த்தையிலும் கூறலாம்: ஆதிதிராவிடர் என்ற சொல்லாட்சி தங்களுக்கு மட்டுமானது என்று ஒருபோதும் பறையர்கள் உரிமை கொண்டாட இயலாது. அதே சமயத்தில், அதைப் பறையர்களுக்கு மட்டுமேயானது என பிறரும் வாதிட இயலாது. காரணம், சமத்துவத்திற்கான ஒரு கருத்தியல், ஒருபோதும் ஒரு சாதிக்கு மட்டுமே உரியதாக இருக்க முடியாது. அக்கருத்தியல் குறிப்பிட்ட ஒரு சாதியினரால் உற்பத்தி செய்யப்பட்ட போதிலும்கூட.

பறையர், பள்ளர், சக்கிலியர்:
இழிபெயர்களுக்கெதிரான போராட்டம்

தங்களால் இழிபெயர்கள் எனக் கருதப்பட்டவற்றை யார் பயன்படுத்தினாலும் அதை எதிர்த்துப் போராட்டங்கள்

---

27. Census of India, (1931), P. 335.

நடைபெற்றிருக்கின்றன. பறையர் என்ற சொல்லைப் பயன் படுத்துபவர்களை எதிர்த்து வழக்கும் தொடரப்பட்டிருக்கிறது.[28] கட்டுரையில் குறிப்பிட்டுள்ள அரசாணை அமலுக்கு வந்த பின்னர், அரசு ஆவணங்களில் பறையர், பள்ளர், சக்கிலியர், மாதிகர் மற்றும் தொம்பர் போன்ற பெயர்கள் இடம்பெற்றிருப்பதை எதிர்த்து சென்னை மாகாண அவைக்குள் குரலெழுப்பப்பட்டிருக்கிறது. சில எடுத்துக்காட்டுக்கள்: 1. நீதிமன்ற அழைப்புக் கட்டளை மற்றும் நீதிமன்ற விசாரணையின்போது பறையன் என்ற பெயர் குறிப்பிடப்படுவதைச் சென்னை மாகாண அவையில் வீரையன் எதிர்த்தார். அவ்வாறு குறிப்பிடுவது தவறென்று கூறிய சட்ட உறுப்பினர்[29] அதன் மீது நடவடிக்கை எடுப்பதாகக் கூறினார்.[30] 2. மேட்டுப்பாளைய ஒன்றிய வாரியம் நாகன் என்பவருக்குக் கொடுத்த அறிக்கையொன்றில் "சக்கிலியன்" என்று குறிப்பிட்டிருந்ததைச் சுட்டிக் காட்டிய வீரையன், அச்செயலை எதிர்த்தார். இத்தகைய பெயரைப் பயன்படுத்தக்கூடாது என்று அரசாணை இருந்த போதும் இன்றும் அப்பெயர்கள் பயன்படுத்தப்பட்டுவருகின்றன; அரசாங்கம், அவ்வாணையை அமல்படுத்துவதற்குத் தீவிர நடவடிக்கை எடுக்குமா? என்று வினவினார். உள்ளாட்சித்துறை அமைச்சர் பனகல் அரசர், "இதில் அரசாங்கம் நடவடிக்கை எடுக்காது. அரசாங்கம் அத்தகைய பெயர்களைப் பயன்படுத்தாது என்று மட்டுமே கூறியது. பிறர் அப்பெயர்களைப் பயன்படுத்தினால் சம்பந்தப்பட்டவர்களே நடவடிக்கை எடுக்க வேண்டும்" என்றார். ஆர். வீரையன் "உள்ளாட்சி அமைப்பு அச்சிட்ட அறிக்கையில்தான் இவ்வாறு உள்ளது; தனி நபர்கள் அதைப் பயன்படுத்தவில்லை" என்றார். பனகல் அரசர், "உள்ளாட்சி அமைப்புகளின் ஆவணங்கள் அரசாங்க ஆவணங்கள் அல்ல" என்றார். "உள்ளாட்சி அமைப்புகள் அரசாங்கத்தின் ஓர் அங்கம் இல்லையா" என்ற கேள்வியை எழுப்பினார் ஆர். வீரையன். இறுதியில், குறிப்பிட்ட சம்பவத்தைக் கூறினால், "அது குறித்து உள்ளாட்சி அமைப்புகளின் கவனத்திற்கு எடுத்துச் செல்லப்படும்" என்றார் பனகல் அரசர். வீரையன் மீண்டும் மேட்டுப்பாளையச் சம்பவத்தைக் குறிப்பிட்டுக் கூறினார்.[31]

3. நீதி மன்றங்களிலும் காவல் நிலையங்களிலும் பறையர், பள்ளர், சக்கிலியர் என்ற பெயர்கள் பயன்படுத்தப்படுவது

---

28. Aloysius, G. *Religion as Emancipatory Identity: A Buddhist Movement Among the Tamils Under Colonialism*, (New Delhi: New Age, 1998), p. 166.

29. சென்னை மாகாண அவையில் பதவியில் இருந்தவரை சட்ட உறுப்பினர் என இங்குக் குறிப்பிடப்படுகிறது.

30. *MLCD*, Vol. XXIVI, (1925) pp. 767–768.

31. *MLCD*, Vol. XXIX, (1926) p. 590–591.

குறித்துச் சட்ட உறுப்பினர் பதிலளிக்குமாறு வீரையன் கோரினார். குறிப்பிட்ட சம்பவங்களைக் கவனத்திற்குக் கொண்டுவந்தால் நடவடிக்கை எடுக்கப்படும் என்று சட்ட உறுப்பினர் தெரிவித்தார்.[32] வீரையன் சென்னை மாகாண அவைக்குள் பறையன், பள்ளன், சக்கிலியன் போன்ற பெயர்கள் பயன்படுத்தப்படுவதை எதிர்த்துப் போராடியதற்கு மேற்குறிப்பிட்ட எடுத்துக்காட்டுக்கள் போதுமானவை. இதிலிருந்து, தீண்டாமைக் கொடுமைக்குள்ளான மக்களின் பிரதிநிதிகளாகச் சென்னை மாகாண அவை உறுப்பினர்கள் பறையர், பள்ளர், சக்கிலியர் என்று பிளவுபடுத்தாமல் அனைவரையும் ஆதிதிராவிடர்களாகவே கருதினர் என்பது தெளிவு.

ஆதிதிராவிடர்: சாதிக்கெதிரான சமத்துவக் கருத்தியல்

இக்கட்டுரையில் காட்டப்பட்டிருக்கின்ற மேற்கோள்கள் பஞ்சமர், பறையர் ஆகிய பெயர்களுக்கு மாற்றாக ஆதி திராவிடர் என்ற பெயர், பறையர்களின் போராட்டத்தால் விளைந்திருப்பினும்கூட, அது பறையர்களுக்கு மட்டுமே உரியது அல்ல; மாறாக உச்சபட்சத் தீண்டாமைக் கொடுமைக்குள்ளான பள்ளர், சக்கிலியர் போன்ற சாதிகள் அனைவருக்குமான பெயராகக் கொண்டுவரப்பட்டிருக்கிறது. ஆதிதிராவிடர் என்ற சொல்லாட்சி தீண்டாமை ஒடுக்குமுறைக்குள்ளான மக்களின் பெயராக மட்டுமின்றி அது – சாதியைப் புறக்கணிப்பவர்கள், சமத்துவத்தையும் ஜனநாயகத்தையும் வலியுறுத்துபவர்களின்– பெயராக இருந்திருக்கிறது. மேலும், இப்பெயர் திராவிடர்களின் ஒற்றுமைக்கானதாகவும் ஆரியர்களுக்கு (பார்ப்பனர்கள்) எதிரானதாகவும் பயன்படுத்தப்பட்டிருக்கிறது.

“ஜாதி பேதத்துக்கும் ஜாதிக் கட்டுப்பாட்டுக்கும் உட்படாதவர்களும், எக்காலத்துக்கும் யதார்த்தமும் உறுதியும், தருமசிந்தனையும் குடிகொண்டவர்களாகிய நம்மவர்கள்” என்ற பறையர்களின் பகிரங்க அறிவிப்பு, ஆதிதிராவிடர் சொல்லாட்சியின் அரசியலுக்கு சாட்சி.[33] ஆதிதிராவிடாவின் இலக்கு, திராவிடர்களான பார்ப்பனரல்லாத இந்துக்களுக்கு இணையாகத் தாங்கள் வரவேண்டும் என்பதே. மாறாக இந்துமயமாக்கல் (பார்ப்பனீயம்) அல்ல. இந்த லட்சியத்திற்குப் பறையர், பள்ளர், சக்கிலியர் போன்ற மக்களை ஒரு குடையின்கீழ் ஒருங்கிணைக்கும் முயற்சியே ஆதிதிராவிடர் என்ற கருத்தியல்.

---

32. *MLCD*, Vol. XXX, (1926), p. 248.

33. திராவிட மகாஜன சங்கம் மற்றும் மெட்ராஸ் பறையா மகாஜன சங்கம் 1916ஆம் ஆண்டில் வெளியிட்ட துண்டறிக்கை.

இக்கருத்தியலை முன்னெடுத்தவர்கள் பெரும்பாலும் பறையர் பிரிவைச் சேர்ந்தவர்கள் என்பதால், அந்தச் சாதி அப்பெயரைத் தங்களுக்கு மட்டுமே உரியது என்று உரிமை பாராட்டாதிருந்த போதிலும்கூட, அது பறையர் சாதிக்கான மாற்றுப் பெயர் என்ற பார்வை தவறெனக் கட்டுரையில் மெய்ப்பிக்கப்பட்டிருக்கிறது.

சமத்துவத்திற்கும் ஜனநாயகத்திற்குமான கருத்தியல் உருவாக்கத்தில் அல்லது அக்கருத்தியலை அடிப்படையாகக் கொண்ட சமூகத்தை நிறுவுவதற்காகப் போராடும் ஓர் இயக்கத்தில் குறிப்பிட்ட ஒரு சாதியினர் அல்லது ஒன்றுக்கும் மேற்பட்ட சாதியினர் பங்கேற்கின்றபோது, அம்மக்கட் பிரிவினர் அல்லாத பிறர் அக்கருத்தியலை அல்லது அவ்வியக்கத்தை அதில் பங்கேற்றிருக்கின்ற சாதிக்கு அல்லது சாதிகளுக்கு மட்டுமே யானது என்று பார்ப்பதும் அதைப் பரப்புவதுமான செயலில் இறங்குவது இந்தியச் சமூக அமைப்பில் புதிதான ஒன்று அல்ல. இடதுசாரிகள் தமிழகத்தில் விவசாயத் தொழிலாளர்களை ஒன்றிணைத்துப் போராடினர். கூலித் தொழிலாளிகளாகவும் பண்ணையடிமைகளாகவுமிருந்த பறையர், பள்ளர் அவ்வியக்கத்தில் அதிகமாக இருந்ததால் இடதுசாரி இயக்கம் 'பறையன் கட்சி', 'பள்ளன் கட்சி' என்றே பிறரால் அடையாளப்படுத்தப்பட்டதை இங்கே சுட்டிக்காட்ட வேண்டும்.[34]

ஆதிதிராவிடர் என்ற கருத்தியலைப் பறையர்களுக்கான பெயர் என்று இன்று அடையாளப்படுத்தப்படுவதற்கும் இடதுசாரி இயக்கம் 'பறையன் கட்சி', 'பள்ளன் கட்சி' என்று அன்று அடையாளப்படுத்தப்பட்டதற்கும் இடையில் காலம்மட்டும் வேறுபாடே. தவிர, பார்வை ஒன்றுதான். இந்நிலையை இவ்வாறு கூறலாம்: தமிழக / இந்திய சாதியச் சமூக அமைப்பில் அதைப் புறக்கணித்துவிட்டு, சமத்துவத்தை வலியுறுத்தும் முற்போக்குக் கருத்தியலை அல்லது இயக்கத்தை குறிப்பிட்ட ஒரு சாதிக்கு மட்டுமே என்று அடையாளப்படுத்துவதன் மூலமும் ஏற்றத்தாழ்வான சாதிய அமைப்பு தொடர்ச்சியாக நிலைநிறுத்தப்பட்டு வருகிறது.

புது விசை, ஜனவரி – மார்ச் 2008

---

34. Menon, Saraswathi. 'Historical Development of Thanjavur Kisan Movement: Interplay of Class and Caste Factors', *Economic Political Weekly*, Vol. XIV, Nos. 7 and 8, (1979), p. 408.

ஆதாரங்கள்

ஆங்கிலம்

Government Departments Files

    HFM.

    L&M.

    Law (General).

    Law (Legislative).

    Public.

Reports

    Native News Papers Report.

    Fortnightly Report.

    Madras Government and Uplift of Harijans. (October: 1934), Vol. II, No. 37.

    Grant of Concession to Harijans. (Madras: Government of Madras, 1959).

News Papers

    Justice.

    Swarajya.

    Hindu.

Debates

    Madras Legislative Council Debates.

Census

Census of Madras Presidency 1871, Vol. 1, Madras, 1874.

Stuart, Harold A. Census of India 1891:247, Vol. XIII.

Census of India, 1931: 342, Vol. XIV, Part. I

Census of Indai 1931, Vol. XIV, Part. II.

Unpublished Thesis

Ragupathi, K. The History of Devendrakula Vellalar Movement in Tamil Nadu, 1920-2000. Ph.D. thesis submitted to Manonmaniam Sundaranar University, Tirunelveli, 2007.

Rajah, Arunthava, K. Indo-Lanka Relations, 1931-1972. Ph.D. Thesis Submitted to Manonmaniam Sundaranar University, Tirunelveli.

Articles and Books

Aloysius, G. *Nationalism without a Nation in India*. New Delhi: OUP, 1997.

Aloysius, G. *Religion as Emancipatory Identity: A Buddhist Movement Among the Tamils Under Colonialism*. New Delhi: New Age, 1998.

Anandi, S. Jeyaranjan, J. Krishnan, Rajan. 'Work, Caste and Competing Masculinities: Notes from a Tamil Village'. *Economic and Political Weekly*. October 2002.

Bayly, C.A. *Origins of Nationality In South Asia: Patriotism and Ethical Government in the Making of Modern India*. New Delhi: OUP, 1998.

Beteille, Andre. *Equality and Universality: Essays in Social and Political Theory*. New Delhi: OUP, 2003.

Bun, Ku Hok. 'Body, Dress and Cultural Exclusion: Experience of Pakistani Women in 'Global' Hong Kong'. *Asian Ethnicity*, Vol. 7, No 3, October: 2006.

Chitnis, Suma. 'Education for Equality:Case of Scheduled Castes in Higher Education'. *Economic and Political Weekly*. Vol. VII, August: 1972.

Cohn, Bernard. 'Colh, Clohe, and Colonilim', in Sarabh Dube (ed.). *Historical Anthropology*. New Delhi: OUP, 2007.

David Mosse, 'Idioms of Subordination and Styles of Protest among the Christian and Hindu Harijan Castes in Tamil Nadu'. *Contribution to Indian Sociology*, Vol. 28, No. 1, (1994).

Delege, Robert. *The World of Untouchables: Paraiyars of Tamil Nadu*. Delhi: OUP, 1997.

Deliege, Robert. *The Untouchables of India*. UK: Berg, 1999.

Dirks, Nicholas N. 'Caste of Mind'. *Representations*. No. 37, 1992.

Dumount, Louis. *A South Indian Sub Caste: Social Organisation and Religion of Pramalai Kallar*. New Delhi: OUP, 2000,

Durkheim, E. *The Division of Labour in Society*. London: Macmillan, 1982.

Hardgrave, Robert. 'The Breast-Cloth Controcersy: Caste Consciousness and Social Change in Southern Travancore'. *Indian Economic and Social History Review*, Vol. V, 1968.

Hutton, J.H. *Caste in India: Its Nature, Function and Origins*. Delhi: OUP, 1951.

Irshick, Eugence, F. *Tamil Revivalism in the 1930s*. Madras: Cre-A, 1986.

Kamat, A. R. 'Education and Social Change amongst the Scheduled Castes and Scheduled Tribes'. *Economic and Political Weekly*, August, 1981.

Kaviraj, Sudipta. 'The Culture of Representative Democracy', in Partha Chatterji, (ed.). *Wages of Freedom: Fifty Years of the Indian Nation – State*. NewDelhi: OUP, 1998.

Krishnan, L.S. 'The Depressed Classes Mission, Palghat, Malabar'. *The Modern Review*. July, 1913.

Logan, William. *Malabar Vol. II*. Madras: The Government Press, 1887.

Mahar, Michael. 'Agents of Dharma in a North Indain Village' in J. Michael Mahar (ed.). *The Untouchables in Contemporary India*. New Delhi: Rawat Publication, 1998.

Menon, Saraswathi. 'Historical Development of Thanjavur Kisan Movement: Interplay of Class and Caste Factors'. *Economic and Political Weekly*. Vol. XIV, Nos. 7 and 8, 1979.

Mohan, Sanal. 'Dalit Discourse and the Evolving New Self: Contest and Strategies'. *Review of Development and Change.* Vol. IV, No.1, 1999.

Mosse, David. 'Idioms of Subordination and Styles of Protest Among Christian and Hindu Harijan Castes in Tamil Nadu'. *Contributions to Indian Sociology,* 28, 1, 1994.

Nandini, Gooptu. *Swami Acchutanand and the Adi Hindu Movement.* New Delhi: Critical quest, 2006.

Nicholson, F.A. *Manual of the Coimbatore district in the Presidency of Madras.* Madras: Government Press, 1887.

Omvedt, Gail. 'The Anti-Caste Movement and the Discourse of Power'. *Race and Class.* Vol. 33, No. 2, 1991.

Panikkar, K.N. 'Vaikkam Satyagraha: Struggle against Untouchability', in Ravi Dayal (ed.). *We Fought Together for Freedom: Chapters From the Indian National Movement.* Delhi: OUP, 1998.

Prakasam, Gnana. *Social Separatism, Scheduled Castes and the Caste System.* New Delhi: Rawat Publications, 1998.

Premi, Kusum. 'Educational for the Scheduled Castes: Role of Protective Discrimination in Equalisation'. *Economic and Political Weekly.* Vol. IX, November, 1974.

Rush brook Williams, L. F. *India in 1920.* Calcutta: Superintendent Government Printing, 1921.

Rush brook Williams, L. F. *India in 1921-22.* Calcutta: Superintendent Government Printing, 1922.

Sandberg, Emma. 'Being a Dalit Woman in Seethaikurichy: Religious Affiliations and Social Situations', in Lars Berge and Gunnel Cederlof, (eds.), *Political Visions and Social Realities in Contemporary South India.* Sweeden: Hogskolan Dalarna, 2003.

Shah, Ghanshyam. *Social Movements in India: A Review of Literature.* New Delhi: Sage, 2004.

Satyanarayana, A. 'Body-Shopping': Migration of South Indian (Telugu) Coolies to south-East Asia: A Case Study of Colonial Burma', in Inukonda Thirumali (ed.), *South India: Regions, Culture and Sagas.* New Delhi: Bibliomatrix, 2004.

Simon. Charsley. "Untouchable": What is in a Name?'. *The Journal of the Royal Anthropological Institute.* Vol. 2, No. 1, March: 1996.

Ronk, Ram. 'Untouchability, Dalit Consciousness, and the Ad Dharm Movement in Punjab'. *Contributions to Indian Sociology.* Vol. 38, No. 3, 2004.

White, Shane. White, Graham. 'Slave Clothing and African-American Culture in the Eighteenth and Nineteenth Centuries'. *Past and Presence.* No. 148.

தமிழ்

இதழ்கள்

ஆனந்த விகடன்.

ஆதி-திராவிடன்.

கலாநிலையம்.

குடி அரசு.

தமிழ் ஹரிஜன்.

தினகரன்.

தினமணி.

தினமலர்.

திராவிடன்.

பாட்டாளி முழக்கம்.

யாதவமித்ரன்.

நக்கீரன்.

அறிக்கை, துண்டறிக்கை

தென்மாவட்டங்களில் சாதிய மோதல்கள் — *1997.* மதுரை: மக்கள் கண்காணிப்பகம், *1998.*

தமிழ்நாடு தேவேந்திரகுல வேளாளர் சங்கம் (திருச்சிராப்பள்ளி), வெளியிட்ட துண்டறிக்கை.

துண்டறிக்கை, ஆதிதிராவிடன் புரட்சிக்கழகம், திருநெல்வேலி மாவட்டம்.

கடிதம், அமைப்பு விதி, நாட்குறிப்பு

நாமக்கல் கந்தசாமி திருச்சிராப்பள்ளி அருணாச்சலத்துக்கு எழுதிய தேதியிடாத கடிதம்.

இந்திரகுலாதிப வேளாளர் ஐக்கிய சங்க அமைப்பு விதி, 1933.

பாண்டியர் சங்கத்தின் நாட்குறிப்பு, 04 மார்ச் 1925.

திருநெல்வேலி வட்டாரப் போக்குவரத்துக்கழக அலுவலர் கடிதம் எண். 5291/உ1/99.

வழக்குரைஞர் ஆர். கிருஷ்ணன் தொடர்ந்த வழக்கு எண்: 20298/99

நேர்காணல்

எட்வின், திருநெல்வேலி.

குருசாமி சித்தன், கோயம்புத்தூர்.

பாலசுப்பிரமணியன், திருப்பணிக்கரிசல்குளம்.

புலவர் ராமையா, பாளையங்கோட்டை.

பால்ஸி, அருமனை, கன்னியாகுமரி மாவட்டம்.

கட்டுரைகள் & நூல்கள்

அம்பேத்கர் பேச்சும் எழுத்தும் – தொகுதி 9. புதுடெல்லி: டாக்டர் அம்பேத்கர் பவுண்டேனஷடன், 1999.

அம்பேத்கர் பேச்சும் எழுத்தும் – தொகுதி 10. புது தில்லி: டாக்டர் அம்பேத்கர் பவுண்டேஷன், 1997.

அலெக்ஸ். ***கரிசலில் ஓர் ஊரணி.*** மதுரை: தலித் ஆதார மையம், 1995.

இளங்குமாரன். ***கிளர்ந்தெழுகிறது கிழக்கு முகவை.*** சென்னை: தமிழமுதம், 1996.

இளங்கோவன், அய். 'வருத்தப்பட்டு பாரம் சுமக்கின்றவர்களே! எங்களிடம் வராதீர்கள்'. *தலித் முரசு*, பிப்ரவரி, 2009.

இந்திரா. ***நீர் பிறக்கும் முன்.*** நாகர்கோயில்: காலச்சுவடு பதிப்பகம், 2007.

காந்தி, *சத்திய சோதனை*. அகமதாபாத்: நவஜீவன் பிரசுராலயம், 1994.

திருலோக, சீதாராம். *மனுதர்ம சாஸ்திரம்.* சென்னை: அலைகள் வெளியீட்டகம், 2000.

பாலசுப்பிரமணியம், 'தலித்துகளின் எதிர் அரசியலும் அரசின் 'பொது' நிலைப்பாடும்'. *புதிய கோடாங்கி*, ஆகஸ்ட், 2007.

வள்ளிநாயகம், ஏபி. 'முத்துவீரன் பாலசுந்தரராசு'. ***தலித் முரசு***, பிப்ரவரி: 2003.

விஜயதனுசு. *தேக்கம்பட்டி பாலசுந்தர ராசு*. திருநெல்வேலி: மருதமலர், 2004.

வீரையன், கோ. *தமிழ்நாடு விவசாயிகள் இயக்கத்தின் வீரவரலாறு*. சென்னை: சவுத் விஷன், 1998.

மணிக்குமார், கா. அ. *1930களில் தமிழகம்*. சென்னை: அலைகள் வெளியீட்டகம், 2006.

மார்க்ஸ். ஏங்கல்ஸ். *இந்தியாவைப் பற்றி*. சென்னை: நியூ செஞ்சுரி புக் ஹவுஸ், 1971.

மார்க்ஸ். ஏங்கல்ஸ். *கம்யூனிஸ்டுக் கட்சி அறிக்கை*. சென்னை: நியூ செஞ்சுரி புக் ஹவுஸ், 1975.

ஞானசேகரன். *இந்திய சுதந்திர போரும் தேவேந்திரர்களும்*. சென்னை: தமிழர் பண்பாட்டு சமூக ஆய்வு மன்றம், 2000.

மலையாளம்

விஜயன், ஓ.வி. *தலைமுறைகள்*. கோட்டயம்: டிசிபி, 1997.